ஆயில் ரேகை

ஆயில் ரேகை

பதற வைக்கும் பெட்ரோலின் கதை

பா. ராகவன்

Title : OIL REGAI
Author's Name : PA. RAGHAVAN
Copyright © R. RAMYA 2021
Published by Ezutthu Prachuram

Ezutthu Prachuram
(An imprint of Zero Degree Publishing)
No.55(7), RBlock,
6th Avenue, Anna Nagar
Chennai - 600040

Website: www.zerodegreepublishing.com
E Mail id: zerodegreepublishing@gmail.com
Phone : 98400 65000

Ezutthu Prachuram First Edition: February 2021
ISBN : 978-81-949735-1-5
TITLE NO EP : 161

Cover Art : Humshini
Layout : Vidhya Velayudham

Author's Home Page: https://writerpara.com
Email: writerpara@gmail.com

பொருளடக்கம்

1 ஒரு மன்மோகன் சிங்கும் சில மன்னார்சாமிகளும்

மன்னார்சாமி சந்தைக்குப் போனான். மாட்டுச் சந்தை. பொள்ளாச்சியோ பாப்பநாயக்கன் பாளையமோ. ஏதோ ஒரு ஊர் என்று வையுங்கள். புறங்கைக்கு மேலே துண்டு போட்டு சகாய விலைக்கு ஒரு சீமைப்பசுவை வாங்கி, ஓட்டிக்கொண்டு வீடு வந்து சேர்ந்தான்.

மாட்டை விற்றவன் அது வேளைக்கு ஆறு லிட்டர் கறக்கும் என்று சொல்லியிருந்தான். அதெல்லாம் ஒரு மார்க்கெடிங் உத்தி என்று எடுத்துக்கொண்டாலும் நாலுக்குப் பழுதிருக்காது என்று மன்னார்சாமி நினைத்தான். மரத்தில் தொட்டி வாங்கி புண்ணாக்கு கரைத்துப் போட்டுவிட்டு பால்காரக் கோனாரைக் கூப்பிட்டு தினசரி இரண்டு வேளை வந்து கறந்துகொடுத்துவிட்டுப் போகச் சொன்னான்.

'நமக்கெதுக்குங்க மாடு? காலைல ஒரு லிட்டர். மதியத்துக்கு அரை லிட்டர். பாக்கெட் பால் போதாது?' என்றாள் திருமதி மன்னார்சாமி.

மன்னார்சாமிக்கும் அது தெரியாததல்ல. ஆனாலும் ஆசை. ஒரு சின்ன கணக்கும் இருந்தது. மாடு வாங்க லோன் கிடைக்கிறது. தேவை போக விற்க முடிந்தால் காலக்ரமத்தில் கடனை அடைத்துவிடலாம். ஆட்சிக்கு யாராவது வேட்டு வைக்கும் சூழ்நிலை உண்டானால் மாட்டுக்கடன்களை அப்படியே மத்திய நிதியமைச்சர் தள்ளுபடி செய்துவிடலாம். அதன்பிறகு வருவதெல்லாம் லாபம். மாடு எப்படியும் அஞ்சாறு வருஷத்துக்கு சுரப்பைக் குறைக்காது. நல்ல புஷ்டியாகத்தான் இருக்கிறது. ஒரு முயற்சிதானே?

மறுநாள் முதல் பால்காரக் கோனார் பிரதிதினம் இரண்டு வேளை மன்னார்சாமியின் மாட்டுக்கொட்டகைக்கு வந்து கறந்து, அளந்து கொடுத்துவிட்டுப் போக ஆரம்பித்தார். பரவாயில்லை. வேளைக்கு அரைப்படி புண்ணாக்கு சாப்பிட்டுவிட்டு சீமைப்பசு ஐந்து லிட்டர் பால் கறக்கிறது. வீட்டுக்கு ஒன்று எடுத்துக்கொண்டு மிச்சத்துக்கு டீக்கடை நாயரிடம் பேசியிருந்தான் மன்னார்சாமி.

நாயர், உனக்கு நாலு லிட்டர். ஆவின் பால் என்ன விலைக்கு வாங்குகிறாய்? இருபத்தி நாலா? நல்லது. நீ எனக்கு இருபது கொடுத்தால் போதும். தவிரவும் சுத்தமான, கொழுப்பு நீக்கப்படாத பால். நீ இதில் வேளைக்கு நாலு கேலன் தண்ணீர் ஊற்றிக் கலக்கினாலும் தாங்கும். என்ன சொல்கிறாய்?

நாயருக்கென்ன கசக்கவா போகிறது? காலை நாலு, மாலை நாலு. எட்டு லிட்டர் பாலுக்கு நூற்று அறுபது ரூபாய். ஆவின் பாலுடன் ஒப்பிட்டால் அபார லாபம்.

மன்னார்சாமியும் கணக்குப் போட்டான். தினசரி நூற்று அறுபது ரூபாய். என்றால் மாத வருமானம் ரூ. 4800. இதில் புண்ணாக்கு, பருத்திக்கொட்டைச் செலவுகள் எண்ணுறைக் கழித்தாலும் நிகரம் 4000. ப. சிதம்பரம் அதிரடித் தள்ளுபடி அமல்படுத்தும்வரை மாதக் கடன் கட்டவேண்டியது 2500 ரூபாய். அதுவும் போச்சென்றால் கையில் நிற்பது 1500.

ஆஹா, வேறொன்று இருக்கிறது. இதுநாள் வரை வீட்டுக்கு வாங்கிக்கொண்டிருந்த பால். பிரதிதினம் முப்பத்திரண்டு ரூபாய் வீதம் மாதத்துக்கு 960 ரூபாய் ஆகிக்கொண்டிருக்கிறது. அந்தக் காசு இனி மிச்சமல்லவா? புத்திசாலி மன்னார் சாமி அதையும் வரவில் வைத்தான்.

ஆக லோனுக்கு வாங்கிய மாடு, செலவு போக முதல் மாதம் முதல் தருகிற வருமானம் ரூபா 2460.

அன்றுமுதல் பாப்பநாயக்கன்பாளையம் நாயர்கடையில் டீ குடிக்க வருவோர் எண்ணிக்கை அதிகரிக்க ஆரம்பித்தது. அடடே, நாயர் கடை டீ திடீரென்று வயசுக்கு வந்துவிட்டது. நாயர், இன்னொரு டீ போடு.

கள்ளப்பயல் ஒருத்தன் இதனைப் பார்த்துக்கொண்டிருந்தான். நாயருக்கும் அவனுக்கும் நாத்தனார் - மருமகள் உறவு என்று வையுங்கள். கொடுக்கல் வாங்கலில் ஏதோ குளறுபடி. பார்த்தானா? நேரே மன்னார்சாமியிடம் போனான்.

மன்னார்சாமி, கடன் வாங்கியது நீ. கஷ்டப்படுவது நீ. குறைந்த விலைக்குப் பால் தருவது நீ. உன் மனசைப் போலவே நீ

அளந்து கொடுக்கும் பாலும் சூப்பராக இருக்கிறது. ஆனால் இந்த கேடுகெட்ட நாயர் என்ன செய்கிறான் தெரியுமா? அதில் லாரி லாரியாகத் தண்ணீர் ஊற்றி சாராயம் போல் காய்ச்சி டீ போடுகிறான். அப்போதும் அந்த டியில் சுவை குறையவில்லை என்றால் பார்த்துக்கொள். நீ மட்டும் ஏன் இப்படி ஏமாளியாக இருக்கிறாய்? உனக்கு என்ன குறைச்சல்? எழுதி வைத்துக்கொள். இந்தப் பிராந்தியத்திலேயே உன் மாடு தரும் பாலைப் போல் சுவையான பால் வேறெங்கும் கிடையாது. வற்றியா ஒரு டீலுக்கு?

கள்ளப்பயல் டீலுக்கு வந்த நேரத்தில் மன்னார் சாமி இன்னும் இரண்டு மாடுகள் வாங்கியிருந்தான். மேலும் நாலு நாயர்களுக்கு சப்ளை செய்ய ஆரம்பித்திருந்தான்.

'நீ என்ன செய்கிறாய் மன்னார் சாமி, பாலைக் கறந்து என்னிடம் கொடுத்துவிடு. கடைக்கு என்ன விலை சொல்கிறாய்? இருபது ரூபாய் அல்லவா? ஆவின் பால் இருபத்தி நாலு. சரி, நான் உனக்கு இருபத்திரண்டு ரூபாய் கொடுத்து பாலை மொத்தமாக எடுத்துக்கொள்கிறேன். உனக்கு அலைச்சல் மிச்சம். என்ன சொல்கிறாய்?'

கசக்குமா மன்னார்சாமிக்கு?

ஆக இருபத்திரண்டு ரூபாய் விலைக்கு தினசரி அறுபது அறுபத்தைந்து லிட்டர் பால் விற்கும் சிறு முதலாளியாக ஆகிப்போனான்.

பால் வாங்கிப் போகும் கள்ளப்பயல் கதை மிச்சமிருக்கிறது அல்லவா? பார்த்துவிடலாம்.

மகனே உனக்கு பால் வேண்டுமானால் இருபத்தி மூன்று ரூபாய். என்னிடம் வைத்துவிட்டு எடுத்துப் போ. நீ பாப்பநாயக்கன் பாளையம் நாயரானாலும் சரி, பள்ளிக்கரணை பக்கிரிசாமியானாலும் சரி. இதான் ரேட். ஆவின் பால் பழகிய, பழைய ருசி. மேலும் இருபத்தி நாலு ரூபாய். மன்னார் சாமி பால் அப்படியில்லை. கண்ணெதிரே கறந்து தருகிறான். பாலா, பாலாடைக் கட்டியா என்று சந்தேகமே வந்துவிடும். அத்தனைதிக். அவன் மண்டையைப் போட்டால் அடுத்த மன்னார்சாமியை நான் பெத்துப் போடுவேன். டீலுக்கு வரியா? வரலியா? வரலேன்னா இடத்தை காலி பண்ணு.

மேலும் நாயருக்கு வேலை வைக்காமல் கள்ளப்பயலே போதிய தண்ணீரைக் கலக்கத் தொடங்கி, அறுபது லிட்டரை அறுநூறு லிட்டராக்கும் வேலையையும் பார்த்துக்கொள்ள ஆரம்பித்தான்.

அவன் காசு அவனுக்கு. நாளைக்கு ஆவின் இருபத்தைந்து ரூபாய் ஆக்கினால், கள்ளன் இருபத்திநாலாக்குவான். ஆவின் முப்பதானால் கள்ளன் இருபத்தெட்டு. ஆவின் ஒரு கட்டத்தில் வீட்டுக்கு நாலு பாக்கெட்தான் என்று சொல்லலாம். கள்ளன் சொல்லமாட்டான். மக்களுக்குப் பழகிவிட்டபிறகு, ஆவின் முப்பதாக்கினால் கள்ளன் முப்பத்தைந்து என்பான். முணுமுணுப்பு இருந்தாலும் வியாபாரம் குறையாது. மன்னார்சாமி பால் ஆவின் பாலைக்காட்டிலும் பெரிய பிராண்ட் ஆவதற்கு எத்தனை காலம் பிடிக்கிறது என்பது மட்டுமே விஷயம்.

அடுத்த வரியில் கதையை முடித்துவிடலாம்.

ஆவினே இல்லாது போனாலும் கள்ளன் இருப்பான். மன்னார்சாமி மண்டையைப் போட்டால் வேறு சில மன்னார்சாமிகளை அவனே உற்பத்தி செய்வான். தீர்ந்தது விஷயம்.

மன்னார்சாமி பாலுக்கும் மத்தியக் கிழக்கு பெட்ரோலுக்கும் பெரிய வித்தியாசமில்லை. பால் கதையில் குறுக்கே வந்தானே ஒரு கள்ளப்பயல், அவன் தான். அதுதான். அது ஒன்றுதான்!

மேற்படி கதையை சீட்டுக்கட்டு மாதிரி பிரித்துப் போட்டு ஆவின் எது, மன்னார்சாமி யார், பசுவுக்கு என்ன அர்த்தம், பாலுக்குப் பொருள் என்ன, கள்ளப்பயலின் ஜாதகத்தில் சுக்கிரன் எத்தனாவது இடத்தில் உச்சம் என்று இடம் சுட்டிப் பொருள் விளக்கினால் விஷயம் புரிந்துவிடும்.

நேற்றைக்கு மன்மோகன் சிங் பெட்ரோல், டீசல், சமையல் எரிவாயுவின் விலையேற்றம் தவிர்க்க முடியாதது என்று இரங்கல் தெரிவிக்கும் முகபாவத்துடன் தூர்தர்ஷனில் பேசிவிட்டு, மானசீக அழுகிய தக்காளிகளை வாங்கிக்கொண்டு போனார்.

உடனே ஆட்டோ டிரைவர்கள் கிலோ மீட்டருக்குப் பத்து ரூபாய் வீதம் விலையேற்றி வயிற்றெரிச்சலைக் கொட்டிக்கொண்டார்கள். கண்ணுக்குத் தெரிந்து அது. தெரியாமல் என்னென்ன என்று ஒரு பட்டியல் பார்ப்போமா?

பெட்ரோல் விலையேற்றத்துக்கு முன்பு உங்கள் வீட்டுக்கு அருகே உள்ள காய்கறிக் கடையில் கால் கிலோ கத்தரிக்காய் என்ன விலை? பெட்ரோல் ஐந்து ரூபாய் ஏறிய பிறகு என்ன விலை?

வெயில் தாங்கவில்லை. சென்னையில் பதினேழு ரூபாயும் சென்னைக்கு வெளியே பன்னிரண்டு முதல் பதினைந்து ரூபாயும் கொடுத்து இளநீர் குடித்திருப்பீர்கள். இப்போது போய் விசாரித்துப் பாருங்கள். எத்தனை ஏறியிருக்கிறது என்று ஒரு கடுதாசி போடுங்கள்.

வாழைப்பழும் தவிர வேறேதாவது பழங்கள் வாங்கினீர்களா சமீபத்தில்? வாங்கிப் பாருங்கள். கூடவே பதினைந்து நாளுக்கு முன்னால் என்ன விலை என்று விசாரிக்கவும்.

குண்டு மிளகாய் என்ன விலை? உளுத்தம் பருப்பு என்ன விலை? அரிசி என்ன விலை? கோதுமை?

கண்ணுக்குத் தெரியாது. அன்றாடம் தேவைப்படும் அத்தனை பொருள்களிலும் அங்குல விலை வித்தியாசம் அவசியம் இருந்தே தீரும்.

பெட்ரோல் வெறும் சக்தியல்ல. ஆதிபராசக்தி. கொஞ்சம் ஆட்டம் கண்டால் சகலமும் ஆடும். சந்தேகமில்லாமல் ஆடும். கதறியழவேண்டிய அவசியமென்ன? ஹோட்டல்களில் இட்லி விலை ஒரு ரூபாய் குறைந்துவிட்டது. சாப்பிட்டுவிட்டு சந்தோஷமாகப் போய்ச் சேரவேண்டியதுதான்.

கிண்டல் அல்ல இதன் நோக்கம். இன்றைய தேதியில் இதனைக் காட்டிலும் எரியும் பிரச்னை என்று ஏதுமில்லை. கொஞ்சம் அசந்தால் அடித்துத் துவைத்துக் காயப்போட்டுவிடத் தயாராக இருக்கிறதுஎண்ணெய்மார்க்கெட். சைக்கிளில் போகலாம், நடந்தே போகலாம் என்று போக்குவரத்தை மட்டும் மனத்தில் வைத்துப் பேச முடியாது. பெட்ரோலியக் கச்சா எண்ணெய் எந்தெந்தத் துறைகளில், என்னென்ன விதங்களில் உபயோகமாகிறது என்பது தெரிந்தால் இதன் பின்னால் நடைபெறும் அரசியலின் அவசியம் முழுவதுமாகப் புரியும்.

காசு. கொஞ்ச நஞ்சக் காசல்ல. கோடானுகோடி மில்லியன், பில்லியன், ட்ரில்லியன் டாலர்களிலான காசு. உற்பத்தியாளர்களின் காசு. வாங்குபவர்களின் காசு. இடைத்தரகர்களின் காசு. லைசென்ஸ்

காசு. பர்மிட் காசு. ஷிப்பிங் காசு. லஞ்சக் காசு. காசு, காசு, காசு, காசு என்று இந்தப் பக்கம் முழுதும் எழுதி நிரப்பி ஒரு தியானம் போல் அதனைக் கூர்ந்து கவனியுங்கள்.

நாம் பார்த்திராத பணம் அது. நமது கவலை ஐந்து ரூபாய் விலை உயர்வு. அதற்கான காரணம் புரியவேண்டுமானால் இந்தத் துறையில் புழங்கும் பணத்தைப் பற்றிப் பூரணமாகத் தெரிந்து கொண்டாக வேண்டும்.

இன்றைக்கு ஐந்து ரூபாய் விலை ஏற்றத்துக்கு அலறிக் கொண்டிருக்கிறோம். பெட்ரோல் பங்க்குகளில் சாதாரண பெட்ரோலை ஒளித்துவைத்துவிட்டு, ப்ரீமியம் பெட்ரோலை மட்டுமே ஊற்றுகிறான் என்று சபிக்கிறோம். நாளைக்கு இது பழகிவிடும். அமைதி காப்போம். விரைவில் மறந்துவிடுவோம். மீண்டும் விலை ஏறும். மீண்டும் அலறுவோம். மீண்டும் பழகும். எந்தக் கட்சி ஆட்சியில் இருந்தாலும் எதிர்க்கட்சிகள் எதிர்க்கும். காங்கிரஸ் ஆட்சியில் இருந்தால் பா.ஜ.க. எதிர்க்கும். பா.ஜ.க. ஆட்சியில் இருந்தால் இதே மன்மோகன் சிங், விலையை ஏற்றாமல் எப்படிச் சமாளிக்கலாம் என்பதற்கு ஐயாயிரம் பக்க அறிக்கை கூட தயாரித்துத் தருவார். வழக்கம்போல் கம்யூனிஸ்டுகள் கடையடைப்புக்கு அழைப்பு விடுவார்கள். நாம் கண்டுகொள்ளமாட்டோம். அன்றைக்குத்தான் அதிகம் பெட்ரோல் போடுவோம். கேஸ் அடுப்பில் அப்பளம் சுடுவோம்.

ஒழியட்டும், விட்டுவிடலாம். அது ஏறிக்கொண்டேதான் இருக்கும். நாம் அலறிக்கொண்டேதான் இருப்போம்.

இறங்க வழியுண்டா என்று யோசிக்கலாம். தப்பில்லை. அது நீண்டநாள் லட்சியமாக மட்டுமே இருக்கமுடியும். இப்போதைக்கு அவசியம் தெரிந்துகொள்ள வேண்டியது, ஏன் ஏறுகிறது என்பது. யார் காரணம் என்பது. எத்தனைவிதமான தகிடுதத்தங்கள் இதில் நடக்கின்றன என்பது. எத்தனை கோடிப் பணம் சம்பந்தப்பட்ட விஷயம் இது என்பது. யார் யார் லாபம் அடிக்கிறார்கள் என்பது. திரவுபதி புடைவை சைஸில் தொடங்கி ஆளுக்குக் கொஞ்சம் பிய்த்துக்கொண்டு, இறுதித் துண்டு எப்படி நம் தலையில் விழுகிறது என்பது.

ஆரம்பிக்கலாமா?

02. ஆறு கால பூஜை

ஆதெள கீர்த்தனாரம்பத்திலே எம்பெருமான் நீரையும் நிலத்தையும் படைத்துவிட்டு எறியக்கூடிய தன்மைகொண்ட ஹைட்ரோகார்பன்களைக் கடலுக்கடியில் சொத்தாக ஒளித்துவைத்தான், அதுவே பின்னாளில் பெட்ரோலியமாக அவதாரம் எடுத்தது; பிறகு அதிலிருந்து மண்ணெண்ணெயும் டீசலும் பெட்ரோலும் தாரும் இன்னபிற வஸ்துக்களும் தசாவதாரமெடுத்தன என்று ஆரம்பித்தால் இந்த ஜென்மத்தில் பெட்ரோல் விலை ஏன் ஏறுகிறது என்பதைக் கண்டறிய முடியாது.

நாம் தொடங்கவேண்டிய புள்ளி 1858. இந்த வருஷத்தில்தான் ஜேம்ஸ் மில்லர் வில்லியம்ஸ் என்னும் கனடா நாட்டைச் சேர்ந்த பிசினஸ்மேன் அல்லது அரசியல்வாதி அல்லது இரண்டு முகமும் கொண்ட தொலைநோக்குவாதிபெட்ரோலியத்தின்பயன்பாட்டை அறிந்து, அதை சுத்திகரிக்கும் முதல் தொழிற்சாலையை நிறுவினார்.

உண்மையில் அவருக்கு அது தற்செயலாகத் தோன்றிய யோசனைதான். அடிப்படையில் அவர் சொகுசு வண்டி தயாரிப்பாளர். கார் மாதிரி என்று வைத்துக்கொள்ளுங்கள். ஆனால் கார் இல்லை. அதன் தாத்தா அல்லது கொள்ளுத்தாத்தா. கூடவே அப்போதுதான் வட அமெரிக்காவில் பிரபலமாகிக்கொண்டிருந்த ரயில் இஞ்சின்களுக்கான பெட்டிகளையும் வடிவமைப்பதில் மும்முரமாக இருந்தார்.

தனது தொழிற்சாலைக்குப் பக்கத்தில் குடிநீருக்காக ஒரு கிணறு தோண்டப்போக, அங்கேதான் அவருக்கு பெட்ரோல் பூதம் அகப்பட்டது.

உலகத்துக்குபெட்ரோலியம்என்பதுபுதியபொருள்அல்ல. பூமிக்கு அடியில் என்னமோ ஒன்று இருக்கிறது, சற்று விவகாரமான வஸ்து, அதனால் கனத்த உபயோகங்கள் உண்டு என்பதை இயேசுநாதர் காலமாகி அதிசுமார் முன்னூறு வருஷத்திலேயே மனிதன் கண்டுகொண்டான். ஆதிகால பாபிலோனிய அரண்மனைச் சுவர்களின் கட்டுமானத்தில் தார் பயன்படுத்தப்பட்டிருக்கிறது. வேறு சில இடங்களில் அது என்னவென்றே தெரியாமல் தீ

கொடுக்கும்தண்ணீர்என்றுபயபக்தியுடன்அணுகியிருக்கிறார்கள். முக்கியமாக ஜப்பானியர்கள். விட்டால் அதற்குக் கோயிலே கட்டி ஆறுகால பூஜை செய்திருப்பார்கள். அத்தனை ஆச்சர்யம் அவர்களுக்கு.

கி. பி. 347ல் முதல் முதலாக சீனாவில்தான் முறைப்படி எண்ணெய்க் கிணறுகள் தோண்டப்பட்டன. சுமார் எண்ணூறு அடிக் கிணறுகள். அப்போதெல்லாம் ட்ரில்லிங் மெஷின் ஏது? ஆள்கள்தான். உழைப்பாளிகள்தான் தோண்டுவார்கள். மூங்கில் காடுகளை காலி பண்ணி, நீள நீள மூங்கில்களை ஒன்றோடொன்று இணைத்து ஓட்டை போட்டு உள்ளே இறக்கி எண்ணெய் எடுத்தார்கள்.

சில இடங்களில் எண்ணெய் கிடைத்தது. சில இடங்களில் எரிவாயு வந்தது. எடுத்து அடுப்பெரித்தார்கள். வேறென்ன செய்யலாம் என்று தெரியவில்லை.

ஏழாம் நூற்றாண்டு வரை, கிடைத்த பெட்ரோலியத்தை எப்படிப் பயன்படுத்துவது என்பது பற்றி யாருக்கும் சரியாகத் தெரியவில்லை.

எட்டாம் நூற்றாண்டில்தான் பாக்தாத் என்னும் நகரம் உருவாகத் தொடங்கியது. பெரிதாக. மிகப் பிரம்மாண்டமாக. பின்னாளில் சதாம் உசேன் தங்க அரண்மனை கட்டி வசிக்கத் தோதாக. அமெரிக்கா பறந்து வந்து குண்டு வீச வாகாக. எத்தனை எத்தனை யுத்தங்கள் மூண்டாலும் சமாளிக்க செளகரியமாக.

அந்த நகரத்தின் உருவாக்கத்தில்தான் முதல்முதலில் பெரிய அளவில் தார் பயன்படுத்தப்பட்டது. பெட்ரோலியத்திலிருந்து பெறப்படும் தார். மத்தியக் கிழக்கில் பெட்ரோலியம் எடுப்பு - சுத்திகரிப்பு என்பது ஒரு தொழிலாக உருவெடுக்கத் தொடங்கியதும் அப்போதுதான். முதல் முதலில் நாகரிகம் தோன்றிய அதே மெசபடோமியா என்கிற இராக்கில்தான் முதல் முதலில் பெட்ரோலியத்தின் பயன்பாடும் முழுமையாகக் கண்டறியப்பட்டது.

உலகிலேயே முதல் முதலாக பாக்தாத் நகர வீதிகள்தான் தார்பூசிக் குளித்தன. பாலை மணல் குவியல்களின் இடையே கன்னங்கரேலென்று தார்ச்சாலைகள் நகரெங்கும் நெளிந்து ஓடின.

மக்கள் நடந்து நடந்து மகிழ்ந்தார்கள். ஓடி ஓடிப் பரவசப்பட்டார்கள். படுத்துப் புரண்டு கொண்டாடினார்கள். ஒட்டகங்கள் வாழ்விலேயே முதல்முறையாகக் காலில் மண் படாமல் நடந்து போயின. தேசத்தில் வேறு எங்கெல்லாம் எண்ணெய் கிடைக்கும் என்று ஆளாளுக்குக் குழிதோண்டப் புறப்பட்டார்கள்.

விஷயம் கேள்விப்பட்டு அக்கம்பக்கத்து தேசங்களிலெல்லாம் எண்ணெய் கிடைக்குமா என்று தோண்டத் தொடங்கினார்கள். அஜர்பைஜானில் உள்ள பாகூவில் மிகப் பிரம்மாண்டமான எண்ணெய் சாத்தியங்களைக் கண்டுபிடித்தார்கள். அதே மூங்கில் குழாய் உத்திதான். பிரமாதமான பிரயத்தனங்கள் தேவைப்படவில்லை. இயல்பாக அங்கே எண்ணெய் பொங்கியது. பதிமூன்றாம் நூற்றாண்டில் அந்தப் பக்கமாக நடந்து போன மார்க்கோபோலோ [அவர் பொடிநடையாக சீனாவுக்குப் போய்க்கொண்டிருந்தார்.] இந்த எண்ணெய்க் கிணறுகளைப் பார்த்து பிரமித்து, பக்கம் பக்கமாக வருணித்திருக்கிறார். 'ஐயோ, நூற்றுக்கணக்கான கப்பல்கள் நிறைய ஏற்றினாலும் வற்றாத அளவுக்கு இங்கே எண்ணெய் கொட்டிக்கிடக்கிறது. அஜர்பைஜான் எண்ணெயை முழுக்க எடுத்து ஏற்றிச் செல்லுமளவுக்கு உலகில் கப்பல்கள் கிடையாது> என்று ஒரே போடாகப் போட்டார்.

இதெல்லாம் நடந்துகொண்டிருந்த காலத்தில் அமெரிக்காவுக்கு எண்ணெய் என்றால் என்னவென்று தெரியாது. சொல்லப்போனால் அமெரிக்காவே அப்போது கிடையாது. ஆதிவாசிகளின் காலனியாக இருந்தது அது. விஷ அம்பு செவ்விந்தியர்கள்தான் ஆங்காங்கே கற்களால் கோட்டை கட்டி சமஸ்தானம் அமைத்து ஆட்சிபுரிந்துவந்தார்கள். கொலம்பஸின் கொள்ளுத்தாத்தா கூடப் பிறந்திருக்கவில்லை.

பதினாறாம் நூற்றாண்டில்தான் அமெரிக்காவில் பெட்ரோலிய வாசனை எட்டிப்பார்த்தது. அப்போதுகூடப் பெட்ரோல், டீசல் இல்லை. தாரும் மண்ணெண்ணெயும்தான். பத்தொன்பதாம் நூற்றாண்டு பிறந்து, இந்த அத்தியாயத்தின் இரண்டாவது பேராவில் நாம் சந்தித்த கனடா நாட்டுக்காரர் ஜேம்ஸ் மில்லர் வில்லியம்ஸ் முதல் சுத்திகரிப்பு ஆலையை நிறுவியபிறகுதான் பெட்ரோலியத்தின் அபரிமிதமான சாத்தியங்கள் ஒவ்வொன்றாகப் புலப்படத் தொடங்கின.

அவர் ஆரம்பித்த அடுத்த வருடமே அமெரிக்காவில் எட்வின் ட்ரேக் [Edwin Drake] என்பவர் பென்சில்வேனியா மாகாணத்தில் ஓரிடத்தில் குழி தோண்டத் தொடங்க, அறுபத்தொன்பது அடி ஆழத்திலேயே எண்ணெய் பீய்ச்சியடிக்க ஆரம்பித்தது. 'செனகா ஆயில் கம்பெனி' [Seneca Oil Company] என்னும் அவருடைய நிறுவனம் அடுத்த ஐம்பது வருஷத்துக்கு தினசரி இருபத்தைந்து பேரல் பெட்ரோலியத்தை எடுத்து சுத்திகரித்தது.

அமெரிக்காஒருமாதிரிஉருவம்பெற்றுக்கொண்டிருந்தகாலகட்டம் என்பதால் அப்போது கிடைத்த மண்ணெண்ணெய்க்கு ஹீரோ அந்தஸ்துஇருந்தது.கெரோஸின்விளக்குகள்உள்ளவீட்டுக்காரர்கள் பெரும் பணக்காரர்கள் என்று அறியப்பட்டார்கள். கலிபோர்னியா முழுதும் எண்ணெய்க்கான வேட்டை ஆரம்பமானது.

1859ம் ஆண்டு இரண்டாயிரம் பேரல் பெட்ரோலியம் அமெரிக்காவில் உற்பத்தி செய்யப்பட்டது. பத்து வருஷத்தில் இது நாலு லட்சம் பேரல்களாக உயர்ந்தது. மேலும் பத்து வருஷம் போனபோது இதுவே இருபது லட்சம் பேரல் உற்பத்தியானது. இருபதாம் நூற்றாண்டு பிறந்தபோது பெட்ரோலிய உற்பத்தியில் அமெரிக்கா எங்கோ போய்விட்டிருந்தது. 1906ம் ஆண்டு அமெரிக்காவில் எடுக்கப்பட்ட எண்ணெயின் அளவு ஒரு லட்சத்தி இருபத்தி ஏழாயிரம் பேரல்கள்.

இதற்குமேல் கணக்கெல்லாம் வேண்டாம் என்று நினைக்கிறேன். ஒரு கேள்விவரும். ஆயிரத்தித் தொள்ளாயிரத்திலேயே இந்த அளவு என்றால் இன்றைக்கு இன்னும் எங்கேயோ போயிருக்குமல்லவா? சொந்தப் பேட்டையில் இத்தனை சொத்து வைத்துக்கொண்டு எதற்காக ஊரான் வாயில் அடித்து உலையில் போடவேண்டும்?

இதற்கான விரிவான பதிலைப் பின்னால் பார்க்கப்போகிறோம். இப்போதைக்கு ஒரே ஒரு தகவல். இன்றைக்கு அலாஸ்கா தவிர அமெரிக்காவில்வேறு எங்கும் பெட்ரோல் எடுக்கப்படுவதில்லை. வற்றிவிட்டதா என்கிற பேச்சுக்கே இடமில்லை. நிறைய இருக்கிறது. நிறைவாகவும்இருக்கிறது. ஆனாலும்எடுப்பதில்லை. அது கொள்கை முடிவு. எடுக்காதே எடுக்காதே, பெட்ரோல் எடுக்காதே. தீர்ந்தது விஷயம்.

ஒன்று சொல்லவேண்டும். பெட்ரோலியம் கண்டுபிடிக்கப்பட்டு, சுத்திகரிக்கப்பட்டு, பயன்பாட்டுக்குவந்தபிறகும்வெகுகாலத்துக்கு [என்றால் 1950 வரையிலுமே.] நிலக்கரியின் ஸ்டார் அந்தஸ்து அப்படியேதான் இருந்தது. ஓர் உதாரணம் வேண்டுமென்றால் எளிமையாக இப்படிப் புரிந்துகொள்ளலாம். இன்றைக்கு வைர நகை இருக்கிறது. வைரத்தின் மதிப்பு எல்லோருக்கும் தெரியும். ஆனாலும் பாண்டிபஜாரிலும் உஸ்மான் ரோடிலும் வைரமா அதிகம் விற்கிறது? தங்கமே அல்லவா? அந்தமாதிரிதான். பெரும் பணக்காரர்கள் என்றாலும் மதிப்புக்கு ஒரு வைர நெக்லஸ் வாங்கிவிட்டு கிலோ கணக்கில் தங்கத்தில்தான் முதலீடு செய்வார்கள்.

அன்றைக்கு பெட்ரோலியம், வைரத்துக்குச் சமம். நிலக்கரி தங்கம்.

ஒரே காரணம், பெட்ரோலியத்தின் முழுப் பயன்பாடும் அப்போது கண்டறியப்பட்டிருக்கவில்லை என்பதுதான். அது எப்பேர்ப்பட்ட ராட்சசன் என்பது யாருக்கும் விளங்கவில்லை. குருடன் யானையைத் தடவிய மாதிரி தாருக்கு சந்தோஷப்பட்டார்கள். மண்ணெண்ணெய்க்குச் சந்தோஷப்பட்டார்கள். டீசலுக்கு சந்தோஷப்பட்டார்கள். பெட்ரோலுக்கு சந்தோஷப்பட்டார்கள். நாஃப்தாவுக்கு சந்தோஷப்பட்டார்கள். இவை ஒவ்வொன்றிலும் பல்வேறு தரங்கள் அகப்பட்ட போது அதற்காகவும் அவ்வப்போது சந்தோஷப்பட்டார்கள்.

இவற்றையெல்லாம் மொத்தமாக வைத்து என்னென்ன செய்யலாம் என்பது தெரியவந்தபோதுதான் ஆஹாவென்று எழுந்தது யுகப்புரட்சி. காரணம் மத்தியக் கிழக்கு. உலகம் முழுதும் தண்ணீரைப் புதைத்துவைத்துவிட்டு அங்கே மட்டும் எண்ணெயைக் கொட்டிவைத்த இயற்கை. பெண்டாட்டி அல்லது புருஷன் சமையல் சரியில்லை என்று கோபித்துக்கொண்டு வேகமாகத் தரையில் ஒரு உதை உதைத்தாலே பொத்துக்கொண்டு பீறிட்டுவிடும். தரையிலும் உண்டு, தண்ணீருக்கு அடியிலும் உண்டு.

உவமானம் கொஞ்சம் மிகைதான். ஆனால் உண்மையில்லாமல் இல்லை. மத்தியக்கிழக்கு தேசங்கள்என்றுசொல்லப்படும்இரான், இராக், ஏமன், ஓமன், பஹ்ரைன், குவைத், மஸ்கட், பிஸ்கட் என்று

எந்தப் பக்கம் போனாலும் எண்ணெய். எவ்வளவு வேண்டுமோ அவ்வளவு எண்ணெய்.

மத்தியக் கிழக்கை விட்டால் ரஷ்யா. முன்னாள் சோவியத் யூனியன் என்று சொல்லவேண்டும். இன்றைக்கு பேட்டைக்கொரு தேசமாக அது உருமாறிவிட்டாலும் எண்ணெய் வளம் நிறைய உண்டு. அப்புறம் வெனிசுலா. ஆப்பிரிக்காவில் நைஜீரியா. ஆஸ்திரேலியாவில் கொஞ்சம். அங்கே கொஞ்சம். இங்கே கொஞ்சம். அண்டார்டிகாவில் இருக்கிறதா என்றுதான் இன்னும் யாரும் தோண்டிப் பார்க்கவில்லை.

உலகம் நீரால் மட்டுமல்ல. எண்ணெயாலும் ஆனது. கண்டுபிடிக்கப்படும் இடங்களை அது சொர்க்கலோகமாக்குகிறது.

சொர்க்கம் என்றால் தேவர்கள் இருப்பார்கள். தேவர்களுக்கு ராஜாவாக இந்திரன் இருப்பான். அநேகமாக அவனொரு அயோக்கிய சிகாமணி. தேவர் இருந்தால் அசுரர் இல்லாமலா? அடித்துக் கொண்டு சாதல் இல்லாமலா?

ஒரே பிரச்னை, சைடு டிராக்கில் சம்பவாமி யுகே யுகே டயலாகை அமெரிக்கா அபகரித்துக்கொண்டுவிட்டதுதான்.

இன்றைக்கு எண்ணெயை முன்வைத்து நடக்கிற அத்தனை கூத்துகளும் 1973க்கு அப்புறம் ஆரம்பித்தவைதான். அதற்குமுன்னால் ஒன்றுமில்லை. எண்ணெய் கிடைத்தவர்கள் எடுத்தார்கள். எடுத்ததும் விற்றார்கள். கிடைத்ததைக் கொண்டு சந்தோஷமாகவாழ்ந்தார்கள். நிறையபேருக்கு வேலை கிடைத்தது. இங்கிருந்தும் எங்கிருந்தும் மூட்டை கட்டிக்கொண்டு எண்ணெய்க் கிணறு தேசங்களுக்கு உத்தியோகம் பார்க்கப் போனார்கள். பணத்தை தினாரிலும் திஷ்ரத்திலும் இன்னபிறவற்றிலுமாக அனுப்பிவைத்து குடும்பத்துக்கு கலர் டிவி, வாஷிங் மெஷின் வாங்கிக்கொடுத்தார்கள். நாமும்கூட லிட்டருக்கு இருபத்தியைந்து ரூபாய், இருபத்தியேழு ரூபாய், முப்பது ரூபாய் என்றெல்லாம் கொடுத்து பெட்ரோல் போட்டுக்கொண்டு ஊரைச் சுற்றிவந்தோம்.

எண்ணெய் மதிப்பு மிக்கது என்பது எல்லோருக்கும் தெரிந்துதான் இருந்தது. ஆனால் அதை உளப்பூர்வமாக யாரும் உணரவில்லை. உணர்வதற்கான ஒரு சந்தர்ப்பம் 1973ல் வந்தது.

அப்போது பிடித்தது சனி.

03. அடி மடியில் கை வை

ஸ்கூல் வாத்தியார் மாதிரி, உங்களில் எத்தனை பேர் 'நிலமெல்லாம் ரத்தம்' தொடரை நினைவு வைத்திருக்கிறீர்கள் என்று ஆரம்பித்து அதற்குள்ளிருந்து கேள்வி கேட்டால் அடிக்க வந்துவிடுவீர்கள். ஆனால் துரதிருஷ்டவசமாக இஸ்ரேல் - பாலஸ்தீன் பிரச்னையை ஆங்காங்கே தொட்டு உரசியபடிதான் இந்த வண்டி ஓட வேண்டியிருக்கிறது. அங்கே அரசியலை மட்டும் பார்த்தோம். இங்கே அழகிய அரசியலின் 'அந்தப்புர ரகசியங்களை' உட்கார்ந்து கவனிக்க வேண்டியிருக்கிறது.

இஸ்ரேலுக்கும் பாலஸ்தீனுக்கும் 1948லிருந்து எத்தனை முறை யுத்தம் மூண்டது, எந்தெந்த தேசங்கள் அப்போதெல்லாம் பாலஸ்தீனுக்கு ஆதரவாகக் களத்தில் இறங்கின, எப்போது உதவி செய்தன, எப்போது கவிழ்த்தன என்பதல்ல இங்கே முக்கியம். குறிப்பிட்ட சில யுத்தங்களின் பின்விளைவுகள் இன்று வரைக்குமான எண்ணெய்ப் பிரச்னைக்குக் காரணமாக இருக்கின்றன என்று தயங்காமல் சொல்லலாம். அதைத்தான் பார்க்கப் போகிறோம்.

அதில் ஒன்று - கொஞ்சம் முக்கியமான ஒன்று - 1973ம் வருஷம் நடந்த இஸ்ரேல் - அரபு யுத்தம். யோம் கிப்பூர் யுத்தம், ரமதான் யுத்தம், அக்டோபர் யுத்தம் என்றும் இதனைச் சொல்வார்கள்.

யோம் கிப்பூர் என்பது யூதர்களுக்கு மிக முக்கியமான ஒரு தினம். ஒரு வருஷம் முழுக்க செய்த பாவங்களை எழுதி எடுத்துக்கொண்டு தேவாலயத்துக்குப் போய் கடகடவென்று ஒப்பித்து மன்னிப்புக் கேட்டுவிடுவார்கள். கடவுளும் கண்ணை மூடிக்கொண்டு மன்னித்துவிடுவார். மறுநாளில் இருந்து ஃப்ரெஷ்ஷாகப் புதிய பாவங்களைத் தொடங்க இது வசதி அல்லவா?

உண்மையில் யோம் கிப்பூர் - பாவ மன்னிப்புத் திருவிழாவை அவர்கள் எத்தனை தீவிரமாகக் கொண்டாடுவார்கள் அல்லது கடைப்பிடிப்பார்கள் என்பதை லேசில் வருணித்துவிட முடியாது. ஒரு பக்கம் பூஜை புனஸ்காரங்கள் அமர்க்களப்படும். இன்னொரு பக்கம் கடுமையான விரதங்கள் கடைப்பிடிக்கப்படும். முழு

நாளும் சொட்டுத் தண்ணீர்கூடக் குடிக்கமாட்டார்கள். டிரெஸ் பண்ணிக்கொள்வது, மேக்கப் போடுவது, துணி துவைப்பது, உடலுறவு கொள்வது என்று ஆரம்பித்து அன்றைய தினம் செய்யக்கூடாத செயல்கள் என்று யூத மதம் வகுத்திருக்கும் பட்டியல் பெரிது.

எதற்கு வம்பு என்று இஸ்ரேலிய அரசாங்கம் அன்றைய தினத்தை தேசிய விடுமுறை தினமாகவே அறிவித்துவிட்டது. ஒருத்தரும் வேலை செய்யமாட்டார்கள். முழுநாளும் உட்கார்ந்து பிரார்த்தனை செய்யவேண்டியதுதான். பசித்தாலும் சாப்பிடக்கூடாது. தாகமெடுத்தாலும் தண்ணீர் குடிக்கக்கூடாது. முதல் நாள் மாலை ஆரம்பித்து மறுநாள் மாலை தேவாலயத்தில் ஐந்து கால பூஜைகள் முடிவடைந்து இறைவன் தன்னுடைய தீர்ப்பை எழுதி வைத்ததும் விரதம் முடியும்.

1973ம் ஆண்டு அக்டோபர் மாதம் 6ம் தேதி யூதர்களின் இந்த விரத தினத்தன்று சற்றும் எதிர்பாரவிதமாக எகிப்தும் சிரியாவும் இணைந்து இஸ்ரேல் மீது ஒரு தாக்குதலைத் தொடங்கின. நாள் பார்த்துத் தொடங்கப்பட்ட தாக்குதல். 1967ல் நடைபெற்ற ஆறுநாள் யுத்தத்தின் இறுதியில் சிரியாவின் தெற்கு எல்லையிலும் எகிப்தின் வடக்கு எல்லையிலும் போடப்பட்ட கட்டுப்பாட்டு எல்லைக்கோடுகளைத் தாண்டி, இந்த இரு தேசத்துப் படைகளும் இஸ்ரேலுக்குள் நுழைந்தன.

யோம் கிப்பூர் கடைப்பிடிக்கப்பட்டுக்கொண்டிருந்த தினம் என்பதால் இஸ்ரேல் ராணுவம் பதில் தாக்குதல் ஏதும் நிகழ்த்தாமல் சும்மா வேடிக்கை பார்த்துக்கொண்டிருந்தது. அந்த விஷயத்திலெல்லாம் அவர்கள் ரொம்ப ஸ்டிரிக்ட். கிடைத்த சந்தர்ப்பத்தில் மேற்படி இரு தேசத்து ராணுவமும் இஸ்ரேல் எல்லைக்குள் ஊடுருவி பல பகுதிகளை ஆக்கிரமித்துக்கொண்டன.

விரத பூஜைகளையெல்லாம் முடித்துக்கொண்டு இஸ்ரேல் ராணுவத்தினர் பதில் தாக்குதலுக்கு வந்தபிறகு நிலைமை வேறு விதமாகிப் போனது. யோம் கிப்பூரின் மகத்துவமோ என்னவோ. அடுத்த இருபது நாள்களுக்கு இடைவிடாமல் நடைபெற்ற யுத்தத்தில் அரபுகள் தரப்பில் கணிசமான சேதம். இறுதியில் சினிமா போலீஸ்காரர்மாதிரி ஐ.நா. தலையிட்டு அமைதிஉடன்படிக்கைக்கு

ஏற்பாடு செய்துவைக்க, ஒருமாதிரி முறைப்புடன் ஆளுக்கொரு பக்கம் திரும்பிப் போனார்கள்.

ஆனாலும் அடிமனத்தில் காயம் ஒரு பெரிய வடுவாகிப் போனது. எத்தனை பேர் சேர்ந்து அடித்தாலும் இஸ்ரேலை வெல்ல முடியவில்லையே என்கிற வேதனை அது. அமெரிக்கா உள்ளிட்ட மேற்கத்திய நாடுகள் பலவற்றின் ஆதரவு இஸ்ரேலுக்கு எப்போதும் உண்டு. அவர்களுடைய ஆயுத பலம், பணபலம் ஒரு பக்கம். யுத்த தந்திரங்களில் அவர்களுக்கு இருந்த தேர்ச்சி ஒரு பக்கம். அனைத்துக்கும் மேலாக ராஜதந்திரம்.

அரபு தேசங்கள் இஸ்ரேலை எதிர்க்கிற விஷயத்தில் மட்டும் ஒரு சில சமயங்களில் ஒத்துப்போயிருக்கின்றனவே தவிர, பொதுவில் அவர்களுடைய நல்லுறவு குறித்துப் பெரிய அளவில் சிலாகிக்க இடமில்லை. இரானியர்களுக்கு இராக்கியர்களைப் பிடிக்காது. இராக்கியர்களுக்கு லெபனானியர்களைப் பிடிக்காது. குவைத்துக்கு இராக்கைப் பிடிக்காது. சவூதி அரேபியாவுக்கு ஒசாமா பின்லேடனைப் பிடிக்காது. ஒசாமாவுக்கு ஹிஸ்புல்லா பிடிக்காது. ஷியாக்களுக்கு சன்னிகள் பிடிக்காது. சன்னிகளுக்கு ஷியாக்கள் ஆகாது. இரு சாராருக்குமே அஹமதியாக்களைப் பிடிக்காது.

எல்லோருக்கும் பிடித்த ஒரே விஷயம் என்னவென்று பார்த்தால் எண்ணெய் மட்டும்தான். அதாவது எண்ணெய்ப் பணம். அது தம்மிடம் இருக்கிறது என்பது மட்டும்தான் மத்தியக் கிழக்கு நாடுகள் தன்னம்பிக்கை கொள்வதற்கு இருந்த ஒரே காரணம்.

எனவே யோம் கிப்பூர் யுத்தம் பிசுபிசுத்துவிட்ட கோபத்தில் என்ன செய்யலாம் என்று ஆளாளுக்கு வெறியுடன் யோசித்துக்கொண்டிருந்த தருணத்தில் *OAPEC* என்னும் அமைப்பு அதற்கான சரியான வாய்ப்பை உருவாக்கிக்கொடுத்தது.

யுத்தம் ஒரு துக்கமாக உருப்பெறத் தொடங்கிய பதினேழாவது நாளில் இந்த யோசனை அவர்களுக்கு வந்தது.

OAPEC.

நீட்டினால் *Organization of Arab Petroleum Exporting Countries* என்று வரும். அரேபிய நாடுகளின் எண்ணெய் ஏற்றுமதிக் கூட்டமைப்பு.

1968 ஜனவரி 9ம் தேதி குவைத், சஊதி அரேபியா, லிபியா ஆகிய மூன்று நாடுகளும் சேர்ந்து ஆரம்பித்த அமைப்பு இது. அடிப்படை நோக்கம், எண்ணெய் ஏற்றுமதியை லோக்கல் அரசியல் குளறுபடிகளின் பிடியிலிருந்து விடுவித்து, சுதந்தரமாக இயங்க வைக்கவேண்டும் என்பது. மத்தியக் கிழக்கில் பிரச்னைகளுக்கா பஞ்சம்? உள்ளூர்க்காரர்கள் அடித்துக்கொள்வார்கள் அல்லது வெளியூரிலிருந்து யாராவது வந்து அடித்துவிட்டுப் போவார்கள். போகிற பயல்கள் சும்மா போவதும் இல்லை. கையில் மிச்சம் மீதி இருக்கிற குண்டுகளை எண்ணெய்க் கிணற்றில்தான் போட்டுவிட்டுப் போவார்கள். கிணற்றில் விழும் குண்டுகள், சொந்தக்காரர்களின் வயிற்றில் வெடித்து எரியும். வியாபாரம் பாதிக்கும். வருமானம் விழும்.

இதையெல்லாம் தவிர்க்க, எண்ணெய் தேசங்களின் கூட்டமைப்பு ஒன்று உருவாகி, எண்ணெய் உற்பத்தி - ஏற்றுமதியை முறைப்படுத்தி, அரசியலுக்கு அப்பாற்பட்டு அந்தத் தொழில் தன் வழியில் இயங்குவதற்கு இந்த அமைப்பு வழி வகுக்கும் என்று சொல்லப்பட்டது.

ஆனால் இந்தக் கூட்டமைப்பின் தோற்றமே நிறைய அரசியல் ஜோடனைகளுடன் தான் இருந்தது. ஏகப்பட்ட விதிமுறைகளை வகுத்துக்கொண்டு ஆரம்பித்தார்கள். உதாரணத்துக்கு, எண்ணெய் உற்பத்தி செய்யும் எல்லா தேசங்களும் இந்த அமைப்பில் உறுப்பினராகச் சேர்ந்துவிட முடியாது. சம்பந்தப்பட்ட தேசத்தில் பெட்ரோல்தான் இருக்கலாம், பெட்ரோல் பாம் இருக்கக்கூடாது என்பது முதல் விதி. அதாவது, சண்டைக்கார தேசங்களுக்கு இடமில்லை.

இன்னொரு விதி, அப்படியே புதிதாக ஒரு தேசத்தை அமைப்புக்குள்ளே கொண்டுவரவேண்டுமென்றால், நிறுவனர்களான குவைத், சஊதி அரேபியா, லிபியா மூவரும் ஒப்புக்கொண்டு கையெழுத்துப் போட்டால்தான் முடியும்.

இன்னும் இருக்கிறது. விஷயமென்னவென்றால், பலத்த கெடுபிடிகளுடன் தொடங்கப்பட்ட இந்த அமைப்பில் எகிப்து, அல்ஜீரியா போன்ற எண்ணெய் தேசங்களுக்கு அனுமதி இல்லை என்று முதலிலேயே சொல்லிவிட்டார்கள். பெட்ரோலியத்தைப்

பயன்படுத்தி ஆயுதங்கள் தயாரிக்கக்கூடிய சாத்தியம் இருக்கக்கூடிய தேசங்களைத் தவிர்க்க விரும்புகிறோம் என்று சொன்னார்கள்.

இம்மாதிரியான பல காரணங்களால் OAPEC-க்கு ஆரம்ப காலத்தில் நிறைய எதிர்ப்பு இருந்தது. ஆனால் அதன் தேவையும் மற்றவர்களுக்குப் புரிந்தது. புரிந்தாலாவது திருந்தமாட்டார்களா என்றுதான் OAPEC-ம் பார்த்தது. நிறைய பேச்சுவார்த்தைகள் நடைபெற்றன. ஒரு பக்கம் இஸ்ரேல் தொடர்ந்து அடியும் வலியும் அவமானமும் கொடுத்துக்கொண்டிருக்க, அரசியல் ரீதியில் வாய்க்காத ஒற்றுமையை இந்த வர்த்தக வழியின்மூலமாகவாவது பெறமுடியுமா என்று பார்க்க நினைத்தார்கள்.

எல்லோருமே உணர்ச்சிவசப்பட்ட நிலையில் இருந்த காலம். எனவே OAPEC-ன் விதிமுறைகளில் கொஞ்சம் அப்படி இப்படி திருத்தி எழுதி அல்ஜீரியா, எகிப்து மட்டுமல்லாமல் இராக், சிரியா போன்ற சில தேசங்களையும் அதன் உறுப்பினர்களாகச் சேர்த்துக்கொண்டார்கள்.

இந்த அமைப்புதான் யோம் கிப்பூர் யுத்தத்தில் அரேபியர்களுக்கு ரத்த காயம் பட்டவேளையில் ஒரு புதிய முடிவை எடுத்து அறிவித்தது.

இஸ்ரேலுக்கு உதவி செய்யும் மேலை நாடுகளை நம்மால் யுத்தத்தில் ஜெயிக்க முடியாது போனாலும் எண்ணெயை வைத்து அலறவைப்போம்.

உண்மையில் OAPEC மட்டுமல்ல. OPEC என்று முன்னதாகத் தோன்றிய இன்னொரு அமைப்பும் கிட்டத்தட்ட இதே முடிவைத்தான் அப்போது எடுத்திருந்தது. OPEC என்பது *Organization of the Petroleum Exporting Countries.* முன்னது, அரபு நாடுகளின் எண்ணெய்க் கூட்டணி என்றால் இது அகில உலக எண்ணெய்க் கூட்டணி. இரான், இராக், குவைத், கத்தார், ஐக்கிய அரபு எமிரேட்ஸ், சவூதி அரேபியா, லிபியா, அல்ஜீரியா, நைஜீரியா, அங்கோலா, வெனிசுலா, ஈக்வடார், இந்தோனேஷியா என்று ஏகப்பட்ட எண்ணெய் நாடுகள் இதில் உறுப்பினர்களாக இருக்கின்றன.

கொஞ்சம் குழப்புகிறதோ? இல்லை. சுலபம்தான். அகில உலக எண்ணெய்க் கூட்டணிக்குள் அரபு தேசங்களும் உண்டு. ஆனால்

அரபு தேச எண்ணெய்க் கூட்டணியில் பிற நாடுகள் கிடையாது. தீர்ந்ததா?

இந்த அரபு எண்ணெய்க் கூட்டணி தேசங்கள் யோம் கிப்பூர் யுத்தத்தை ஒட்டி எடுத்த முடிவின் சாரம் இதுதான்: இஸ்ரேலுக்கு உதவி செய்யும், இஸ்ரேலுடன் நட்புகொள்ளும் எந்த தேசத்துக்கும் இனிமேல் அரபு பெட்ரோல் போகாது! 1967 யுத்தத்தின்போது வகுக்கப்பட்ட கட்டுப்பாட்டு எல்லைக்கோட்டுக்குள் இஸ்ரேல் திரும்பிச் செல்லவேண்டும். இந்த யுத்தத்தில் அது முன்னேறி வந்து அபகரித்தஇடங்களையெல்லாம்திரும்பக்கொடுத்தாகவேண்டும். அப்படிச் செய்யாதவரை இஸ்ரேலின் நண்பர்களுக்கு எண்ணெய் கிடையாது!

எப்படி மிரட்டல்? ஜோராக இல்லை?

இதுதான் ஆரம்பம். அமெரிக்கா, பிரிட்டன், பிரான்ஸ் தொடங்கி அநேகமாக அனைத்து மேற்கு ஐரோப்பிய தேசங்களும் கொசுறாக ஜப்பானும் இந்தத் தடைக்கு உள்ளாகவேண்டிய சூழ்நிலை உருவானது. எனவே குலைநடுங்கிப் போனார்கள்.

சரித்திரத்தைத் திருப்பிப் பார்த்தால் கொஞ்சம் சிரிப்புகூட வரும். இரண்டாம் உலகப்போர் வரை உலகில் ஊற்றெடுத்த பெட்ரோலியத்தின் மொத்த அளவில் ஐந்து சதவீதம் கூட மத்தியக் கிழக்கில் கிடையாது. மத்தியக் கிழக்கு என்று சொல்வதுகூடத் தவறு. அப்போது அங்கே எண்ணெய் கண்டுபிடிக்கப்பட்ட பிராந்தியங்கள் இரானும் இராக்கும் மட்டும்தான்.

1949ம் ஆண்டு குவைத்திலும் சவூதி அரேபியாவிலும் ஜீபூம்பா நிகழ்ந்தது. வீட்டுக் குழாய்களிலெல்லாம் பெட்ரோல் வராத குறை. திடீர் எண்ணெய். திடீர்ப் பணம். அவர்களுக்குத் தலைகால் புரியவில்லை.

போதாக்குறைக்கு அப்போது ஐரோப்பிய தேசங்கள் எல்லாம் யுத்த பாதிப்பினால் பஞ்சத்தில் அடிபட்டு எங்கே என்ன கிடைக்கும் என்று ஆலாய்ப் பறந்துகொண்டிருந்தார்கள். தேவை இருந்தது. எத்தையாவது தின்று பித்தம் தெளிந்தால் போதுமென்கிற

நிலைமை. எனவே குவைத்-சவூதி காலில் சாஷ்டாங்கமாக விழுந்து எண்ணெய்ப் பிச்சை கேட்டன. நீ எண்ணெய் எடுக்க நான் உதவி செய்கிறேன், எனக்கு சப்ளை பண்ணு என்று வரிசையில் நின்றன.

எனவே மத்தியக் கிழக்கின் பெட்ரோல் உற்பத்தி, உலக உற்பத்தியில் பன்னிரண்டு சதவீதம் என்று உடனே உயர்ந்தது. அடுத்த பத்தாண்டுகளில் அதுவே இருபத்தி ஐந்து சதவீதமானது.

1970ம் ஆண்டு சரியாக ஐம்பது சதவீதம்.

இங்கேதான் விவகாரம் சூடுபிடிக்கத் தொடங்கியது. ஏனென்றால், மிச்சமுள்ள ஐம்பது சதவீத எண்ணெயில் பெரும்பகுதி கம்யூனிஸ தேசங்களிலிருந்து கிடைத்தது. ரஷ்யாவும் அதன் ஸ்பேர் பார்ட்ஸ¨ம். பனிப்போர் உச்சத்தை நோக்கி ஓடிக்கொண்டிருந்த காலம். அமெரிக்காவும் அதன் தோழமை தேசங்களும் கம்யூனிஸ்ட் ரஷ்யாவிடமா எண்ணெய் கேட்டுக் கையேந்தி நிற்கமுடியும்?

அதனால்தான் அவர்களுக்கு மத்தியக் கிழக்கு முக்கியமாக இருந்தது. அதனாலேயேதான் OAPECயும் அப்படியொரு முடிவை எடுத்தது.

மகனே, வா. இனி உன்னால் என்ன செய்யமுடியும், பார்க்கலாம்.

04. உனக்குத் தடா!

இஸ்ரேலுக்கும் எகிப்து - சிரியா படைகளுக்கும் இடையே நடைபெற்ற யோம் கிப்பூர் யுத்தத்தின் இறுதியில் அரேபிய தேசங்களின் கூட்டு எண்ணெய் யுத்தம் ஆரம்பமானது என்பது சரித்திரப் புஸ்தகத் தகவல்.

பொதுவாக சரித்திரப் புத்தகங்களை அப்படி அப்படியே நம்பிவிடுவது சற்றே ஆபத்தானது. குறிப்பாக அனல் பறக்கும் அரசியல்விவகாரங்கள்மிகுந்தகாலகட்டம்என்றால்சரித்திரத்துக்கு ஆங்காங்கே பெயிண்ட் அடித்துவிடுவது, சம்பந்தப்பட்ட சரித்திர ஆசிரியர்களின் கட்சி சார்பு சம்பந்தப்பட்ட விஷயம்.

உதாரணத்துக்கு வெளியே எங்கும் போகவேண்டாம். இந்த யோம் கிப்பூர் யுத்தத்தையே எடுத்துக்கொள்ளலாம். சரித்திரப் புத்தகம் என்ன சொல்கிறது? அக்டோபர் ஆறாம் தேதி ஆரம்பித்து இருபத்தியாறாம் தேதி வரை யோம் கிப்பூர் யுத்தம் நடைபெற்றது. அதே அக்டோபரில் பதினேழாம் தேதி அரபு தேசங்கள் கூடிப் பேசி அடுத்த மாத வாக்கில் எண்ணெய்த் தடை அறிவிப்பைச் செய்தன.

சிம்பிள். இவ்வளவுதான். ஆனால் இந்த சரித்திரச் செய்திக்குறிப்பை அப்படியே எடுத்துக்கொண்டுவிடுவதற்கில்லை. கொஞ்சம் உள்ளே புகுந்து குடைந்து பார்த்தால் வேறு சில விவகாரங்கள் அகப்படும்.

அக்டோபர் யுத்தத்துக்கு ஒன்றரை மாதங்களுக்கு முன்னதாக, ஆகஸ்ட் 23ம் தேதி, என்றைக்குமில்லாத திருநாளாக சவூதி அரேபியாவின் அப்போதைய மன்னர் ஃபைசலும் எகிப்தின் அதிபர் அன்வர் சதத்தும் ரியாதில் திடீரென்று சந்தித்து ஏதோ நல்லெண்ணப் பேச்சுவார்த்தை நடத்தினார்கள். இது ஒரு பெட்டிச் செய்தியாக மட்டுமே அப்போது பார்க்கப்பட்டது. இஸ்ரேலுடனான இன்னொரு யுத்தம் என்கிற செய்தி வெளிவராத காலகட்டம். எனவே அந்த சந்திப்புக்கு அப்போது பெரிய முக்கியத்துவம் ஏதுமில்லை.

உண்மையில், மாண்புமிகு மகாராஜாவும் மதிப்புக்குரிய அதிபர் சாஹேபும்அதிபயங்கரமுன்ஜாக்கிரதைமுத்தண்ணாக்களாகத்தான்

அந்தச் சந்திப்பை ஏற்பாடு செய்திருந்தார்கள். யுத்தம் எப்படியும் தொடங்கும். இஸ்ரேல் எப்படியும் அடிக்கும். தப்பித்தவறித் தாங்கள் ஜெயித்துவிட்டால் பரம சந்தோஷம். எப்போதும்போல் தோல்வியின் ருசியைச் சுவைப்பதென்றால் இம்முறை வேறொரு விளையாட்டை ஆடிப்பார்த்துவிடுவது.

அப்போது எடுத்த முடிவு அது! மேற்கு நாடுகளுக்கு மத்தியக் கிழக்கின் எண்ணெய் எத்தனை முக்கியம் என்பதைத் தாங்களே சரியாகப் புரிந்துகொள்வதற்கும் அது உதவும் என்று கணக்குப் போட்டார்கள்.

சொல்லிவைத்த மாதிரி செப்டெம்பர் 15ம் தேதி OPEC யின் மத்தியக் கிழக்கைச் சேர்ந்த ஆறு உறுப்பு நாடுகளும் எண்ணெய் விலையை ஏற்றலாம்; எல்லோரும் கூடிப் பேச வாரீர், வாரீர் என்று திடீர்க்குரல் கொடுக்க ஆரம்பித்தன.

ஆகஸ்டு 23 அன்று சவூதி மன்னரும் எகிப்து அதிபரும் சந்தித்துப் பேசியது தற்செயல். செப்டெம்பர் 15 அன்று மத்தியக் கிழக்கு எண்ணெய் தேசங்கள் திடீரென்று விலையேற்றம் குறித்து சிந்திக்கத் தொடங்கியது தற்செயல், யோம் கிப்பூர் யுத்தம் அக்டோபர் 6 அன்று தொடங்கியது தற்செயல், அதற்குப் பின்னால் எண்ணெய்த் தடை அறிவிக்கப்பட்டது இயல்பானது என்று அனைத்தையுமே புத்த பகவான் மாதிரி சமநிலைப் பார்வையோடு அணுகி, எடுத்துக்கொள்வது சமத்துப் பிள்ளைகளின் லட்சணம். சரித்திர வாத்தியார்கள் அங்ஙனம்தான் செய்வார்கள்.

நாம் அப்படி எடுத்துக்கொண்டுவிட முடியாதல்லவா? போட்டே தீரவேண்டிய முடிச்சு இது. அப்போதுதான் கணக்கின் உள்ளே இயங்கும் ஃபார்முலா பிடிபடும்.

மத்தியக் கிழக்கு தேசங்கள் அனைத்துக்கும் இஸ்ரேல் ஒரு வேண்டாத எக்ஸ்டிரா ஃபிட்டிங். ஒழிக்க வழி தேடிக்கொண்டிருந்தார்கள். நேரடி யுத்தங்கள் பயன் தராத பட்சத்தில் எண்ணெய் யுத்தம்தான் ஒரே வழி என்று முடிவு செய்ய அவர்களுக்கு வெகுநேரம் பிடிக்கவில்லை. ஆனால் யுத்தத்தைத் தொடங்க ஓர் உடனடிக் காரணம் வேண்டுமல்லவா? சரி, ஆரம்பி அதற்காக ஒரு யுத்தம் என்றே யோம் கிப்பூர் யுத்தத்தைத் திட்டமிட்டார்கள்.

இப்படியும் பார்க்கலாம். சொல்லப்போனால், இப்படிப் பார்த்தால்தான் முழுக்கதையின் கிழக்கு மேற்கு வடக்கு தெற்கு சரியாகப் புலப்படும்.

ஆச்சா? யுத்தம் அக்டோபர் 6ம் தேதி ஆரம்பமானது. இரண்டே நாள் இடைவெளியில் OEPC ன் அரபு உறுப்பினர்கள் சர்வதேச அளவில் மாபெரும் எண்ணெய் நிறுவனங்களாக அன்றைக்குக் கருதப்பட்ட ஏழு கம்பெனிகளுடன் ஒரு பேச்சுவார்த்தைக்கு ஏற்பாடு செய்தன.

இந்த ஏழு கம்பெனிகளைப் பற்றிப் பின்னால் விரிவாகப் பார்க்கலாம். இப்போதைக்குத் தெரியவேண்டியது, இவர்களுக்கு ஏழு சகோதரிகள் (Seven Sisters) என்றொரு செல்லப் பெயர் உண்டு என்பது. ரொம்ப கவனமாக யோசித்துத்தான் அப்படியொரு பெயர் வைத்தார்கள். என்ரிக்கோ மடேய் (Enrico Mattei) என்கிற இத்தாலியத் தொழிலதிபர் ஒருவர் வைத்த பெயர் அது. ஏழு பேருக்குள்ளும் அப்படியொரு நெருக்கம், அன்னியோன்னியம் மற்றும் கொலைவெறி. ஒரு தேவையென்றால் கட்டிப்பிடித்துக் கொஞ்சவும் செய்வார்கள். அவசியம் என்றால் கழுத்தைச் சீவவும் தயங்கமாட்டார்கள். ஏனென்றால், ஏழு பேருக்கும் ஒரே புருஷன் - எண்ணெய்.

யார் யாரென்று தெரிந்துகொண்டுவிடுவோமே?

அமெரிக்காவில் உள்ள ஸ்டேண்டர்ட் ஆயில் ஆஃப் நியூஜெர்சி முதலாவது. ராயல் டச் ஷெல் என்கிற ஷெல் கம்பெனி இரண்டாவது. ஆங்கிலோ-பெர்சியன் ஆயில் கம்பெனி அடுத்தது. இது பின்னால் ஆங்கிலோ-இரானியன் ஆயில் கம்பெனி என்று பெயர் மாற்றிக்கொண்டது. பிறகு பிரிட்டிஷ் பெட்ரோலியமாகி இன்றைக்குச் சுருக்கமாக BP. நான்காவது, ஸ்டேண்டர்ட் ஆயில் ஆஃப் நியூ யார்க். இது பிறகு 'மோபில்' என்று பெயர் மாறி பிறகு எக்ஸென் நிறுவனத்துடன் இணைந்து, எக்ஸென்மோபில் ஆனது. ஐந்தாவது, ஸ்டேண்டர்ட் ஆயில் ஆஃப் கலிஃபோர்னியா. இன்றைய இதன் பெயர் செவ்ரான் (Chevron). ஆறாவது, கல்ஃப் ஆயில். ஏழாவது, டெக்ஸாகோ.

நிச்சயம் இந்தப் பெயர்கள் புத்தியில் நிற்கப்போவதில்லை. பெரிய பாதகமில்லை. இந்த ஏழு கம்பெனிகளும் உலகின் மிகப்பெரிய

எண்ணெய் கம்பெனிகள் என்கிற ஒரு வரி விவரம் நினைவில் இருக்குமல்லவா? போதும்.

இந்த ஏழு சகோதரிகளும் உலகின் பல மூலைகளிலும் எண்ணெய் எடுத்துக்கொண்டிருந்தார்கள். எந்த நாட்டில் குழி தோண்டி எண்ணெய் எடுக்கிறார்களோ, அந்த நாட்டு அரசுக்கும் அவர்களுக்கும் ஏதாவது ஓர் உடன்பாடு இருக்கும். வருமானத்தில் இத்தனை சதவீதம், லாபத்தில் இத்தனை சதவீதம், அல்லது பேரலுக்கு இத்தனை டாலர் அல்லது இத்தனை லாபம் எனக்கு வந்தால் அதில் இத்தனை சத ராயல்டி உனக்கு என்பது போல் இடத்துக்கேற்ப, சூழ்நிலைக்கேற்ப சட்டதிட்டங்கள், ஒப்பந்தங்கள். [இவை குறித்தும் பின்னால் விரிவாகப் பார்க்கலாம். இப்போதைக்கு ஒரு தகவலுக்கு மட்டும்.]

இந்த கம்பெனிகளுடன் பேச்சுவார்த்தை நடத்திய அரபு தேசங்கள், எண்ணெய் விலையை ஏற்றலாம் என்று தாங்கள் முடிவு செய்திருக்கும் விஷயத்தைச் சொன்னபோது சகோதரிகள் ஏழுபேரும் எழுந்து நின்று கைகூப்பிவிட்டார்கள். அப்பா, தாயே ஆளைவிடு.

இதென்ன விபரீதம்? என்னத்துக்கு திடீரென்று விலையேற்றம்? அதெல்லாம் முடியாது. யார் அடிபட்டுச் சாவது? மக்கள் அப்புறம் பெட்ரோல் பக்கம் தலைவைத்துக்கூடப் படுக்கமாட்டார்கள். எல்லோரும் சைக்கிளில் ஆபீஸ் போக ஆரம்பித்துவிடுவார்கள். அதெல்லாம் முடியாது. நீ ஊரைப் பார்க்கப் போய்ச்சேர்.

அப்படிச் சொன்னால் ஆச்சா? மன்னவனும் நீயோ, வளநாடும் உனதோ, உன்னை அறிந்தோ பெட்ரோல் எடுத்தேன் என்று ஆறு அரபு தேசங்கள் முறைத்துக்கொண்டு எழுந்து நின்றன. சவூதி அரேபியா, இரான், இராக், குவைத், அபுதாபி, கத்தார்.

மேற்கொண்டு யாரையும் கருத்துக் கேட்பதில்லை. விலை ஏற்றம் என்று முடிவு செய்தது செய்ததுதான். என்ன ஆனாலும் சரி. உலகமே எதிர்த்து நின்றாலும் சரி. ஒரு பக்கம் விலை ஏற்றப்படும். இன்னொரு பக்கம் நாளொன்றுக்கு எடுக்கப்படும் எண்ணெயின் அளவும் குறைக்கப்படும். மூன்றாவது பக்கமாக, முன்பே தீர்மானித்தபடி இஸ்ரேலின் தோஸ்துகளுக்கு முழுத் தடா!

சுருக்கமாக, புரியும்படிச் சொல்வதென்றால், ப்ரொடக்ஷனைக் குறைத்து, விலையையும் ஏற்றுவதன்மூலம் சந்தையில் எண்ணெய்க்குச் செயற்கையான ஒரு தட்டுப்பாட்டை உருவாக்குவது. குறிப்பாக, மேற்கு உலகச் சந்தையில். தேவை இருந்தால் அதிக விலை கொடுத்து வாங்கு. வந்து காலில் விழு. கதறி அழு. ஆத்தா, காப்பாத்து என்று இடமிருந்து வலமாக மூன்று முறையும் வலமிருந்து இடமாக மூன்று முறையும் சுற்றி வந்து சேவி. இஷ்டமிருந்தால் உனக்குக் கொடுப்பேன். இல்லாவிட்டால் திரும்பிப் போகவேண்டியதுதான்.

இன்னும் சுருக்கமாகச் சொல்லப் பார்க்கலாமா? கணுக்கால் வரை தொங்கிய லுங்கியை வரிந்து கட்டி அண்டர்வேர் தெரிய தாதா போல் நிற்க முடிவு செய்தார்கள்.

அக்டோபர் 16ம் தேதி யோம் கிப்பூர் யுத்தம் உச்சக்கட்டத்தை நோக்கி நகர்ந்துகொண்டிருந்தபோது மேற்படி ஆறு தேசங்களும் பெட்ரோலிய கச்சாவின் விலையை பேரல் ஒன்றுக்கு 3.65 டாலர் என்று அறிவித்தன. அதாவது முன்னர் இருந்த விலையைக் காட்டிலும் சரியாகப் பதினேழு சதவீதம் அதிகம். ஒன்றல்ல, இரண்டல்ல. பதினேழு சதவீதம். அதற்குமுன் இல்லாத உயர்வு அது. சடாரென்று ஏற்பட்ட பகீர் உயர்வு. [இதனை எழுதிக்கொண்டிருக்கும் 23.06.2008 திங்கள்கிழமை இரவு 11 மணி அளவில் கச்சா எண்ணெயின் விலை, பேரல் ஒன்றுக்கு 137.40 டாலர். இங்கே ஒரு பெருமூச்சு விடவும்.]

வெலவெலத்துப் போய்விட்டார்கள்.

மறுநாளே இந்த நூதன தாக்குதலின் வீரியம் மத்தியக் கிழக்கு தேசங்கள் அனைத்திலும் வசிக்கும் அடிமட்டக் குடிமகன் வரை புரிந்துவிட்டது. அத்தனை தேசங்களின் எண்ணெய் வளத்துறை அமைச்சர்களும் ஒருமித்த பி.எஸ். வீரப்பாகுரலில் 'சபாஷ், சரியான வேலை' என்று ஓ.ஈ.பி.சியைப் பாராட்டினார்கள். உடனடியாக எரிகிற வயிறுகளில் என்ன பிராண்ட் எண்ணெய் ஊற்றலாம் என்று கற்பனைக் குதிரைகளைத் தட்டிவிட்டு யோசிக்கவும் ஆரம்பித்தார்கள்.

அன்றைய தேதியில் இஸ்ரேலுக்கு ஆதரவாகச் செயல்பட்டுக் கொண்டிருந்த ஐரோப்பிய தேசங்களில் மிகத் தீவிரமாகக்

களத்தில் இருந்தது நெதர்லண்ட்ஸ். அமெரிக்காவுக்குச் சரியான அடிப்பொடியாக அவர்கள் இருந்தார்கள். போர்ச்சுக்கல். தென் ஆப்பிரிக்கா. ரொடேஷியா உள்ளிட்ட வேறு சில குட்டி ஆப்பிரிக்க தேசங்கள் அல்லது காலனிகள்.

இவர்கள் அத்தனை பேரையும் சிவப்பு மையால் புள்ளிவைத்து, கறுப்பு பெயிண்ட் அடித்துத் தள்ளி வைத்தன மத்தியக் கிழக்கு தேசங்கள். எண்ணெய் கிடையாது, போ.

சொல்லிவிட்டு, சவூதி அரேபியாவும் லிபியாவும் அதுநாள் வரை அமெரிக்காவுக்கு அனுப்பிவந்த பெட்ரோலிய பேரல்களை நிறுத்திவைத்தன. மற்ற தேசங்கள் அமெரிக்கா விஷயத்தில் ஒரு சில நாள்கள் தயக்கம் காட்டினாலும் இறுதியில் அனைத்து அரபு தேசங்களுமே அமெரிக்காவுக்கு ஆப்பு வைப்பதில் ஆர்வம் காட்டத் தொடங்கின.

என்ன நடக்கிறது என்றே புரியவில்லை. தினசரி ஒரு குண்டு போட்டுக்கொண்டிருந்தார்கள். விலை உயர்வு. உற்பத்திக் குறைப்பு. பல தேசங்களுடன் எண்ணெய் வர்த்தக உறவு துண்டிப்பு. போதாக்குறைக்கு, உற்பத்திக் குறைப்பை மேலும் இருபத்தைந்து சதவீதம் அதிகரிக்கவும் முடிவு செய்து அறிவித்தார்கள்.

ஐயோ, ஐயோ, ஐயோ என்று அகில உலகமே அலறத் தொடங்கியபோது, அடடே இதற்கே அழுதால் என்ன அர்த்தம்? அடுத்த மாசம் இன்னும் அஞ்சு பர்செண்ட் குறைக்கப்போறமே? என்று அழுகு காட்டினார்கள்.

வாட்டர்கேட்புகழ்ரிச்சர்ட்நிக்ஸன்அப்போதுஅமெரிக்கஅதிபராக இருந்தார். உலகப் பிரச்னையை அப்புறம் பார்த்துக்கொள்ளலாம், முதலில் உள்ளூரில் நிலவரம் கலவரமாகாதிருக்க என்ன செய்யலாம் என்று அதிகாரிகளைக் கூப்பிட்டுப் பேசினார். அரபு நாடுகள்உண்மையிலேயே கோபத்தின்உச்சியில்குதிக்கின்றனவா, சும்மா பாவ்லா காட்டுகின்றனவா என்கிற சந்தேகம் அவருக்கு இருந்தது.

அமெரிக்க அதிபர்களுக்கு இம்மாதிரியான சந்தேகங்கள் வருவது பிறவிக் குறைபாடு. நாம் ஒன்றும் செய்யமுடியாது!

05. சவாலே சமாளி

எண்ணெய் உற்பத்தி செய்யும் அரபு தேசங்கள் ஒரு முடிவுடன் தான் இருந்தன. என்ன ஆனாலும் சரி. நன்றாக அழவிட்டு, அடி வயிற்றில் பயக்கத்தியைச் சொருகாமல் இந்த எண்ணெய்த் தடையைத் திரும்பப் பெறுவதில்லை. என்ன செய்ய முடியும் அமெரிக்காவால்? பிரிட்டன் என்ன செய்யும்? பிற ஐரோப்பிய தேசங்கள்தான் என்ன செய்யும்? பார்த்துவிடலாம்.

அன்றைக்கு அவர்களுக்கு அதிகம் குடைச்சல் கொடுத்துக் கொண்டிருந்தது நெதர்லண்ட். மிக வெளிப்படையாக, நேரடியாக இஸ்ரேலுக்கு ஆயுதம் சப்ளை செய்துகொண்டிருந்தார்கள் அங்கே. போதாக்குறைக்கு தனது விமானத்தளங்கள் பலவற்றை அமெரிக்க ராணுவத்துக்கு இரவல் கொடுத்துக்கொண்டிருந்தார்கள்.

எதற்கு?

இஸ்ரேலுக்கு ஒத்தாசை செய்ய எந்நேரமும் தயாராக அமெரிக்க விமானப்படையின் ஒரு பிரிவு நெதர்லண்ட்ஸில் நிறுத்தி வைக்கப்பட்டிருந்தது.

எனவே எண்ணெய் விலை ஏற்றம், உற்பத்திக் குறைப்பு, எதிரி தேசங்கள் அனைத்துக்கும் ரேஷன் அல்லது தடை என்று அறிவித்தது தங்களைப் பொறுத்தவரை சரியான முடிவே என்று அவர்கள் நினைத்தார்கள்.

நினைத்ததோடு மட்டுமல்லாமல் உலகில் உள்ள அனைத்து எண்ணெய் நிறுவனங்களுக்கும் கடிதமெழுதியும் போனில் கூப்பிட்டும் தங்கள் நிலையை விவரித்து, அவர்களையும் எண்ணெய் விலையை ஏற்றச் சொன்னார்கள். தைரியமாக ஏற்றுங்கள். சகட்டு மேனிக்கு ஏற்றுங்கள். இதுதான் சமயம். சம்பாதிக்கும் சமயம். நீங்கள் விலை ஏற்றினால் அவர்கள் காசு கொடுத்துதான் ஆகவேண்டும். ஏனென்றால் நாங்கள் சப்ளையை நிறுத்திவிட்டோம். இது ஆற்றில் போகும் தண்ணீர். ஐயா குடி ஆசை இருந்தால் அம்மா குடி.

ஐரோப்பிய நிறுவனங்கள், அமெரிக்க நிறுவனங்கள், ஆஸ்திரேலிய நிறுவனங்கள் என்று அவர்கள் இந்த விஷயத்தில் பேதம் பார்க்கவே இல்லை. அனைத்து எண்ணெய் கம்பெனிகளும் விலை ஏற்றவேண்டும். அமெரிக்காவும் அதன் தோழமை தேசங்களும் முழி பிதுங்கவேண்டும். போதும். ஆன்மா சாந்தியடைய அது ஒன்று போதும்.

சிலர் இதற்கு சம்மதம் சொன்னார்கள். பலர் எதிர்த்து நின்றார்கள். இன்றைக்கு நாளுக்கொரு விலை நிர்ணயித்து எண்ணெயை ராக்கெட்டில் ஏற்றி செவ்வாய்க்கே கொண்டு போய்விட்டார்கள். ஆனால் அன்றைக்கு அஞ்சு பைசா ஏற்றக்கூட பயந்தது உலகம். எண்ணெயே வேண்டாம் போ என்று எல்லோரும் சூரிய சக்திக்கும் நிலக்கரிக்கும் மாறிவிடுவார்களோ என்கிற பயம்.

ஆனால் நிலைமை அப்படி இல்லை. உண்மையில் எண்ணெயின் தேவை என்னவென்பதை முழு உலகுக்கும் புரியவைக்க அந்தச் சம்பவம் முக்கியக் காரணமாக இருந்தது.

அமெரிக்க ஜனாதிபதி நிக்ஸன், என்ன செய்து அமெரிக்காவில் பெட்ரோல் தட்டுப்பாட்டைத் தவிர்க்கலாம் என்று நிபுணர்களையும் அரசியல்வாதிகளையும் அழைத்து விவாதித்தார். உள்நாட்டு உற்பத்தியை அதிகம் நம்ப முடியாது. ஓரளவு சமாளிக்க முடியும்தான். ஆனால் அமெரிக்கர்களின் வாழ்க்கை முறைக்கு அந்த எண்ணெய் பத்தாது. மகாப்பெரிய கார்களை வாங்கிப் போட்டு மணிக்கு நூறு மைல் வேகத்தில் ஜிவ்வோவென்று பறக்கிற ஜென்மங்கள். லிட்டருக்கு மூன்று அல்லது நாலு மைல் கொடுத்தாலே அதிகம் என்கிற தரத்தில்தான் அமெரிக்க சொகுசுக் கார்கள் வடிவமைக்கப்பட்டுக் கொண்டிருந்தன. ஃபோர்ட், க்ரிஸ்லர், ஜென்ரல் மோட்டர்ஸ் போன்ற நிறுவனங்களின் பெரிய கார்கள் அமெரிக்க வீதிகளில் மட்டுமல்லாமல், ஐரோப்பாவிலும் வலம் வரத்தொடங்கியிருந்த காலம் அது.

மக்களிடையே நல்ல பணப்புழக்கம் இருந்தது. செலவு செய்ய அஞ்சாமல் தண்ணியாக விட்டுக்கொண்டிருந்தார்கள். எங்கும் உற்சாகம். எங்கும் கொண்டாட்டம். எப்போதும் ஜாலி. அமெரிக்கா மீது உலகம் ஏக்கப்பார்வை பார்க்கத் தொடங்கியிருந்த சமயம் அல்லவா?

எல்லாவற்றைப் போலவே பெட்ரோலியப் பொருள்களும் சகட்டு மேனிக்குச் செலவாகிக்கொண்டிருந்தது.

ஒரே ராத்திரியில், எல்லோரும் இனி நடந்து போகவும் என்று அறிக்கை விடமுடியாது. ஜப்பானியர்களைப் போல் சைக்கிளில் சவாரி செய்யுங்கள் என்று கேட்கமுடியாது.

அமெரிக்காவில் வசிப்பிடங்களுக்கும் உத்தியோகம் பார்க்கும் இடங்களுக்கும் எப்போதுமே மிகப்பெரிய தூர இடைவெளி உண்டு. ஒரு மணிநேரம் பயணம் செய்து ஆபீஸ் போவார்கள். இன்னொரு மணிநேரம் பயணம் செய்து பிள்ளைகளைப் பள்ளியில் கொண்டு விடுவார்கள். மீண்டும் வீட்டுக்கு ஒரு மணி. ஸ்கூலுக்கு ஒரு மணி. கத்திரிக்காய் வாங்க அம்பது கிலோ மீட்டர். கடைத்தெரு போக அறுபது கிலோ மீட்டர்.

தூரம் அங்கே ஒரு பொருட்டில்லை. காரை எடுத்துக்கொண்டு ஹைவேயில் இறங்கிவிட்டால் சல்ல்ல் என்று ஓட்டிவிடலாம். நம்மூர் மாதிரி டிராஃபிக் நெருக்கடிகளெல்லாம் கிடையாது. வழியில் மாமா நிறுத்தி லைசென்ஸ் எடு, பர்ஸ் எடு என்று பேஜார் செய்கிற வழக்கங்கள் இல்லை.

ஒவ்வொரு வீட்டிலும் ஒன்றுக்கு மேற்பட்ட கார்கள் அங்கே சகஜம். இன்றைக்கு இல்லை, அன்றைக்கே. அப்பாவுக்கொரு கார். அம்மாவுக்கொரு கார். பிள்ளைக்கொரு கார். பெண்ணுக்கொரு கார்.

சுருக்கமாகச் சொல்வதென்றால் அவர்கள் வாழ்ந்து கொண்டிருந்தார்கள்.

நிக்ஸனுக்குஇதைத்தான்முதலில்ஒருவழிபண்ணவேண்டுமென்று தோன்றியது. வில்லியம் சைமன் என்றொரு அதிகாரியிடம் அவர் இந்தப் பொறுப்பை விட்டார்.

என்னவாவது செய்யுங்கள். பெட்ரோல் சேமிக்கப்படவேண்டும்.

ஜனவரி 2, 1974 அன்று அன்னார் ஓர் சட்ட வரைவை எழுதி எடுத்துக்கொண்டு அதிபரிடம் சென்றார். அதிபர் கண்ணை மூடிக்கொண்டு கையெழுத்துப் போட்டு, அமெரிக்க மாகாண

கவர்னர்கள் அத்தனை பேருக்கும் ராவோடு ராவாக அனுப்பி, சபையில் பில்லை உடனே பாஸ் பண்ணச் சொன்னார்.

இனி ஹைவேயில் யாரும் மணிக்கு 55 மைல் வேகத்துக்கு [அமெரிக்காவில் மைல்தான். கிலோ மீட்டர் கிடையாது.] மேல் வண்டி ஓட்டக்கூடாது. தறிகெட்ட வேகத்தைத் தவிர்ப்பதன்மூலம் எரிபொருள் மிச்சம் பிடிக்க முடியும்.

மாநிலங்கள் ஒப்புக்கொண்டன. சட்டம் உடனே அமலுக்கு வந்தது. கூடவே ரிப்பேரான ஹைவேக்களைச் செப்பனிடுவதற்குத் தனியே நிதி ஒதுக்கப்பட்டது.

அமெரிக்க மக்களுக்கு இந்த வேகக்கட்டுப்பாடு முதலில் மிகவும் பேஜாராகத்தான் இருந்தது. ஆனால் வேறு வழியில்லை. ஏறுகிற பெட்ரோல் விலை அவர்களுக்கும் தெரியும். எத்தைத் தின்றால் பித்தம் தெளியும் என்றுதான் அவர்களும் பார்த்துக்கொண்டிருந்தார்கள்.

அடுத்த ஆறாண்டு காலத்துக்கு இந்தச் சட்டம் அங்கே அமலில் இருந்தது. 1980 வரை 55 மைல் திட்டம்தான். அதன்பிறகு மணிக்கு 65 மைல் வரை போகலாம் என்று சட்டத்தைத் திருத்தினார்கள். 1995க்குப் பிறகு சட்டம் செத்தது. அதற்குள் மக்களுக்கே கொஞ்சம் விழிப்புணர்வு வந்துவிட்டது. தேவையற்ற வேகம் காட்டுவதைக் குறைத்துவிட்டார்கள்.

இந்த வேகக்கட்டுப்பாட்டுத் திட்டத்துடன் கூட இன்னொரு நடவடிக்கையும் அமெரிக்காவில் மேற்கொள்ளப்பட்டது. சூரிய சக்தி சேமிப்பு.

இன்றைக்கு வரை அது அங்கே அமலில் இருக்கிறது. 1974ம் ஆண்டு ஜனவரி 6ம் தேதி முதல் முதலாக அங்கே கடிகார நேரத்தை மாற்றி அமைத்தார்கள். மணி அப்போது சரியாக அதிகாலை இரண்டு. முள்ளை நகர்த்தியதில் அது மூன்றானது.

மக்கள் கண்டபடி கத்தத் தொடங்கினார்கள். என்ன அநியாயம்? பிள்ளைகள் விடிவதற்கு முன்பே ஸ்கூலுக்குக் கிளம்பவேண்டி இருக்கிறது? அவர்கள் எப்போது டிபன் சாப்பிடுவார்கள்? எப்போது லஞ்ச்? எப்போது இரவு உணவு? எல்லாம் ஒரு மணி

முன்னால். சுழற்சியே கெடுகிறது. பிள்ளைகள் பள்ளிகளில் தூங்கி வழிகிறார்கள். ஆபீசுக்குப் போகிற அப்பா, அம்மாமார்களும் போட்டி போட்டுக்கொண்டு தூங்குகிறார்கள். இது அபத்தம். மாற்றுங்கள் சட்டத்தை.

யார் காதில் விழுந்தது? இதுதான். இப்படித்தான் என்று சொல்லி விட்டார்கள்.

கையோடு சூரிய சக்தியைச் சேமித்து ஆக்கபூர்வமாக உருமாற்றுவதற்கான ஆய்வுகள் தொடங்கப்பட்டன. அலுவலகங்களும் பள்ளிகளும் ஒரு மணிநேரம் முன்னதாகவே மூடப்படுவதால், மின்சக்தி சேமிக்கப்பட்டது. வருஷம் முழுக்க, தேசமெங்கும் நடந்துகொண்டிருந்த மோட்டார் சைக்கிள் ரேஸ்களும் கார் ரேஸ்களும் காலவரையறையின்றி ஒத்திவைக்கப்பட்டன. பேப்பர்களில் தினமும் முழுப்பக்கத்துக்கு சக்தி சேமிப்பு குறித்து விளம்பரங்கள் வெளியாயின.

கிடைத்த அத்தனை வழிகளிலும் அமெரிக்கா சக்தி சேமிக்க ஆரம்பித்தது ஒரு வகையில் மிகப்பெரிய லாபமாக அவர்களுக்கு அமைந்துவிட்டது. கண்டிப்பாக அவர்கள் அரபு நாடுகளுக்குத்தான் நன்றி சொல்லியாகவேண்டும்.

ஆனால் அரபு தேசங்கள் அமெரிக்காவின் இந்த டிஃபென்ஸ் ஆட்டத்தை எதிர்பார்க்கவில்லை. அவர்கள் எதிர்பார்த்தது காலில் விழும் வைபவத்தைத்தான். ஆனால் இதென்ன, கிணறு வெட்டினால் பிசாசு அல்லவா புறப்படுகிறது! என்ன செய்தால் அவர்களை அழவைக்கலாம்?

யோசித்தார்கள். இன்னும் விலை ஏற்றிப்பார்த்தார்கள். இன்னும் உற்பத்திக் குறைப்பை அறிவித்துப் பார்த்தார்கள். உலகமெல்லாம் நடுங்கியதே தவிர, அமெரிக்கா அசரவில்லை. சரிடா மவனே உனக்காச்சு எனக்காச்சு என்று வெகு அலட்சியமாக குட்டி கார்களைத் தயாரிக்க முடியுமா என்று அமெரிக்க அரசு டெட்ராய்ட் கார் கம்பெனிகளிடம் பேச்சுவார்த்தை நடத்த ஆரம்பித்தது.

குறைந்த எரிபொருள். நிறைந்த தூரம். அதிக கனமில்லாத எளிய கார். ஒரு சிறு குடும்பம் சுலபமாகப் பயணம் செய்யக்கூடிய கார். எளிதில் வாங்கக்கூடிய விலை. அதிகத் தொந்தரவு தராத தொழில்நுட்பங்கள். முடியுமா?

அப்போது ஊன்றப்பட்ட விதைதான். இன்றைக்கு இங்கே பன்றிக்குட்டிகள் மாதிரி ஊரெல்லாம் தெருவெல்லாம் ஊர்ந்து போகும் குட்டிக்கார்களுக்கான விதை அப்போது தூவப்பட்டதுதான்.

ஒரு பேரல் பெட்ரோல் 12 டாலராக நிர்ணயிக்கப்பட்ட போது அமெரிக்கர்கள் குட்டி கார்களைப் பற்றிச் சிந்திக்கத் தொடங்கினார்கள்.

அந்த கார்கள் புழக்கத்துக்கு வந்தபோது பன்னெண்டு டாலர் என்பதெல்லாம் பழங்கதை என்றாகிவிட்டது!

06. மடிப்பிச்சை

அமெரிக்காவை மட்டும் கவனித்துவிட்டு மற்ற அவஸ்தையாளர்களை கவனிக்காது விட்டால் அடுக்காது. கொஞ்சம் ஐரோப்பா பக்கமும் போகவேண்டும். மத்தியக்கிழக்கு தேசங்களின் எண்ணெய்த் தடை நடவடிக்கைகள் அங்குமல்லவா கஷ்டங்களை உண்டுபண்ணியிருக்கும்?

மேப்பைப் பாருங்கள். வடிவமற்ற உருளைக்கிழங்குகள் போல இருக்கும் ஐரோப்பிய தேசங்கள். பாதி பணக்கார தேசங்கள். பாதி தரித்திரர்கள். சோவியத் யூனியனிலிருந்து பியத்துக்கொண்டு வந்தவர்களெல்லாம் இன்னும் அடிதடி ரகளைகளிலிருந்து விடுபடவில்லை. தெற்கே க்ரீஸ் போன்ற தேசங்களில் ஜனநாயகம் என்று ஏதோ ஒன்று இருக்கிறதென்றாலும் அரசு இயந்திரம் லஞ்சமென்னும் எண்ணெய் இல்லாமல் இயங்காது. சில இடங்களில் இன்னும் கம்யூனிசமசால்வடை வாசனை இருக்கிறது. அதனாலேயே எலித்தொல்லையும் உண்டு. ஓரளவு சௌக்கியம் பேணுகிறவர்கள் என்று மேற்கு ஐரோப்பியர்களைச் சொல்லலாம். கட்டற்ற சுதந்தரம். கடலாகப் பணம். சுகம், சொகுசு, சௌகரியம்.

என்ன இருந்தாலென்ன? எண்ணெய் இருக்கவேண்டுமல்லவா?

OPEC தடை அமலுக்கு வந்தபிறகு இந்த சொகுசு ஐரோப்பிய தேசங்களுக்குள்ளன்னசெய்வதென்றுபுரியவில்லை.அந்தத்தடையும் முழு ஐரோப்பாவுக்கும் ஒரே மாதிரி விதிக்கப்பட்டிருக்கவில்லை. ஊருக்கொரு நியாயம். வீதிக்கொரு சட்டம் என்கிற மாதிரிதான் திட்டமிட்டிருந்தார்கள்.

இஸ்ரேலுக்கு உதவி செய்கிறாயா? மகனே நீ சாவு. ஒரு ஸ்பூன் எண்ணெய் கூட உனக்குக் கிடையாது. டச்சு பிராந்தியங்கள் இந்த வகையில் முழுத்தடையை அனுபவிக்கவேண்டியதானது. ஏற்கெனவே பார்த்தபடி அவர்கள் இஸ்ரேலுக்கு ராணுவத் தளவாடங்களை ஏற்றுமதி செய்துகொண்டிருந்ததுதான் காரணம்.

பிரான்சுக்கும் இங்கிலாந்துக்கும் அதிக அளவு மிரட்டல் ஆனால் ஓரளவு ஒழுங்கான சப்ளை என்று வகுத்துக்கொண்டார்கள்.

காரணம் உண்டு. பிரான்சும் இங்கிலாந்தும் அமெரிக்காவின் தோழமை தேசங்கள்தான் என்றாலும், எண்ணெய்த் தடை தருணத்தில் புத்திசாலித்தனமாக ஒரு காரியம் செய்தன.

அமெரிக்க ராணுவ விமானங்கள் தமது தேசத்துத் தளங்களைப் பயன்படுத்தக்கூடாது என்று திடீரென்று இந்த இரு தேசங்களும் அறிவித்தன. கூடவே இஸ்ரேலுக்கும் வேறு எந்த அரபு தேசத்துக்கும் ஆயுத சப்ளை கிடையாது என்றும் சொன்னார்கள்.

என்னடா இது திடீரென்று சமத்துப் பிள்ளைகள் ஆகிவிட்டார்களே என்று அரபுகள் முதலில் வியந்தது உண்மை. ஆனால் இந்த இரு தேசங்களும் உண்மையிலேயே எண்ணெய் இல்லாது போனால் என்ன ஆகும் என்பது பற்றித் தெளிவாகத் தெரிந்துவைத்திருந்தன. எதற்கு வம்பு? தாற்காலிகமாகவாவது நல்லவர்களாக இருந்துவிடுவோம். மிச்சத்தை அப்புறம் பார்த்துக்கொள்ளலாம்.

எனவே பிரான்சுக்கும் இங்கிலாந்துக்கும் எண்ணெய் கிடைத்தது. மற்ற தேசங்களுக்கு - ஜெர்மனி, டென்மார்க், ஸ்வீடன், செக்கஸ்லவாக்கியா, நார்வே, ஃபின்லண்ட் இந்தமாதிரி - அவரவர் தராதரம் பார்த்து கட்டு அல்லது சொட்டு. எங்கும் கொட்டவில்லை என்பதுதான் முக்கியம்.

எல்லோருக்குமே தீராத வியப்பு என்னவென்றால் இங்கிலாந்தின் நிலைபாடு. அதெப்படி திடீரென்று இஸ்ரேலுக்கு ஆயுத சப்ளை கிடையாது என்று சொல்லிவிடுவார்கள்? இன்று நேற்றைய உறவா? இஸ்ரேல் என்கிற தேசம் மத்தியக்கிழக்கில் உதிக்கவே உதவிய புண்ணியாத்மாக்கள் அல்லவா? வருஷம்தோறும் தமது நாட்டுக்கு பட்ஜெட் போடும்போதே இஸ்ரேலுக்கு இத்தனை என்று கரிசனம் காட்டுகிறவர்கள் அல்லவா? எப்போது அரேபியர்களுக்கும் யூதர்களுக்கும் அடிதடி மூண்டாலும் வரிந்துகட்டிக்கொண்டு இஸ்ரேலுக்கு ஜே போடுகிற ஜாதியினர் அல்லவா? என்ன ஆச்சு திடீரென்று?

உலகப்புகழ்பெற்ற 1967 ஆறுநாள் யுத்தத்தின்போதுகூட [மீண்டும் நிலமெல்லாம் ரத்தம் நினைவுக்கு வரவேண்டும்! அதிகம் விவரிக்க போரடிக்கிறது. எனவே சுருக்கமாக: இஸ்ரேலுக்கும் ஒருங்கிணைந்த அரபு தேசப் படைகளுக்கும் இடையே நிகழ்ந்த

மூன்றாவது யுத்தம். இதில் அரபு நாடுகள் மட்டுமின்றி சூடான், டுனீஷியா, மொராக்கோ, அல்ஜீரியா போன்ற தேசங்களும் அரபுகளுக்குப் படைகளையும் ஆயுதங்களையும் அளித்தன. ஆனாலும் இஸ்ரேல் அடித்துத்துவைத்துக்காயப்போட்டது. சினாய், காஸா, ஜோர்டன் நதியின் மேற்குக்கரை, சிரியாவின் கோலான் சிகரங்கள் என்று பல பகுதிகளைக் கைப்பற்றிக்கொண்டது. அப்புறம் இருக்கவே இருக்கிறது, போர் நிறுத்தம்.] ஹெரால்ட் வில்சன் தலைமையிலான இங்கிலாந்து அரசு இஸ்ரேலுக்கு வரிந்துகட்டிக்கொண்டு உதவிகள் செய்ததே? திடீரென்று என்ன ஆச்சு?

என்றால், ஹெரால்ட் வில்சன் வீட்டுக்குப் போய் அடுத்த இங்கிலாந்து பிரதமர் டெட் ஹீத் [Ted Heath] ஆட்சிக்கு வந்திருந்ததுதான் காரணம்!

டெட் ஹீத்துக்கு இஸ்ரேல் விஷயத்தில் இங்கிலாந்தின் அணுகுமுறை அத்தனை உவப்பாக இல்லை. கொள்கையளவில் சில மாற்றங்களை அவர் விரும்பினார். இஸ்ரேல் ஒரு எக்ஸ்டிரா ஃபிட்டிங். அரபுகளுக்கு மட்டுமல்ல. அதனை ஆதரிக்கும் அத்தனை பேருக்குமே. எப்போதும் தலைவலி. பாக்கெட்டில் அமிர்தாஞ்சன் வைத்துக்கொண்டேவா வாழ்நாள் முழுவதையும் வாழ்ந்து கழிக்கமுடியும்?

எனவே தான் ஆட்சிக்கு வந்த சூட்டிலேயே 1970ம் ஆண்டு இஸ்ரேலுக்கு அவர் ஓர் அறைகூவல் விடுத்தார். இதோ பார், 1967 யுத்தத்துக்கு - குறிப்பாக, போர் நிறுத்தத்துக்கு முன்னால் நீ எங்கே இருந்தாயோ அங்கே திரும்பிப் போ. 67 யுத்தத்தில் கைப்பற்றிய பகுதிகளை அந்தந்த தேசங்களிடமே விட்டுவிடு. நல்லவிதமாகச் சொல்கிறேன். கேட்டால், நீ பிழைப்பாய். இல்லாவிட்டால் விஷயம் ரொம்ப பேஜாராகிவிடும். உன்னை ஆதரித்த பாவத்துக்கு நான் கட்டை வண்டியில் பயணம் செய்யவேண்டிவரும்.

இஸ்ரேலா கேட்கிற ஜாதி? ம்ஹூம்.

யோம் கிப்பூர் யுத்த சமயத்தில் அரபு தேசங்களின் எண்ணெய்த் தடை அறிவிப்பு வெளிவந்ததும் ஐரோப்பிய யூனியனில் பலபேர் கூடிப் பேசினார்கள். ஏதாவது ஒரு பொது முடிவு எடுத்து அரபுகளின்

கோபம் தணிகிறவாறு அறிவிக்க முடிந்தால் நன்றாக இருக்கும் என்பதுதான் திட்டம். ஆனால் ஏகமனதாக எந்த முடிவையும் யாராலும் எடுக்கமுடியவில்லை. தண்ணீரைக் காட்டிலும் எண்ணெய் அடர்த்தி மிக்கது. எண்ணெயைக் காட்டிலும் அரசியல் அடர்த்தி கொண்டது என்பதுதான் காரணம்.

ஆனால் எண்ணெயத் தடை அறிவிக்கப்பட்டதும் அவர்களுக்கு வேறு வழியில்லாமல் போனது. இஸ்ரேலை இனி ஆதரிக்கவே மாட்டோம் என்று - அரபுகள் எதிர்பார்த்ததை - சொல்லாவிட்டாலும், மத்தியக் கிழக்கு தேசங்கள் ஓரளவு கோபம் ஆறி, சந்தோஷப்படுமளவுக்கு ஓர் அறிக்கை தயாரித்து அறிவித்தது.

விவரமாகப் பேசுகிற அளவுக்கு அந்த அறிக்கையில் சத்தோ சாரமோ கிடையாது. கொஞ்சம் இஸ்ரேலைக் கண்டித்திருந்தார்கள். கொஞ்சம் எச்சரித்திருந்தார்கள். ஆயுத சப்ளை கிடையாது என்று சொல்லியிருந்தார்கள். பழைய போர் நிறுத்த எல்லைக்கோடுகளையெல்லாம் ஞாபகப்படுத்தி, அங்கே திரும்பிப் போ என்று அட்வைஸ் பண்ணியிருந்தார்கள். புத்திசாலி நவீன இலக்கியவாதிகள் தமிழ் சினிமாவுக்கு டயலாக் எழுதப் போகும்போது ஒரு மாதிரி பட்டும் படாமலும் ஸ்டேட்மெண்ட் விடுவார்கள் இல்லியா? அந்த மாதிரி. நான் உலக உத்தமன் தான். அவன் அயோக்கியன் தான். ஆனால் நானும் அவனும் சேரும் இந்த ஒரு விஷயம் மட்டும் புனிதப் பசுவின் பாலிலிருந்து தயாரிக்கப்பட்டது என்பது மாதிரி.

1973 நவம்பர் 6ம் தேதி அந்த அறிக்கை வெளியிடப்பட்டது. மறைமுகமாக மடிப்பிச்சை கேட்கிற அறிக்கை.

OEPC, ஒழிந்துபோ என்று ஐரோப்பிய யூனியன் மீது விதித்திருந்த எண்ணெயத் தடையைத் தூக்கியது. ஆனால் விலை ஏற்றத்தில் மாற்றமில்லை என்று சொல்லிவிட்டார்கள். முன்பே பார்த்த பேரலுக்குப் பன்னெண்டு டாலர் ரேட்.

சரியாகச்சொல்லுவதென்றால்ஐரோப்பாஇந்தவிலையேற்றத்தைச் சமாளிக்க மிகவும் திணறத் தொடங்கியது. அமெரிக்காவைக் காட்டிலும். அகில உலக தேசங்கள் அனைத்தைக் காட்டிலும்.

குறிப்பாக இங்கிலாந்து. அவர்களுடைய சொகுசு வாழ்க்கை இந்த திடீர் எண்ணெய் விலை ஏற்றத்துக்கு ஈடுகொடுக்கக்கூடியதாக

இல்லை. மிதமிஞ்சிய ஜனநாயகம் தாண்டவமாடுகிற தேசமென்பதால் ஆட்சியாளர்கள் ஒவ்வோர் அசைவுக்கும் மக்களுக்கு பதில் சொல்லியாகவேண்டும். இல்லாவிட்டால் நிற்கவைத்து நாறடித்துவிடுவார்கள்.

எனவே பிரிட்டன் அரசாங்கம் உடனடியாக தேசத்திலுள்ள அனைத்து நிலக்கரிச் சுரங்க உரிமையாளர்களுடனும் பேச்சுவார்த்தையில் இறங்கினார்கள். மாற்று ஏற்பாடு.

எத்தனை உற்பத்தி இப்போது நடக்கிறது? இதனை எப்படி அதிகரிப்பது? அதிகரிப்பதென்றாலும் எத்தனை முடியும்? என்னென்ன வசதிகள் இருக்கின்றன? என்ன குறை? இன்னும் என்ன செய்யலாம்? அரசு என்ன செய்யவேண்டும்? உங்களால் என்ன முடியும்?

எல்லாம் பேசலாம். ஆனால் நிலக்கரியில் கார் ஓட்டமுடியாது. லாரி, ஆட்டோ ஓட்டமுடியாது. பஸ் ஓட்டமுடியாது. விமானம் ஓட்டமுடியாது. மின்சார உற்பத்தியை அதிகரித்து, பெட்ரோலுக்கு அதனை மாற்றாகப் பயன்படுத்துவது என்பது ஒரு உத்தியே. ஆனால் ஒரு நெருக்கடி நேரத்துக்கு அதையெல்லாம் பூரணமாகப் பரீட்சை செய்துபார்த்துக்கொண்டிருக்கமுடியாது. மனோபாவம் என்று ஒன்று இருக்கிறது. அதில் மாற்றம் இருந்தாலொழிய இதெல்லாம் சாத்தியமில்லை.

இந்த இடத்தில் நாம் ஜப்பானை நினைவுகூர்வது சரியாக இருக்கும். அவர்களுக்கும் எண்ணெய்த்தடை இருந்தது. அறிவித்திருந்தார்கள். ஐரோப்பிய தேசங்களாவது அப்பா தாயே என்று காலில் விழுந்து கெஞ்சி தடையை விலக்கிக்கொண்டு, விலை ஏற்றத்தால் மட்டும் கஷ்டப்பட்டுக்கொண்டிருந்தன. ஜப்பானுக்கு முழுத்தடை அப்படியே இருந்தது.

ஆனாலும் அவர்கள் இதனைச் சமாளித்தார்கள். மிகத் திறமையாக, அட்டகாசமாகச் சமாளித்தார்கள்.

மனோபாவம்!

எண்ணெய் இனி இல்லை. அவ்வளவுதானே. என்ன இப்பொழுது? ஆபீசுக்கு நாங்கள் நடந்து போகிறோம். சைக்கிளில் போகிறோம்.

என்ன கெட்டுவிடப்போகிறது? எங்களுக்குப் பெரிய கார்கள் வேண்டாம். அநாவசியத்துக்கு விமானப் பயணங்களை மேற்கொள்ளமாட்டோம் இனிமேல். தவிரவும் இம்மாதிரியான பிரச்னைகள் எதிர்காலத்தில் இன்னும் பெரிய அளவில் வந்தால் சமாளிப்பதற்கும் இப்போதே நாம் யோசிக்கத் தொடங்குவோம். என்ன சொல்கிறீர்கள்?

ஆட்சியாளர்கள் அங்கே கேட்டார்கள்.

உடனே ஜப்பானியத் தொழிற்சாலைகள் குட்டிக்கார்களை முட்டை போல் சாலைகளில் உருட்டிவிடத் தொடங்கின.

சொல்லப்போனால் ஜப்பானிய சாலைகள் அமெரிக்க, ஐரோப்பியச் சாலைகள் அளவுக்கு அன்றைக்குச் சிறப்பானவை இல்லை. மக்கள் தொகை அடர்த்தியும் அங்கே அதிகம். ஆனாலும் அவர்கள் சமாளித்தார்கள். பெரிய அளவில் குமுறல்களோ, கோஷங்களோ, எதிர்ப்பு நடவடிக்கைகளோ இல்லை. சொல்லப்போனால் வெகு சீக்கிரம் முணுமுணுப்புகள்கூட இல்லாமலாகிவிட்டன.

இன்றைக்கு இந்தியா உள்பட எல்லா தேசங்களிலும் சிறிய கார்களின் தேவையும் முக்கியத்துவமும் உணரப்பட்டிருக்கிறது. அமெரிக்காதான் முதலில் சிந்தித்தது என்றாலும் செயல்படுத்தியவர்கள் ஜப்பானியர்கள்தான். அமெரிக்கர்கள் இன்றும்கூட குட்டிக்கார்களின் மகத்துவத்தை முழுதாகப் புரிந்துகொண்டார்கள் என்று சொல்லமுடியாது.

07. மாற்று!

இந்த நூலின் முதல் அத்தியாயத்தில் போகிற போக்கில் ஒரு வரி வந்து விழுந்தது நினைவிருக்கலாம். பெட்ரோலியம் என்பது பரமாத்மா அல்லது பராசக்தி மாதிரி. அது சீராக இருந்தால் எல்லாம் ஜோராக இருக்கும். அது கொஞ்சம் ஆட்டம் கண்டால் அனைத்தும் நிலநடுக்கத்துக்கு உள்ளான உடுப்பி ஹோட்டல் பிளேட்டுகள் மாதிரி ஆடும்.

1973 எண்ணெய்ப் பிரச்னை முதல் முதலில் உலகைத் தாக்கிய போது எங்கும் இம்மாதிரிதான். எதிர்பாராத நிலநடுக்கம் அது. முன் அனுபவம் யாருக்கும் கிடையாதென்பதால் ஆட்டத்துக்கு மிகவும் பயந்தார்கள். உடைந்து விழுந்துவிடுவோமோ, உருகி ஓடிவிடுவோமோ என்று உட்கார்ந்து கவலைப்பட்டார்கள்.

உடம்பெல்லாம் சந்தனம் பூசிக்கொண்டு உட்கார்ந்து, முழியை அங்குமிங்கும் உருட்டி, நான் அசைந்தால் அசையும் அகிலமும்தானே என்று பாடிய திருவிளையாடல் சிவாஜி கணேசனை மத்தியக் கிழக்குக்கு அநேகமாக அப்போது தெரியாது. ஆனால் அவரைப்போலத்தான் முழிஉருட்டிக்கொண்டிருந்தார்கள். பயம். அவர்களைத் தவிர அத்தனை பேரும் பயத்தின் பிடியில்தான் இருந்தார்கள். என்ன ஆகுமோஎன்கிறபயம். மேற்கொண்டுஎப்படி வாழ்வதென்கிற பயம். ஜப்பானியர்களைப் போல, கொஞ்சம் யோசிக்கத் தெரிந்தவர்கள், எதையும் சமாளித்துவிடலாம் என்கிற தெனாவெட்டு கொண்டவர்கள் மட்டும் சற்றே ஆசுவாசமாக இருந்தார்கள்.

இந்தவகையில்பிரேசில்மேற்கொண்ட ஒருபுதியநடவடிக்கையை இங்கே குறிப்பிடவேண்டும். பெட்ரோலுக்கு மாற்று. முடியுமா? சாத்தியமா? ஒர்க் அவுட் ஆகுமா?

யோசித்தார்கள். மாற்று என்றில்லாவிட்டாலும் ஓர் இடைக்கால நிவாரணமாகவாவது ஏதாவது செய்தால் தேவலை என்று அந்நாட்டு அரசாங்கம் நினைத்தது.

பிரேசிலில் தடையற்றுக் கிடைப்பது சர்க்கரை. கரும்புத் தோட்டத்திலே, மேற்கு மாகடலுக்கு அப்பால் அங்கே ஆண்டுக்குச்

சராசரியாக எத்தனை டன் சர்க்கரை உற்பத்தி செய்யப்படுகிறது என்பதையெல்லாம் நிதானமாக மனோரமா இயர் புக் எடுத்துப் பார்த்துக்கொள்ளுங்கள். இந்தத் தருணத்தில் அவர்கள் மேற்கொண்ட ஒரு முயற்சி அங்கே கணிசமான வெற்றியைக் கொடுத்தது.

கரும்புச் சக்கையிலிருந்து 'எத்தனால்' எடுக்கிற விஷயம் எல்லோருக்கும் தெரியும். எதனால் எத்தனால் என்று யாரும் கேட்கமாட்டீர்கள். குறிப்பாகக் குடிமகன்கள். எத்தனால் என்றால் எத்தில் ஆல்கஹால். அல்லது க்ரெயின் ஆல்கஹால். அல்லது குடிக்கும் ஆல்கஹால். தசாவதாரம் கமலஹாசன் பாஷையில் சொல்லுவதென்றால் இதன்பெயர் C_2H_5OH.

பிரேசில் ஒரு காரியம் செய்தது. இந்த எத்தனாலை வைத்துக் கொண்டு ஏதாவது செய்யவேண்டும். சும்மா குடுவை குடுவையாகக் குடித்துக் கிழித்துப் போதும். உருப்படியாக ஏதாவது. உபயோகமாக ஏதாவது. முடியுமா? பார்த்துவிடலாம்.

Proálcool என்று ஒரு திட்டத்தை அறிமுகப்படுத்தினார்கள். ஏராளமான முதலீட்டில் தொடங்கப்பட்ட பிரம்மாண்டமான திட்டம்.

கொஞ்சம் எரிவாயுவை எடுத்துக்கொண்டு அதனுடன் எத்தனாலைக் கலந்து எரிபொருளைக் கணிசமாக உற்பத்தி செய்கிற திட்டம்.

குடித்தால் உள்ளே போய் எரிகிற சாராயம், அடித்தாலும் வெடித்தாலும் துடித்தாலும்கூட எரியத்தானே வேண்டும்? ஹைட்ரோகார்பன்களின் அடிப்படை எரிவது.

என்னடா இழவு இது ஹைட்ரோகார்பன், எட்டாங்கிளாஸ் சரக்கையெல்லாம் நினைவுபடுத்தி இம்சிக்கிறானே என்று நினைக்காதீர். சுலபம். மிகவும்சுலபம். கொஞ்சம்மெனக்கெட்டால் புரிந்துகொண்டுவிடலாம். பின்னால் உபயோகமாக இருக்கும்.

ஹைட்ரோகார்பன் என்பது ஒரு சேர்மம். சேர்ந்திருப்பதால் அது சேர்மம். எதுவும் எதுவும் சேர்ந்தால் சேர்மம்? பெயரிலேயே இருக்கிறது. ஹைட்ரஜனும் கார்பனும்.

ஆனால் அது மட்டுமல்ல. ஆர்கானிக் கெமிக்கல்ஸ் என்று சொல்லப்படும் கரிம வேதிப்பொருள்களில் ஒரு பெரும்பகுதி

சேர்மங்களுக்கு மொத்தமாக ஹைட்ரோகார்பன்ஸ் என்று பெயர். இந்த ரசாயனங்களில் வெறும் ஹைட்ரஜனும் கார்பனும் மட்டும் இருக்காது. அதற்குமேலும் இருக்கும். இந்த வகை கெமிகல்களில்எவையெயெல்லாம்எரிபொருளாகப்பயன்படுகிறதோ அவையெல்லாம்தான் பொதுவாக ஹைட்ரோகார்பன்கள் என்று அழைக்கப்படுகின்றன.

அடிப்படை, கார்பனும் ஹைட்ரஜனும்தான். இது புருஷன் பெண்டாட்டி மாதிரி. அவ்வப்போது மாமியார், மாமனார் மாதிரி நைட்ரஜனும் ஆக்சிஜனும் வந்து இதில் சேர்ந்துகொள்ளும்.

இந்த சேர்மம் எப்போது உருவாகும் என்று சொல்லமுடியாது. எப்போது வேண்டுமானாலும். எங்கு வேண்டுமானாலும். உதாரணமாக நீங்கள் பசுமாடு ஏப்பம் விட்டுப் பார்த்திருக்கிறீர்களா? 'பாவ்வ்வ்' என்று ஒரு சத்தம் வரும். அப்போது அவன் வாய் வழியே மீத்தேன் என்றொரு கரிம வேதிப்பொருள் வெளியேறுகிறது.

அது ஒரு ஹைட்ரோகார்பன். பசு ஏப்பம் விடும்போது வத்திக்குச்சியைக் கிழித்து எடுத்து அருகே கொண்டு சென்று பார்க்கும்விபரீத யோசனைஉருவாகுமானால்முதலில்ஒழிக்கவும். சாது மிரண்டால் மட்டுமல்ல. மாடு மிரண்டாலும் பேஜார்தான்.

இன்னொரு எளிய உதாரணம். சேறு சகதியில் இலை தழைகள் ஊறிக்கிடக்கும்போதும் மீத்தேன் உருவாகும். இது உடனடியாகப் பற்றி எரியக்கூடிய வாயு.

இந்த ரக கரிம எரிவாயுக்கள் எல்லாவற்றுக்குமே வம்சம் பெரிசு. ஒன்றோரு நிற்காது. மீத்தேனுக்கு அடுத்து உருவாகும் வேதிப்பொருள் ஈத்தேன். இன்னும் தொடரவிட்டால் ப்யூட்டேன். மேலும் விட்டால், புரோபேன். அடுத்தது பெண்ட்டேன். அதற்குடுத்தது ஹெக்ஸேன்.

எல்லாமே எரிவாயு. எங்கிருந்து வருகிறது? இலை தழைகளிலிருந்தா? அது ஊறிக்கிடக்கும் சேற்றிலிருந்தா?

இலைதழைகள் சேற்றில் ஊறுவதால் நிகழும் வேதி மாற்றங்களால் இது உருவாகிறது. இப்படி உருவாகிற வஸ்துக்களுக்குத்தான்

ஹைட்ரோகார்பன்கள் என்று பெயர். ஆதியிலே எம்பெருமான் கடலுக்கடியில் ஒளித்துவைத்த ஹைட்ரோகார்பன்கள். நிலத்துக்கடியிலும் ஆங்காங்கே இது இருக்கும். ஆண்டாண்டு காலமாகஊறிஊறிரசாயனவிளைவுகள்ஏற்பட்டுஎரிவாயுவாகவும் பெட்ரோலியமாகவும் உருமாறிக் கிடக்கிற வஸ்து.

இது ஒரு ஜாதி என்றால், நாம் மேலே பார்த்த ஆல்கஹால், ஹைட்ரோகார்பன்களிலேயேஇன்னொருஜாதி. மீத்தேன், ஈத்தேன் போல இதிலும் பல வெரைட்டி உண்டு. மீத்தைல் ஆல்கஹால், எத்தில் ஆல்கஹால் என்கிற ஈத்தைல் ஆல்கஹால், ப்யூடைல் ஆல்கஹால், புரோபைல் ஆல்கஹால் என்று போய்க்கொண்டே இருக்கும். முதல் இரண்டுதான் நமக்கு முக்கியம்.

பசுமாடு விடுகிற ஏப்பத்திலிருந்து உற்பத்தியாகிற மீத்தேன் வாயுவில் ஒரே ஒரு அணு ஆக்சிஜனை நுழைத்தால் மீத்தைல் ஆல்கஹால் ரெடி. அதென்ன மீத்தைல், மண்ணாங்கட்டி? நமக்குப் புரிகிறபடி எரிசாராயம் என்று சொல்லிவிடுவோம். பற்ற வைத்தால் எரிகிற பொருள். குடித்தால் க்ளோஸ். கள்ளச்சாராயக் கசுமால மரணங்களெல்லாம் இதனால்தான்.

இதன் ஒன்றுவிட்ட சகோதரன்தான் நாம் மேலே பார்த்த எத்தில் அல்லது ஈத்தைல் ஆல்கஹால். ரெகுலர் சாராயங்களில் இருப்பது. $C2H5OH$ என்பார்கள்.

பனங்கள், தென்னங்கள், கன்னங்கள் என்று எதிலெல்லாம் மெல்லியகிக்கிடைக்கிறதோ,அதிலெல்லாம்ஈத்தைல்ஆல்கஹால் இருக்கிறதென்று அர்த்தம். [கன்னங்கள்? சந்தேகப்படாதீர்கள். நம் கண்ணுக்குத் தெரியும் மாபெரும் ஹைட்ரோகார்பன் ப்ராடக்ட், மனித உடல்தான்.]

பாண்டிச்சேரிக்குப் போய் ரெண்டு கேன் ஃபோஸ்டர்ஸ் வாங்கி வருகிறீர்களா? கண்டிப்பாக அதில் ஈத்தைல் ஆல்கஹால் இருக்கிறது. ஐப்பானுக்குப் போய் அங்கே அரிசியிலிருந்து தயாரிக்கப்படுகிற சாகேவை ருசிக்கிறீர்களா? உள்ளே போவது ஈத்தைல் ஆல்கஹால். கோவாவிலிருந்து ஃபென்னி, டுமீங் குப்பத்திலிருந்து சுண்டக்கஞ்சி, ரஷ்யாவிலிருந்து வோட்கா, ஃப்ரான்ஸிலிருந்து விஸ்கி [இது பார்லியிலிருந்து

தயாரிக்கப்படுகிறது], ஒயின் - எல்லாவற்றிலும் உண்டு எத்தில் ஆல்கஹால்.

இதே மாதிரி ஆல்டிஹைட் என்று ஒரு கோஷ்டி இருக்கிறது. ஃபார்மால்டிஹைட் கேள்விப்பட்டிருப்பீர்களே? மர்மக் கதாசிரியர்கள் பொதுவாக அவர்களுடைய கதைகளில் செத்துப்போகும் பிரகஸ்பதிகளை இதில்தான் பத்திரப்படுத்தி வைப்பார்கள். கெமிஸ்டிரி இதனை $HCHO$ என்று சொல்லும்.

அடுத்தது ஆசிட் என்கிற அமிலம். எறும்பு கடித்தால் சுரீரென்று வலிக்கிறதில்லையா? ஆசிட் தான். அதன் கொடுக்கில் உற்பத்தியாகிற ஆசிட். பெயர் ஃபார்மிக் ஆசிட். மற்றொன்று, அசிட்டிக் ஆசிட். புளிப்பைக் கொடுக்கிற ஆசிட். வினிகரில் இதுதான் பரமாத்மா. இந்த வரிசையில் ஏதோ ஒரு புள்ளியில் வருவதுதான் தேங்காய் எண்ணெய், பாமாயில் எல்லாம்!

மண்டை காய்கிறதா? விட்டால் வேறு எப்போது இதையெல்லாம் தெரிந்துகொள்வது? தேங்காய் எண்ணெய் என்பது லாரிக் ஆசிட். $CH3\text{-}CH2\text{-}CH2\text{-}CH2\text{-}CH2\text{-}CH2\text{-}CH2\text{-}CH2\text{-}CH2\text{-}CH2\text{-}CH2\text{-}COOH$ என்று நீளமாக ஒரு ஃபார்முலா போட்டால் தேங்காயெண்ணெய் ரெடி. இதில் இன்னும் நாலு சிஎச்டு சேர்த்துவிட்டால் பாமாயில் ரெடி.

தென்னை மரத்துக்கும் பனை மரத்துக்கும் வித்தியாசம் நாலு சிஎச்டுதான்!

நாம் சாப்பிடும் பழங்கள், மீன் அனைத்திலும் உண்டு எஸ்டர் அல்லது அமீன் வடிவிலான ஹைட்ரோகார்பன்கள். பழம் மணப்பதற்கும் ஹைட்ரோகார்பன் சேர்க்கைதான் காரணம். மீன் நாறுவதற்கும் அதுவேதான் காரணம். சேர்க்கை விகிதம்.

தெரிந்துகொள்ளவேண்டிய ஒரே விஷயம், இது அத்தனையும் எரியும் தன்மை கொண்டது என்பதே.

எரிபொருளின் அடிப்படை மிக எளிமையானது. முதலில் எரியவேண்டும். எரியும்போது தனக்குள் இருக்கும் கெமிக்கல் எனர்ஜியை, வெப்ப எனர்ஜியாக உருமாற்றவேண்டும். வேதி சக்தியை வெப்ப சக்தியாக மாற்றுவது என்பது இதுவே.

அப்படி மிக அதிகமான வெப்ப சக்தியை உண்டாக்கக்கூடியது ஹைட்ரஜன். ஹைட்ரஜனுக்கு அடுத்தபடி கார்பன். எனவே, மிகச் சிறந்த எரிபொருள் என்றால் அதில் நிறைய ஹைட்ரஜனும் கொஞ்சம் கார்பனும் இருக்கவேண்டும் என்றாகிறது. அப்படி இருந்துவிட்டால், பிரச்னை தீர்ந்தது என்று அர்த்தம்.

சே. எண்ணெயில் ஆரம்பித்து எங்கெங்கோ போய்விட்டோம். எல்லாம் இந்த ஹைட்ரோகார்பனை விளக்கப் புகுந்ததால் வந்த வினை. தலையை ஒருதரம் சிலுப்பிக் கொள்ளவும். கொட்டாவி விடவும். பயப்படவேண்டாம். நாம் கொட்டாவி விட்டால் எல்லாம் மீத்தேன் வராது.

எங்கேவிட்டேன்? ஆம். பிரேசில் சர்க்கரை. அதிலிருந்து கிடைக்கும் எத்தனால்.

என்ன செய்தார்கள் என்றால், கொஞ்சம் போல் எரிவாயுவை எடுத்துக்கொண்டு, அதில் இந்த எத்தனாலைக் கணிசமாகச் சேர்த்து நிறைய எரிபொருளை பிரேசில் உற்பத்தி செய்யத்தொடங்கியது. இந்த எரிபொருள் தரமாகவும் இருந்தது, சூப்பராகப் பயன்படவும் ஆரம்பித்தது. நெருக்கடி காலத்தில் மத்தியக் கிழக்கிலிருந்து பெட்ரோலியத்தை இறக்குமதி செய்வதைக் கணிசமாகக் குறைத்து, இந்த எத்தனால் எரிபொருளைக்கொண்டே அவர்களால் சமாளிக்கவும் முடிந்தது.

ராமர் பிள்ளை பெட்ரோல் மாதிரி டுபாக்ஸெல்லாம் இல்லை. உண்மையிலேயே இது ஒரு சாதனை. இன்றைக்குவரை பிரேசிலில் இந்த 'ப்ரோ-ஆல்கூல்' என்கிற எத்தனால் எரிபொருள் பயன்பாட்டில் இருக்கிறது.

08. என் வழி தனி வழி

1973 எண்ணெய்ப் பிரச்னையின் விளைவுகளைப் பார்த்துக்கொண்டிருந்தோம். கிட்டத்தட்ட இதன் உயிர்நாடியைப் பிடித்துவிடும் தருவாயில் இருக்கிறோம். சுருக்கமாக ஒரு சிறு சம்-அப் செய்துவிடுவோமா? ஏதாவது விடுபட்டுவிட்டால் பேஜார்.

இஸ்ரேல் மீது எகிப்தும் சிரியாவும் சேர்ந்து படையெடுக்கிறது. நல்ல உதை படுகிறது. மத்தியக் கிழக்கு எண்ணெய் நிறுவனங்கள் இணைந்து இஸ்ரேலுக்கும் அதற்கு உதவி செய்யும் தேசங்களுக்கும் எண்ணெய்த் தடை போட முடிவு செய்கின்றன. கச்சா எண்ணெயின் விலையை ஏற்றுகிறார்கள். உற்பத்தியைக் குறைக்கிறார்கள். உலகம் அஞ்சுகிறது. என்ன விளைவு? ஐரோப்பா சட்டென்று ஐகா வாங்கி, அரபுகளுக்கு ஆதரவாக, இஸ்ரேலுக்கு ஆயுத சப்ளை செய்வதை நிறுத்தி, இஸ்ரேலைக் கண்டிப்பது மாதிரி ஆக்டு கொடுக்கிறது. இங்கிலாந்தும் இதையே செய்கிறது. பிரேசில், பயோ-எரிபொருள் தயாரிக்கத் தொடங்கி ஜம்மென்று இருக்கிறது. ஜப்பான், போடா சர்தான் என்று துடைத்துப் போட்டுவிட்டு குட்டி கார்களை உற்பத்தி செய்ய ஆரம்பிக்கிறது. எரிபொருள் சிக்கனத்தில் இறங்கிவிடுகிறது. அமெரிக்கா?

அதுதான் க்ளைமேக்ஸ்.

இந்த விவகாரம் ஒன்றை வைத்து, அனைத்துப் பிரச்னைகளையும் உலக நாடுகள் எவ்வாறு அணுகுகின்றன, அமெரிக்கா எப்படி அணுகுகிறது என்பதை எளிதாகப் புரிந்துகொள்ளலாம்.

எரிபொருள் தட்டுப்பாடு அமெரிக்காவையும் பாதிக்கத்தான் செய்தது. சந்தேகமில்லை. இதற்காக தேசிய எரிபொருள் கமிஷன், வாரியம், மேல் மட்டக் குழு, நடு மட்டக்குழு, அடிமட்டக் குழு அது இது என்று என்னென்னவோ அமைத்தார்கள். நேரத்தை மாற்றி அமைத்தது, ஹைவேக்களுக்கான உச்சபட்ச வேக விதிகள் நிர்ணயித்தது என்று சிலவற்றையும் முன்னதாகப் பார்த்தோம். ஆனால் இதெல்லாம் போதுமா? இதிலெல்லாம் என்ன தொலைநோக்கு இருக்கிறது? எல்லாம் உடனடி தாற்காலிகத் தீர்வுகள். பெரிதாக ஏதாவது செய்யவேண்டாமா? அப்புறம்

என்ன அமெரிக்கா? ஒரு தாதா இப்படியெல்லாமா ஹீரோ போல் செயல்படுவான்? அசிங்கமல்லவா? கோழைத்தனம் அல்லவா?

கவனத்தில் கொள்ளவேண்டிய விஷயம் ஒன்றுண்டு. எழுபதுகளில் அமெரிக்க-சோவியத் பனிப்போர் படு ஜோராகத் தீவிரமடைந்துகொண்டிருந்தது. ஒருத்தருக்கு ஒருத்தர் யார், எங்கே, எப்போது அடிப்பார்கள் என்றே தெரியாத சூழ்நிலை. ஒருத்தன் அடித்தால் உடனே சற்றும் தாமதமின்றித் திருப்பியடிப்பதே மனிதநேயம் என்று இரு தரப்புமே சந்தேகத்துக்கு இடமின்றி நினைத்தன. உலகில் எந்த மூலையில் எந்த இரண்டு பேருக்குத் தகராறு ஏற்பட்டாலும் அங்கே தங்களுடைய தனித்துவம் தெரிகிறமாதிரி ஏதாவது திருப்பணியாற்ற சாத்தியம் உண்டா என்றுதான் இரு தரப்புமே முதலில் பார்த்தது.

அடித்துக்கொள்கிறவர்கள் கம்யூனிஸ்டாகவோ, குறைந்தபட்சம் கம்யூனிசத்தைத் திட்டாதவர்களாகவோ இருந்தால் சோவியத்துக்குப் போதும். ஆயுதம் வேண்டுமா, ஆள்படை வேண்டுமா, பணம் வேண்டுமா, டிரெய்னிங் வேண்டுமா என்று கொண்டுபோய் குடைவிரித்து கீழே அமர்ந்து கடைவிரித்துவிடுவார்கள்.

சோவியத் எங்கெல்லாம் கடைவிரிக்கிறதோ, அங்கெல்லாம் எதிர்க்கடை போடுவது அமெரிக்காவின் வாடிக்கை. சரவணபவன் இருக்குமிடமெல்லாம் எதிர்ச்சாரியில் வசந்தபவன் இருப்பது மாதிரி. கோக்க கோலா கிடைக்கிற கடைகளின் அடுத்தக் கடையில் பெப்சி பேனர் தொங்குவது மாதிரி.

மூன்று இடங்களில் இந்த நீயா நானா யுத்தம் அப்போது உச்சத்தில் இருந்தது. வியட்னாம் ஒன்று. [வியட்னாம் யுத்தத்தின் இறுதிக்கட்டம் அரங்கேறிக்கொண்டிருந்த நேரம் அது ஏப்ரல் 30,1975 அன்று வியட்னாம் யுத்தம் ஒரு முடிவுக்கு வந்தது]. ஆப்கனிஸ்தான் ஒன்று [அப்போதுதான் சூடுபிடித்திருந்தது]. மூன்றாவது நிகரகுவாவில் நிகழ்ந்த ஆட்சிக்கவிழ்ப்பு யுத்தம்.

இந்த மூன்றில் வியட்னாமில் அமெரிக்கா நன்றாக உதை சாப்பிட்டுவிட்டு, ஊர் திரும்ப ஆயத்தமாகிக்கொண்டிருந்தது. பெருத்த அவமானம் அங்கே. என்னவாவது செய்து அதைத் துடைத்துவிட மாட்டோமா என்று வெறியில் இருந்த தருணம்.

நிகரகுவாவில் அமெரிக்காவின் கை ஓங்கியிருந்தது. அங்கிருந்த ஆட்சியாளர்களை அகற்றிவிட்டு, தனக்குச் சாதகமான ஓர் ஆட்சியை அமைக்க அமெரிக்கா ஒரு முழுநீள ப்ராக்ஸி யுத்தத்தை அங்கே ஏற்பாடு செய்திருந்தது. நிறைய செலவு பண்ணி ஷங்கர் படம் மாதிரி திட்டமிடப்பட்டிருந்த யுத்தம்.

ஆப்கனிஸ்தானைப் பொறுத்தவரை யுத்தம் தொடங்கியிருக்கவில்லை. அதற்கான ஒரு நல்ல மைதானமாக அத்தேசம் எதிர்காலத்தில் அமையும் என்பதற்கான அறிகுறிகள் தொடங்கியிருந்தன. 1973ல்தான் அங்கே மன்னர் ஜாஹிர் ஷாவை, அவருடைய மச்சான் ஒருத்தன் [பேர், மொஹம்மத் தாவூத் கான்] தூக்கிக் கடாசிவிட்டு, ஆப்கனின் பிரசிடெண்டாகப் பதவியேற்று - அல்லது முடிசூட்டிக்கொண்டிருந்தான். அங்கே கொஞ்சம் கம்யூனிஸ்டுகள் முளைத்து, சோவியத் சஹஸ்ரநாமாவளி பாடிக்கொண்டிருந்தார்கள்.

இந்தக் களத்தை என்ன செய்ய முடியும், ஏதாவது செய்யமுடியுமா, உபயோகம் இருக்குமா என்று அமெரிக்கா பார்த்துக்கொண்டிருந்தது. யாராவது உதவி கேட்டு வந்தால், வாழவைக்கலாம் என்று சோவியத் யூனியன் நினைத்தது.

ஆச்சா? மூன்று இடங்கள். யுத்தம் என்றால் செலவு என்று பொருள். கண்மண் தெரியாத செலவு. கணக்கெல்லாம் பார்த்துக்கொண்டிருக்க முடியாது. மில்லியன் கணக்கில்தான் யோசிக்கவே வேண்டும். யுத்தத்துக்கு இப்படி என்றால் எதிர்கால யுத்தத்துக்கு ஒரு தேசத்தில் களப்பணியாற்றி, அதனைத் தயாரித்து வைக்க இன்னும் நிறையச் செலவாகும். உளவுத்துறையைக் கொண்டு இறக்கும்போதேமூட்டைகட்டிச்சொத்தைஅனுப்பியாக வேண்டும்.

இந்த விவரமெல்லாம் எதற்கு என்றால், விஷயம் இருக்கிறது. எண்ணெய் என்பது ஒரு தேசத்தின் பொருளாதாரத்தை அடிவேரோடு அசைத்துப் பார்க்கக்கூடிய ஒரு வஸ்து. கடந்த வாரங்களில் இங்கே பார்த்திருப்பீர்களே. விலைவாசிகளை கவனித்தீர்களா? பணவீக்கம் பதினொரு பர்செண்டேஜுக்கு மேலே ஏறி ஜிவ்வோவென்று வானில் பறக்கத் தொடங்கிவிட்டது. தன் முயற்சியில் சற்றும் மனம் தளராத லேடி விக்கிரமாதித்தன்

சோனியா காந்தி, பார்லிமெண்ட் தேர்தலுக்குத் தயாராகுங்கள் என்று தனது கட்சிக்காரர்களுக்கு உத்தரவிட்டுவிட்டதாகப் பேப்பர்களில் படித்திருப்பீர்கள்.

எண்ணெய் விலை ஏறினால் எள்ளு, எலுமிச்சம்பழம், பல்லிமிட்டாய் வரை விலை ஏறும். ஒரு நாள் லாரி ஸ்டிரைக்கில் ஒரு மாநிலத்துக்குக் குறைந்தது இருநூறு கோடி நஷ்டம். ஒரு தேசத்துக்கு? ஒரு வார ஸ்டிரைக் என்றால்? அதுவே ஒரு மாதம் நீடித்தால்?

சர்வநாச பட்டன் அங்கே இருக்கிறது.

உள்நாட்டு விலைவாசிகளை கவனித்துக்கொண்டு, உலகின் பல இடங்களில் யுத்த முஸ்தீபுகள் செய்துகொண்டு எண்ணெய்ப் பிரச்னைக்கும் ஆல்டர்நேட் செய்தாகவேண்டிய நெருக்கடி அமெரிக்காவுக்கு இருந்தது. பயோ-எரிபொருள், பரதேசி எரிபொருள் என்றெல்லாம் யோசித்துக்கொண்டிருக்க அவர்களுக்கு அவகாசமில்லை. என்ன செய்யலாம்?

பிரச்னை கொடுப்பது எது? எண்ணெயா? இல்லை. எண்ணெய் தேசத்து ராஜாக்கள். தினசரி மார்க்கெட்டுக்குப் போய் மீன் வாங்குவது ஏழைகளின் வழக்கம். நான் ஏழையா? நான் ஏன் ஒரு கடலையே வாங்கக் கூடாது? ஜாலியாகக் கட்டுமரம் விடலாம். விசைப்படகு ஓட்டலாம். கப்பல் விடலாம். படகு வீடு கட்டி அதை சின்ன வீடாக செட்டப் செய்து எப்போதும் தயார் நிலையில் வைத்துக்கொள்ளலாம். காதல் மேலோங்கும் போதெல்லாம் ஓடி வந்து, 'ஒன்னவிட இந்த ஒலகத்தில் ஒசந்தது ஒண்ணுமில்ல' என்று பாட்டுப் பாடி டான்ஸ் ஆடலாம்.

யோசித்தது அமெரிக்கா.

யோசித்தார் அமெரிக்க அதிபர்.

யோசித்தார்கள் அமெரிக்க அதிபர்கள்.

மத்தியக் கிழக்கைத் தனது காலனியாக்கிக்கொள்வது என்று அவர்கள் முடிவு செய்து வேலையில் இறங்கத் தொடங்கிய புள்ளி இதுதான். 73 எண்ணெய்ப் பிரச்னையின் விளைவுகளில் அதிமுக்கியமானதும் இதுவே.

இத்தனைக்கும் ஒருசில மாதங்கள் ஆட்டம் காட்டிவிட்டு மார்ச் 17ம் தேதி அமெரிக்காவின் மீது விதித்திருந்த எண்ணெய்த் தடையை அரபு நாடுகள் விலக்கிக்கொண்டிருந்தன. லிபியா மட்டும் முரண்டு பிடித்தது. மாட்டேன் என்று ஒற்றைக்காலில் நின்றது. பிற தேசங்கள் எதற்கு வம்பு என்று நினைத்தார்களோ என்னமோ. அமெரிக்காவுக்குப் பழைய படி எண்ணெய் சப்ளை செய்யத் தொடங்கிவிட்டார்கள்.

ஆனபோதிலும் அமெரிக்கா முடிவெடுத்துவிட்டது. மத்தியக் கிழக்கை இப்படியே விட்டுவைப்பது ஆபத்து. என்றைக்கு இருந்தாலும் பிரச்னை. என்னமாதிரியான பிரச்னையாகவும் அது வெடிக்கக்கூடும். தவிரவும் எண்ணெய்க் கேந்திரம். விளையாடிக்கொண்டிருக்க முடியாது. ஒவ்வொரு சொட்டும் காசு.

எனவே அப்பட்டமாக வெளியே தெரியாமல், யாருக்கும் அதிகம் சந்தேகம் வராமல், என்ன நோக்கம் என்பது எளிதில் கண்டுபிடிக்கப்பட முடியாமல் மெல்ல மெல்ல மத்தியக் கிழக்கினுள் காலெடுத்து வைப்பது. மூன்றடி கூட வேண்டாம். ஓரடி நிலம் போதும். ஒரு காலை எடுத்து வைக்க இடம் கிடைத்தால் யதேஷ்டம். இன்னொரு காலைத் தூக்கி இஸ்ரேலின் தலையில் வைத்துக்கொள்ளலாம். அது மட்டும் சாத்தியமாகிவிட்டால் அப்புறம் ஹை-ஜம்ப், லாங்-ஜம்ப் என்ன, போல்வால்ட்டே விளையாடலாம். மத்தியக் கிழக்கு மண்ணில் ஒரு மாபெரும் சர்க்கஸ் கூடாரம் அமைக்கலாம். தினசரி ஐந்து காட்சிகள்.

முதல் காட்சி எண்ணெய்க் கிணறுகளை வட்டமிடுவது. இரண்டாவது காட்சி, அமெரிக்க நிறுவனங்கள் மூலம் சரக்கை வெளியே வெளியே எடுப்பது. மூன்றாவது காட்சி அமெரிக்கப் பைப்லைன்கள் வழியே ஊரைவிட்டு வெளியே கொண்டுபோவது. நான்காவது காட்சி, விற்றுக் காசாக்குவது. ஐந்தாவது காட்சி, சாப்பிட்டுக் கொழுப்பது.

அருமையாக இல்லை? அற்புதம். பிரமாதம். பிரம்மாண்டம். அட்டகாசம். யாருக்குத் தோன்றும்?

ஆனால் அவசரப்படமுடியாது. கூடாது. நிதானமாக அடியெடுத்து வைக்கவேண்டும். மத்தியக் கிழக்கில் கால் ஊன்றுவது என்பது

எளிய செயல் அல்ல. அரபுகளைப் பொறுத்தவரை இஸ்லாத்தின் பேச்சுகாய் விட்டால் கூட சமாளித்துவிடலாம். இஸ்ரேலின் பேச்சு பழம் விட்டவர்களை மன்னிக்கவே மாட்டார்கள்.

அதற்காக மத்தியக் கிழக்கில் இருக்கும் தன் ஒரே எடுபிடியை வேண்டாமென்று சொல்லிவிடமுடியாது. உறவை வெட்டிவிட முடியாது. அதையும் வைத்துக்கொள்ளத்தான் வேண்டும். இதையும் வளைக்கத்தான் வேண்டும். முடியுமா? முடிந்துதான் ஆகவேண்டும். எதிர்காலம் எண்ணெயில் இருக்கிறது. எண்ணெய் இங்கேதான் இருக்கிறது.

தவிரவும் நீண்ட நெடுங்காலமாக குவைத்துடன் பிரிட்டன் நல்லுறவு கொண்டு அங்கே எண்ணெய் எடுத்துச் சாப்பிட்டுக்கொண்டிருப்பதையும் அமெரிக்கா கவனித்தது. இஸ்ரேலுடன் அவர்களுக்கென்ன ஜென்மப் பகையா? சத்தியமாக இல்லை. சொல்லப்போனால் பிரிட்டன் உதவாவிட்டால் இஸ்ரேல் என்கிற தேசமே பிறந்திருக்காது. இது இன்றைய இஸ்ரேலியர்களுக்குத் தெரியுமோ இல்லையோ, நிலமெல்லாம் ரத்தம் படித்த ரிப்போர்ட்டர் வாசகர்களுக்குக் கண்டிப்பாகத் தெரியும்.

ஆகவே மத்தியக் கிழக்கில் தனக்கொரு வலுவான தளத்தினை ஏற்படுத்தியே தீர்வது என்று அமெரிக்கா முடிவு செய்தது. அதன் முதல் பார்வை விழுந்த இடம் சஊதி அரேபியா.

பழைய கதைக்கெல்லாம் போகவேண்டாம். நவீன சஊதி அரேபியாவின் வரலாறு, அப்துல் அஜிஸ் இப்ன் அப்துர் ரெஹ்மான் அல் ஃபைஸல் அல் சஊத் [`Abdul-`Az⬚z Ibn Abdur Rahman Al-Faisal ⬚l Sa`⬚d] என்கிற சின்னஞ்சிறு பெயர் கொண்ட பெரும் பராக்கிரமசாலியான அதன் முதல் மன்னரிடமிருந்து தொடங்குகிறது. சுருக்கமாக நாம் அவரை மன்னர் அப்துல் அஜீஸ் என்று அழைப்போம்.

அவரை நினைவுகூர்ந்து மானசீகமாக வணங்கிவிட்டுத்தான் தனது சஊதி திருப்பணியை அமெரிக்கா ஆரம்பித்தது.

09. நண்பா, நண்பா!

நவீன சவூதி அரேபியாவின் முதல் மன்னர், அதுவும் மாமன்னர் அப்துல் அஜிஸ், இந்த எண்ணெய்க் கதையில் ஒரு முக்கியமான பாத்திரம். மத்தியக் கிழக்குக்கும் அமெரிக்காவுக்குமான முதல் உறவுப்பாலத்தை உண்டாக்கியவர். அவர் யாரை அடித்து வீழ்த்திவிட்டு ஆட்சிக்கு வந்தார் என்பதெல்லாம் இங்கே வேண்டாம். வந்ததும் என்ன செய்தார் என்பதிலிருந்து ஆரம்பித்தால் போதும்.

இரண்டு காரியங்கள் அவருக்கு வாழ்வில் பிரதானமாக இருந்தன. ஒன்று வம்ச விருத்தி. இன்னொன்று வியாபார விருத்தி.

வளம் பொருந்திய மன்னருக்கு வண்ணமயமான வாழ்க்கை. நிறைய மனைவிகள். அந்தப்புரத்தை அலங்கரிக்கும் ஆரணங்குகள். [பயப்படவேண்டாம். முகில் ஏரியாவுக்குள் நுழையும் உத்தேசமில்லை.] எப்படியும் எண்ணிக்கையில் அடங்கித்தான் ஆகவேண்டும். ஆனாலும் சட்டென்று எண்ணி, சரியாகச் சொல்லிவிடுவதற்கில்லை. எப்படியும் என்பதிலிருந்து நூறுக்குள் ஏதோ ஓர் எண்ணிக்கையிலான குழந்தைகள்.

இன்றைக்குவரைக்கும் சவூதி அரேபியாவின் மன்னர்களாக இருப்பவர்கள் மன்னர் அப்துல் அஜிஸின் வாரிசுகள்தாம். அடுத்தடுத்த அரசர்கள் அத்தனை பேரும் ஒன்று அல்லது ஒன்றுக்கு மேற்பட்டு விட்ட சகோதரர்கள்.

மன்னர் அப்துல் அஜிஸ் பெரிய குடும்பஸ்தர் என்றாலும் நாட்டையும் அதன் வளர்ச்சியையும் கவனிக்கவும் அவருக்கு சமயம் இருந்தது. இருபதாம் நூற்றாண்டின் இரண்டாவது வருஷத்தில் ரியாதைக் கைப்பற்றி பின்னும் சில யுத்தங்கள் புரிந்து, ஆங்காங்கே பல குட்டி சுல்தான்களை அடித்து நிமிர்த்தி ஒருவழியாக அவர் சவூதி அரேபியா என்னும் எட்டு லட்சத்தி முப்பதாயிரம் சதுர மைல்கள் பரப்பளவு கொண்ட தேசத்தை உருவாக்கி, நிகரற்ற மன்னரென்று அடையாளம் காணப்பட்ட போது, செய்தசாதனைகளுக்குப் பரிசாக 1938ம் ஆண்டு சவூதியில் எண்ணெய் கண்டுபிடிக்கப்பட்டது.

இரண்டாம் உலகப்போர் தொடங்கியிராத சமயம். மத்தியக் கிழக்கின் தாதா, அப்போது துருக்கிய ஒட்டாமான் பேரரசு. பிராந்தியத்தில் இருந்த ஒரு சிறு பிரிட்டிஷ் படையின் தலைமை அரசியல் ஆலோசகராக ஜான் ப்ரிட்ஜர் ஃபில்பி *[Harry St. John Bridger Philby]* என்பவர் இருந்தார். எதற்காக மத்தியக் கிழக்கில் பிரிட்டன் படை இருக்கவேண்டும் என்றெல்லாம் கேட்கப்படாது. சரித்திரத்தின் அத்தனைக் கிளைகளையும் தாவுவதென்றால் தாவு தீர்ந்துவிடும். தவிரவும் இந்தக் கதைக்குப் பொருந்தாத கிளைக்கதைகள் இப்போது வேண்டாம்.

ஆச்சா? ஜான் ஃபில்பி. இவர் பெயரை சரித்திரப் புஸ்தகங்கள் அவ்வளவாகக் குறிப்பிடாது. வெளிச்சத்துக்கு வராத பிரகஸ்பதி. ஆனால் கமலஹாசனுக்கு ஒரு மைக்கேல் வெஸ்ட்மோர் மாதிரி மத்தியக் கிழக்குக்கு அழகான ஆயில் மேக்கப் போட்டுவிட்டதில் பெரும்பங்கு கொண்டவர். இலங்கையில் பிறந்த பிரிட்டிஷ்காரர். கேம்பிரிட்ஜ் படிப்பு. பின்னாளில் பல தேசங்களின் மன்னர்களாகவும் பிரதம மந்திரிகளாகவும் அதிபர்களாகவும் ஆன அந்நாளைய கேம்பிரிட்ஜ் மாணவர்கள் பலருக்கு நண்பர். நமக்குத் தெரிந்த உதாரணமாக வேண்டுமென்றால் நமது முதல் பிரதமர் ஜவாஹர்லால் நேருவுக்கு ஜிகிரி தோஸ்த்.

இந்தக் கதையில் இவர் சவூதி அரேபிய மன்னர் அப்துல் அஜிஸுக்கு நண்பர். அப்போது சவூதி அரேபியாவும் பிரிட்டனும் ஒன்றுக்குள் ஒன்றாக ஒருங்கிணைந்த நட்பு நாடுகள். மத்தியக் கிழக்கில் முகாமிட்டிருந்த பிரிட்டிஷ் படைகளின் அதிகாரியாக அங்கே பணியாற்ற வந்த ஃபில்பி, சவூதி-பிரிட்டன் நட்புக்கு அடுத்த பரிமாணம் கொடுப்பது எப்படி என்கிற ப்ராஜக்டில் தீவிரமாக இருந்தார்.

தொடக்கத்தில் செங்கடலிலிருந்து பாரசீக வளைகுடா வரைக்கும் சவூதி அரேபியாவின் எல்லைகளை விஸ்தரித்து, வளத்தைப் பெருக்கி அதன்மூலம் இரு தேசங்களுக்குமான பொருளாதார லாபங்களை அபிவிருத்தி செய்வது எப்படி என்பது பற்றியெல்லாம் தீசீஸ் எழுதி அனுப்பியிருக்கிறார். அத்தனை விசுவாசமான பிரிட்டிஷ் ஊழியராகத்தான் இருந்தார்.

இடையில் என்ன ஆனதோ, தாய் தேசத்தைக் காட்டிலும் வாழவந்த சவூதி அரேபியா அவருக்கு ரொம்பப் பிடித்துப் போய்விட்டது. ஒரு

கட்டத்தில் பிரிட்டன் அவரைப் பதவி நீக்கமே செய்தது. அவரை ஒரு உளவாளி என்றும் சட்டவிரோதமான காரியங்கள் செய்கிறார் என்றும் என்னென்னவோ குற்றச்சாட்டுகள்.

அடப்போய்யா என்று சஊதி மன்னருக்குப் பக்கத்து சீட்டில் மதியூக மந்திரியாக உட்கார்ந்துவிட்டார் ஃபில்பி.

சஊதி அரேபியாவில் எண்ணெய் கண்டுபிடிக்கப்பட்டபோது, அதனை எடுக்கும் உரிமைகளை அமெரிக்காவுக்குக் கொடுக்கலாம் என்று ஆரம்பித்துவைத்தவர் இவர்தான்.

இதோ பாருங்கள். எண்ணெய் என்பது பணம். ஒழுங்காக எடுத்து விற்றால் வற்றாமல் கொட்டும். அதற்கு நல்ல தொழில்நுட்பம் வேண்டும். எதற்கும் யாருக்கும் அஞ்சாத பேராண்மை வேண்டும். பேண்ட் ஷர்ட் அணிந்து கால் மேல் கால் போட்டுப் பேசத் தெரிந்திருக்கவும் வேண்டும், லுங்கியை வரிந்து கட்டி அண்டர்வேர் தெரிய தொடைதட்டவும் வேண்டும். யார் எக்கேடு கெட்டாலும் நாம் அமெரிக்காவுடன் வர்த்தக ஒப்பந்தம் செய்துகொள்வோம். சஊதி அரசுக்குப் பணம் குறையாமல் வரும் என்று ஆரம்பித்துவைத்த பிரகஸ்பதி.

1933லேயே அமெரிக்காவுக்கும் சஊதிக்குமான நல்லிணக்க உறவுகள் ஆரம்பமாகியிருந்தன. அப்போது அமெரிக்காவுக்குப் பெரிய பிசினஸ் லைக் இல்லை. சும்மா நட்பு. அவ்வளவுதான். ஆனால் எண்ணெய் இருக்கிற ஏரியா என்பது தெரிந்தபிறகு இந்த நட்பு முஸ்தபா முஸ்தபா நட்பாகாமல் இருக்குமா?

1944ல் ஜெட்டாவில் அமெரிக்க தூதரகம் ஒன்று திறக்கப்பட்டது. [பிறகு 1984ல் இது ரியாதுக்கு மாற்றப்பட்டது.] பெரியவர்கள் அவ்வப்போது எங்காவது சந்தித்து, கைகுலுக்கிவிட்டு தேச நலன், பாதுகாப்பு, பொருளாதார வளர்ச்சி அது இது என்று உச்சிமாநாடு கூட்டிப் பேசிவிட்டுப் போவார்கள். சஊதி எண்ணெய் வயல்களில் அமெரிக்க இயந்திரங்கள் ஓட ஆரம்பித்தன. எடுக்க எடுக்கக் குறையாத எண்ணெய். எடுக்கிற ஒவ்வொரு துளிக்கும் சஊதி அரசுக்கு ஒழுங்காக ராயல்டி கொடுத்துவிடவேண்டும். நீயும் சௌக்கியமாக இரு, நானும் சௌக்கியமாக இருக்கிறேன்.

நாளொன்றுக்கு ஒரு மில்லியன் பேரல்கள் எண்ணெயை அமெரிக்காவுக்கு சப்ளை செய்யும் தேசம், சஊதி அரேபியா. மற்ற

நாடுகளுக்கும் ஏற்றுமதி உண்டு. ஆனால் அமெரிக்காவுக்கு ரொம்ப ஜாஸ்தி. உறவின் பிணைப்பு அப்படிப்பட்டது.

எனவேதான் மத்தியக் கிழக்கில் கால் ஊன்றுவது என்று முடிவு செய்ததும் சவூதி அரேபியாவைத் தனது முதல் தளமாக முடிவு செய்தது அமெரிக்கா.

என்ன செய்யலாம்? எப்படி ஆரம்பிக்கலாம்? அவர்களுக்குப் பணம் காசு ஒரு பொருட்டில்லை. ரூபாய் நோட்டில் கப்பல் செய்து எண்ணெய்க் கடலில் விட்டு விளையாடும் சொகுசுவாதிகள். பணத்தைக் காட்டி மயக்க நினைப்பது அபத்தம். அதையெல்லாம் மூன்றாம் உலக நாடுகளில் வைத்துக்கொள்ளலாம். இங்கே எடுபடாது.

இங்கே எடுபடக்கூடியது என்ன? எதுவாக இருந்தாலுமே இஸ்ரேலுடனான உறவு ஒரு பெருந்தடை.

ஒப்பீட்டளவில் ஏனைய மத்தியக் கிழக்கு தேசங்களைவிட சவூதி அரேபியா என்றைக்குமே அடிதடி வம்புகளில் அதிகம் ஈடுபட்டதில்லை. தானுண்டு, தன் எண்ணெய் உண்டு, தன் பணம் உண்டு என்றுதான் இருந்துவந்திருக்கிறார்கள். பாலஸ்தீன், லெபனான் போன்ற சிக்கல் மிக்க இடங்களில் நடைபெற்றுக்கொண்டிருந்த யுத்தங்களில் கூட எகிப்து, சிரியா, இரான் அளவுக்கு சவூதி அரேபியா ஆர்வம் காட்டியதில்லை. உதவுவார்கள். பணமாகவும் ஆயுதங்களாகவும். அவ்வப்போது ரகசியமாகப் படைகளும்கூடப் போயிருக்கின்றன. ஆனால் பொருட்படுத்தத்தகுந்தஅளவில்அல்ல.எந்தயுத்தத்திலாவதுசவூதி அரேபியப் படைகளின் சாகசம் அது இது என்று எப்போதேனும் படித்திருக்கிறீர்களா? இல்லை அல்லவா? அதான் விஷயம்.

அவர்களுக்கு பிசினஸ் முக்கியம். நல்வாழ்வு முக்கியம். நல்லுறவுகள் அனைத்தைக் காட்டிலும் முக்கியம். மத்தியக் கிழக்கு தேசங்களிலேயே அதிகம் முன்னேறிய தேசம். எல்லாம் மன்னர் அப்துல் அஜிஸ் ஆரம்பித்துவைத்த, வகுத்துக்கொடுத்த ஃபார்முலாக்களின் வழி.

இருக்கட்டும், விஷயத்துக்கு வரலாம்.

சவூதி அரேபியாவில் கால் வைக்க என்ன வழி? இதுதான் விஷயம். இதுதான் மையப்புள்ளி. யோசித்துக்கொண்டிருந்த அமெரிக்காவுக்குச் சட்டென்று தோன்றிய யோசனை, பாதுகாப்பு. அடடே, அருமையல்லவா.

அது அங்கே முக்கியத் தேவை. அங்கே என்றால் சவூதியில் மட்டுமல்ல. அநேகமாக அனைத்து மத்தியக் கிழக்கு தேசங்களுக்குமே ராணுவ பலம் அப்போது மிகப்பெரிய விஷயமாக இருந்தது. எல்லா நாடுகளுக்கும் ராணுவம் உண்டு. ஜெய் ஜவான்கள் உண்டு. பீரங்கிகளும் துப்பாக்கிகளும் உண்டு. யூனிஃபார்ம் போட்டுக்கொண்டு பரேடு போவார்கள். ஒரு பிரச்னை என்றால் முன்னே நிற்பார்கள்.

அதுவல்ல. பலம் என்பது, தன்னிடம் என்ன இருக்கிறது என்பதை மட்டும் குறிப்பதல்ல. எதிரியிடம் இல்லாத ஒன்று தன்னிடம் என்ன இருக்கிறது என்பதில் அது அடங்கும்.

சவூதி அரேபியாவுக்கு அப்போது எதிரி யார்?

குறிப்பிட்டுச் சொல்லும் அளவுக்கு யாருமில்லை. அதனாலென்ன? உருவாக்கிவிடலாம். ஒன்றும் பிரச்னையில்லை. அமெரிக்கக் கணக்குகள் அபாயகரமானவை. மிகவும் கவனமாக கவனித்தால் மட்டுமே முற்றிலும் விளங்கும்.

பொதுவாகவே அனைத்து மத்தியக் கிழக்கு தேசங்களும் எழுபதுகளில் மிகவும் கொந்தளிப்படைந்த நிலையில் இருந்ததைப் பார்த்தோம். என்ன ஆகப்போகிறது, எண்ணெய்த் தடைகளை உலகம் எப்படி எதிர்கொள்ளப்போகிறது என்கிற எதிர்பார்ப்பு. தனது பலம் என்ன, உலகம் அதை எப்படிப் புரிந்துகொள்ளப்போகிறது, எதிர்காலத்தில் தனது முக்கியத்துவம் என்னவாக இருக்கும், எண்ணெய் வர்த்தகத்தில் இன்னும் எத்தனை பணம் பண்ணமுடியும் என்று அனைத்து தேசங்களுமே ஏகப்பட்ட கனவுகளையும் கவலைகளையும் சுமந்துகொண்டிருந்தன.

கனவும் கவலையும் இருந்தாலும் காரியம் ஒழுங்காக நடைபெற வேண்டுமென்றால் சில ஏற்பாடுகள் தவிர்க்கமுடியாதவை. எண்ணெயை வைத்துக்கொண்டு ஆட்டம் காட்டலாம். சாத்தியம்தான். ஆனால் பூமிக்கடியில் எண்ணெய் இருக்கிறது

என்று சொல்லிக்கொண்டிருந்தால் மட்டும் போதாது. 'எடுப்பது' என்பது இங்கே முக்கியம். எடுத்து வைத்துத்தான் விளையாட முடியும்.

எண்ணெய் எடுப்பது என்பது முற்றிலும் தொழில்நுட்பம் சார்ந்தது. [முடிந்தால், அவசியப்பட்டால் பின்னர் சற்று விரிவாக இதுபற்றிப் பார்க்கலாம். இப்போது வேண்டாம்.] ஆனால் ஷேக்குகளுக்குத் தொழில்நுட்பமெல்லாம் கெட்டவார்த்தை. அட என்னாப்பா இது பேஜார். என்னாண்ட எண்ணெய் இருக்கு. நீ வந்து எடு. என்னை வேலை வாங்காத. எடுத்தியா? கொண்டுபோய்க்க. தபாரு. எடுக்கற எண்ணெய்க்கு காசு குடுத்துடு. கவர்மென்டு நடக்கணுமில்ல? ஒழுங்கு மரியாதையா பணத்த எடுத்து வெச்சிரு. எவன் அப்பன் வூட்டு சொத்து? பத்து ரூவா சரக்கு எடுக்குறியா? அஞ்சு ரூவாவ எண்ணி வையி. மிச்சத்த நீ சாப்டு. ஓகேவா? மேட்டர் ஓவர்.

மிக மிக எளிமைப்படுத்திப் புரியவைக்கத்தான் முந்தைய பேரா. கணக்கு வழக்கு, புள்ளிவிவரங்களுடன் பேசினாலும் இதுதான் சாரம். அமெரிக்கா, பிரிட்டன், ஃப்ரான்ஸ் என்று தொழில்நுட்பத்தில் முன்னேறிய பல தேசங்களைச் சேர்ந்த நிறுவனங்கள்தான் அப்போது மத்தியக் கிழக்கில் எண்ணெய் எடுத்துக்கொண்டிருந்தன.

குத்தகைப் பணம் கொடுத்து எண்ணெய் எடுத்துக் கொண்டிருந்தார்கள். பிறகு நீ பாதி நான் பாதி கண்ணே என்று பாடினார்கள். ராயல்டி முறை என்று ஒன்று வந்தது. நீ எத்தனை எடுத்தாலும் எனக்கு இத்தனை சதவீத ராயல்டி வழங்கிவிடவேண்டும்என்றுசிலர்ஏற்பாடுசெய்துகொண்டார்கள். ஊருக்கு ஒரு முறை. ஆளுக்கொரு கணக்கு.

எண்ணெய் விஷயத்தில் பெரிய பேரங்கள் ஏதும் நடைபெறாது. அதுமிகப்பெரியபணம். எனவே, அரபுதேசங்கள்என்னநிபந்தனை விதித்தாலும் ஏற்றுக்கொண்டுவிடுவார்கள். லட்சக்கணக்கான பேரல்கள் நாள்தோறும் ஒவ்வொரு தேசத்திலிருந்தும் ஏற்றுமதி ஆகிக்கொண்டே இருக்கும். எடுக்க எடுக்கப் பணம். விற்க விற்கப் பணம். தீரத் தீரப் பணம். தீரவே தீராத பணம்!

ஆனால் பிரச்னை என்று ஒன்று வந்து, அத்தனை தேசங்களும் ஒருங்கிணைந்து மேற்கு நாடுகளுக்கு அல்வா கொடுக்கத்

தொடங்கி, ஒருவழியாக ஆட்டத்தை முடித்துக்கொண்ட போதும் ஒரு குறிப்பிட்ட இடத்தில் மட்டும் பிரச்னைக்குப் புதிய பரிமாணம் கொடுத்துக்கொண்டிருந்தார் ஒரு தனிமனிதர்.

ஒருவகையில் எண்ணெய் பயமுறுத்தியதைவிட அவர் பயமுறுத்தல்கள் அதிகம் என்று அமெரிக்கா நினைத்தது. தவிரவும் வெறுமனே பூச்சாண்டி காட்டிக்கொண்டிருக்கும் நபரும் அல்லர். தாதா. நிஜமான தாதா. தேசியவாத தாதா. யாராலும் எதுவும் செய்துவிடமுடியாத இரும்பு மனிதர். எனவே, அவரைச் சுட்டிக்காட்டி, 'அபாயம் அங்கே பார்! நான் உன்னை ரட்சிக்கிறேன்' என்று சவூதியிடம் சொன்னது அமெரிக்கா. சவூதி மன்னர் யோசித்தார்.

சலாம் என்றார் சதாம்!

10 எனக்கு மட்டுமே சொந்தம்

சதாம் ஹுசைன் அப்போது இராக்கின் அதிபர் இல்லை. துணை அதிபர். ஜெனரல் அஹமத் ஹஸன் அல் பக்ர் [Ahmed Hassan al-Bakr] என்பவர் அதிபராக இருந்தார். சும்மா ஒரு பேருக்கு. நாட்டில் துணை அதிபர் வைத்ததுதான் சட்டம். யாரும் எதுவும் கேட்கமுடியாது. கருத்து சொல்ல முடியாது. கண்டனம் செய்யமுடியாது. அதிபர் உள்பட. சதாமின் ஆளுமை அப்படிப்பட்டது. அதிகாரத்தை அதன் முழு அளவில் பயன்படுத்துவது என்றால் என்னவென்று சதாமிடம்தான் கற்கவேண்டும். அவர் ஒரு பிறவி சர்வாதிகாரி.

பிரச்னை அதுவல்ல. எண்ணெய்.

இராக்கைச் சுட்டிக்காட்டி அமெரிக்கா எப்படி சவூதி அரேபியாவை வளைத்தது என்று பார்க்கவேண்டும். மத்தியக் கிழக்கு முழுவதுமே பரபரப்பாக இருந்த காலகட்டம் என்று பார்த்தோம். இராக்கில் அந்தப் பரபரப்புக்கு அப்போது இன்னொரு பரிமாணம் கூடியிருந்தது. காரணம், துணை அதிபர் சதாம்.

இதில் விசித்திரம் என்னவென்றால் சதாமும் சரி, அப்போதைய இராக் அதிபர் அஹமத் ஹஸன் அல் பக்ரும் சரி- அமெரிக்காவுக்கு நெருக்கமான சிநேகிதர்கள்தான். அரசாங்க ரீதியிலும் தனிப்பட்ட முறையிலும் நல்லுறவுக்கு எண்ணெய் போட்டு உருவிவிட்டுக்கொண்டுதான் இருந்தார்கள். முறைத்துக்கொள்வதற்கான பெரிய சந்தர்ப்பங்கள் ஏதுமில்லை.

ஆனால் சதாமுக்கு மட்டும் ஒரு கடுப்பு இருந்துகொண்டே இருந்தது. என்ன பெரிய நண்பன்? ஒரு அவசர ஆத்திரத்துக்குக் கூடக் கைகொடுக்காதவன் எப்படி நண்பனாவான்? எதற்கு இந்த வேண்டாத நட்பு? என்று மனத்துக்குள் ஒரு குளவிக்குடைச்சல் உருவாகும் அளவுக்கு அவரை இம்சித்துக்கொண்டிருந்த விஷயம், ராணுவம் மற்றும் ஆயுதங்கள் தொடர்பானது.

அன்றைய தேதியில் இராக் ராணுவம் என்பது சென்னை 28 கிரிக்கெட் டீம் போல இருந்தது. ஆர்வம் துடிப்பு அனைத்தும் இருந்தாலும் பக்கா லோக்கல். பெரிய அளவில் யுத்தம் ஏதும் வந்தால் சமாளிக்க

வக்கற்றவர்களாக இருந்தார்கள். தவிரவும் புராதனமான ராணுவத் தளவாடங்கள். நவீன யுகத்தின் தேவைகளுக்கு ஈடுகொடுக்க லாயக்கற்றவை. சதாம் கனவு கண்டுகொண்டிருந்த ஒரு மாபெரும் சாம்ராஜ்ஜியத்துக்குச் சற்றும் சம்பந்தமில்லாத முச்சந்தி பிளேடு பக்கிரிகள் போலத்தான் தேசத்தின் ராணுவ வீரர்கள் இருந்தார்கள். முறையான போர்ப்பயிற்சி கிடையாது. குருவி சுடுவது போல் சுட மட்டும் தெரியும். விழுந்தால் மாங்காய். போனால் வேறெதுவோ.

சதாம் இதனை முற்றிலுமாக மாற்ற விரும்பினார். இராக் ராணுவத்தை நவீனப்படுத்துவது அவரது செயல்திட்டங்களில் முதன்மையானதாக இருந்தது. தன்னால் அது முடியும், தன்னால் மட்டும்தான் முடியும் என்று மனப்பூர்வமாக நம்பினார். இதற்காகவே அந்தரப்பர்ஸ்டாம்ப்அதிபரிடம் பேசி, ராணுவத்தின் தலைமைத் தளபதியாகவும் தன்னையே நியமித்துக்கொண்டார். இத்தனைக்கும் அதற்குமுன்னால் அவர்எந்தப் போர்க்களத்தையும் பார்த்தவரில்லை. வாலிப வயதுகளில் சில கலவரக் களங்களைக் கண்டதுடன் சரி.

அதனாலென்ன. அவர்சதாம். எனவேமுடியும். ஆனால்ஆயுதங்கள்?

நண்பன் அமெரிக்கா அந்த விஷயத்தில்தான் கைவிரித்தது. ஆயுதமெல்லாம் தரமுடியாது. வேறு பிசினஸ் வேண்டுமானால் வா, பேசலாம்.

இதென்ன போங்கு ஆட்டம்? இஸ்ரேலுக்கு மட்டும் கப்பல் கப்பலாக அனுப்புகிறீர்களே என்று கேட்டுப்பார்த்தார் துணை அதிபர் சதாம். அதெல்லாம் அப்படித்தான் என்று சொல்லிவிட்டார்கள். கடுப்பானசதாம்ஓர்அதிரடி முடிவெடுத்தார். போடாசர்தான் என்று சோவியத்யூனியனுடன் ஓர்ஆயுத ஒப்பந்தம் செய்துகொண்டார்.

இது அமெரிக்காவுக்கு மிகுந்த அதிர்ச்சியளித்தது. ஜென்ம விரோதி சோவியத்துடன் இராக் ஆயுத ஒப்பந்தம் செய்கிறது என்றால் தன்னுடனான நட்பு என்ன ஆகும்? இராக்குடனான பிற வர்த்தக உறவுகள்? எண்ணெய்? ஐயோ சனியன், அதுகூடப் பிரச்னையில்லை. கம்யூனிஸ்டுகளோடு உறவு கொண்டு இராக்கும் ஒரு கம்யூனிச தேசமாகிவிட்டால்?

பயம் அடிவயிற்றில் அடித்தது அமெரிக்காவுக்கு. ஆனால் சதாம் அலட்டிக்கொள்ளாமல் அமெரிக்க அதிபருக்கு ஒரு கடுதாசி போட்டார். இராக்குக்கு ஆயுதங்கள் அவசியம் வேண்டும். அமெரிக்காவால்தரமுடியாதபட்சத்தில்அதுகிடைக்கும்இடத்தில் வாங்கிக்கொள்வதைத் தவிர வேறு வழியில்லை. ஆனால் அது அமெரிக்க உறவுக்கு எந்த பங்கமும் விளைவிக்காதிருக்க அவரே உத்தரவாதம். நாங்கள் அவர்களிடம் ஆயுதம்தான் வாங்குகிறோம். ஆனால் எண்ணெய் விஷயத்தில் உங்களுக்குத்தானே பெரிய அளவில் உதவுகிறோம்? - இதுதான் சாரம்.

எங்கே அடித்தால் வாய்திறக்க மாட்டார்கள் என்பது அவருக்குத் தெரியும். மத்தியக் கிழக்கின் மூன்றாவது பெரிய எண்ணெய் உற்பத்தி ஸ்தானம் இராக்தான் என்பதை முழு விழிப்புணர்வுடன் சதாம் அறிந்திருந்தார். எந்தப் பிரச்னை வந்தாலும் இறுதி அஸ்திரமாக எண்ணெய் தேய்த்துக் குளிப்பாட்டிவிடலாம் என்பதே அவரது சித்தாந்தம். இது தொடர்பாக, மிகத் தெளிவான - திட்டவட்டமானகணக்குகள்அவருக்குஇருந்தன. அதிபருடன்பல சந்தர்ப்பங்களில் உட்கார்ந்து பேசி அதைப் புரியவைத்திருக்கிறார். அமெரிக்க உறவின் அடிப்படை எண்ணெய். அதேபோல யாருடன் உறவு தேவைப்பட்டாலும் அதே எண்ணெய் உதவும்.

ஒரே ஒரு விஷயம், ரொம்ப ஜாக்கிரதையாகக் கையாளவேண்டிய சமாசாரம். எண்ணெய்ப் பணம் எத்தனை பெரிதோ, எண்ணெய் எடுப்பதில் உள்ள சிரமங்கள் அதே அளவு பெரிது.

மத்தியக் கிழக்கில் சவூதி அரேபியாவும் குவைத்தும்தான் முதல் முதலில் எண்ணெய் எடுத்தன. அதற்கான தொழில் நுட்ப அறிவு தங்களுக்கு இல்லை என்பது தெரிந்தவுடன் சற்றும் யோசிக்காமல் அமெரிக்காவுக்கும் பிரிட்டனுக்கும் கதவு திறந்துவிட்டன. மிகக் குறுகிய காலத்தில் ஏராளமாக எடுத்தார்கள். உயர்தரமான க்ரூட் ஆயில். உலகில் வெறெங்குமே அந்தளவுக்குத் தரமான எண்ணெய் கிடையாது என்று வல்லுநர்கள் சூடம் ஏற்றி சத்தியம் செய்தார்கள்.

எடுத்த எண்ணெயை விற்பதற்கு ஐரோப்பா ஒரு நல்ல களமாக அப்போது இருந்தது. குறிப்பாக மேற்கு ஐரோப்பா. யுத்த பாதிப்புகளிலிருந்து மீளும் நடவடிக்கைகளில் இறங்கியிருந்த ஐரோப்பிய தேசங்களுக்குத் தேவையான பெட்ரோலிய

மூலங்களை இந்த இரண்டு தேசங்களும் வரிந்து கட்டிக்கொண்டு சப்ளை செய்தன. விளைவு, ஏராளமான பணப்புழக்கம்.

இதைப் பார்த்துதான் இரானும் இராக்கும் விழித்துக்கொண்டன. தங்களது எண்ணெய் வளத்தைச் சரியாகப் பயன்படுத்திக்கொள்ள முடிவு செய்து முழு மூச்சுடன் பணியில் இறங்கின. அமெரிக்க, பிரிட்டிஷ் எண்ணெய் நிறுவனங்களைக் கூப்பிட்டு ஜோலி கொடுத்து, ஏராளமாக எண்ணெய் எடுத்து உலகமெங்கும் விற்றார்கள். பணம் பெருகியது. உண்மையில் அந்தக் காலகட்டத்தில் ஐரோப்பிய தேசங்களைக் காட்டிலும் மத்தியக் கிழக்கு நாடுகள் வளமான தேசங்களாகக் கருதப்பட்டன. ஏராளமான அமெரிக்க-பிரிட்டிஷ் எண்ணெய் கம்பெனிகள் மத்தியக் கிழக்கைக் கூறு போட்டுக்கொண்டு சம்பாதித்துக்கொண்டிருந்தன.

இந்த எண்ணெய் நிறுவனங்கள், தாங்கள் எடுக்கும் ஒவ்வொரு டன் எண்ணெய்க்கும் முப்பதிலிருந்து முப்பத்தியேழு சதவீத ராயல்டி என்கிற அடிப்படையில் அந்தந்த தேசங்களுக்கு வரி செலுத்தியாகவேண்டும். புரியும்படிச் சொல்வதென்றால், நூறு ரூபாய் மதிப்புக்கு எண்ணெய் எடுத்தால் அதில் முப்பதிலிருந்து முப்பத்தியேழு ரூபாய் அரசுக்கு அளித்துவிட வேண்டும். [நாட்டுக்கு நாடு கொஞ்சம் இதில் வித்தியாசம் இருந்தது.]

இரானும் இராக்கும் இந்த விஷயத்தில் அவ்வளவாகத் திருப்தி கொள்ளவில்லை. எண்ணெய் வளம் அபரிமிதமாக இருக்கிறது. நாம் இன்னும் கொஞ்சம் லாபமடையலாமே என்று அந்த அரசுகள் நினைத்தன. மற்ற தேசங்களுடனும் பேசி இந்த ராயல்டி முறையை மாற்ற நினைத்தன.

விளைவு, ராயல்டி முறையைத் தூக்கிக் கடாசிவிட்டு பதிலுக்கு, எண்ணெய் விற்பனையின் லாபத்தில் நிறுவனங்களுக்கும் அரசுகளுக்கும் சரிபாதி - அதாவது 50 - 50 சதவீதம் என்று புதிய சட்டத்தை அத்தனை தேசங்களும் அமல்படுத்தின. ஏற்றுக்கொள்ளும் கம்பெனிகள் தொடர்ந்து தொழில் செய்யலாம். முரண்டு பிடித்தால் வெளியே போகவேண்டியதுதான். வெயிட்டிங் லிஸ்டில் இன்னும் பல நூறு நிறுவனங்கள் தயாராக இருந்தன.

வெளியே போக யார் விரும்புவார்கள்? எனவே, எண்ணெய் நிறுவனங்கள் உற்பத்தியை மேலும் அதிகரிக்க முடிவு செய்து நவீன

தொழில்நுட்பங்களை மேலும் மேலும் கொண்டு வந்து குவித்தன. நிறைய எண்ணெய். நிறைய வியாபாரம். நிறைய லாபம். லாபத்தில் பாதி அரசுகளுக்கு.

இதனால் அரசாங்கங்களின் வருமானம் கற்பனை செய்யமுடியாத அளவுக்கு அதிகரித்தது. 1951ம் ஆண்டு இராக் அரசின் எண்ணெய் வருமானம் சுமார் இருபது மில்லியன் டாலராக இருந்தது. 1953ம் ஆண்டு இந்தத் தொகை எழுபது மில்லியனாக உயர்ந்தது. இரண்டாம் உலகப்போர் தொடங்குவதற்கு முந்தைய ஆண்டு சவூதி அரேபியாவின் எண்ணெய் வருமானம் வெறும் ஐந்து லட்சம் டாலர்தான். ஆனால் 1950ம் ஆண்டு அவர்கள் ஐம்பது மில்லியன் டாலர் வருமானத்தையும் அதற்கு அடுத்த வருடம் இருநூறு மில்லியன் டாலரையும் சம்பாதித்தது.

இந்த வருமானம், இந்த தேசங்களின் குணத்தையும், விளைவாக நடவடிக்கைகளையும் வெகுவாக மாற்றியது. மத்தியக் கிழக்கு நாடுகள் சட்டென்று தங்கள் ஏழைமைக் கோலத்தை உதறிவிட்டுப் பணக்கார முகம் கொண்டன. நவீன சாலைகளும் பள்ளிக்கூடங்களும் அதி நவீன மருத்துவமனைகளும் அரசாங்கங்களால் கட்டப்பட்டன. மக்களின் அடிப்படை வருமானம் உயர்ந்தது. வாழ்க்கை முறையில் மேற்கத்திய பாதிப்பு ஏற்படத் தொடங்கியது. கேளிக்கைகள் அதிகரித்தன.

குறிப்பாக, இராக், இரான், சவூதி அரேபியா தவிர மற்ற தேசங்களின் மக்கள் தொகை மிகவும் குறைவு என்கிறபடியால் அந்த அரசாங்கங்களால் மிகவும் தாராளமாகவே சலுகைகளை அள்ளித்தர முடிந்தது. எல்லாம் எண்ணெய் புண்ணியம்.

சதாம் இப்போதும் யோசித்தார். மற்றவர்கள் உல்லாச உலகம் எனக்கே சொந்தம் என்று பாட்டுப்பாடத் தொடங்கியபோதும் அவர் கோஷ்டியில் கலந்துகொள்ளவில்லை.

இன்னும் வேண்டும். மேலும் வேண்டும். இது என் எண்ணெய். என்றால், என் தேசத்தின் எண்ணெய். எவனோ வந்து எடுத்துக்கொடுக்கிறான் என்றால் அவன் எனக்கு வெறும் லேபர். எதற்கு %50 பார்ட்னராக அவனை வைத்துக்கொள்ளவேண்டும்?

இராக் மண்ணில் ஊறும் எண்ணெய் இராக் அரசுக்கே சொந்தமாக ஏன்இருக்கக்கூடாது? நீவந்துஎண்ணெய்எடுத்துக்கொடுக்கிறாயா?

செய்கிற வேலைக்குக் கூலி வாங்கிக்கொண்டால் போதாதா? எதற்கு உனக்குச் சரிபாதி பங்கு?

தனக்குத் தோன்றிய எண்ணத்தை ஒரு மரியாதை கருதி அவர் அதிபரிடம் சொன்னார். பொதுவாக அன்றைய இராக் அதிபராகப்பட்டவர் யோசிக்கிற வழக்கம் வைத்துக்கொண்டிருக்கவில்லை. துணை அதிபர் சதாம் என்ன சொன்னாலும் சரி என்று சொல்வதொன்றே அவரது தொழில். வாங்கிய சம்பளமெல்லாம் அதற்குத்தான்.

எனவே சரி என்று சொன்னார். அவ்வளவுதான். சதாம் ஒரே ராத்திரி முடிவெடுத்து மறுநாள் அறிவித்துவிட்டார்.

இனி இராக்கில் எண்ணெய்த் தொழில் தேசியமயமாக்கப்படுகிறது. தனியாருக்கு எவ்வித பாத்தியதையுமில்லை. பிரைவேட் லிமிடெட், பிரைவேட் லிமிடெட் என்று வீதிக்கொரு போர்டு மாட்டி யாரும் பிசினஸ் பண்ணமுடியாது. அம்பது பர்செண்ட் அரசுக்கு கப்பம் கட்டினால் போதும் என்கிற நடைமுறை இனி செல்லுபடியாகாது. எடுக்கிற எல்லாம் அரசுக்கே சொந்தம். எடுத்துக் கொடுத்துவிட்டு கூலி வாங்கிக்கொண்டு ஊர் போய்ச் சேர். இஷ்டமில்லையா? இடத்தை காலி பண்ணு. அடுத்த ஆள் காத்திருக்கிறான்.

அலறிவிட்டது அமெரிக்கா. எதிர்பார்க்கவில்லை. நிச்சயம் எதிர்பார்க்கவில்லை. சதாம் மிரட்டல் விடுக்கக்கூடிய ஒரு ஆசாமி என்கிற அளவில் தெரிந்துவைத்திருந்தார்களே தவிர, இப்படிச் செயலில் காட்டுவார் என்று அமெரிக்காவுக்கல்ல; சக அரபு தேசங்களுக்கேகூட அதுவரை தெரியவில்லை.

துணை அதிபர் சதாம். சந்தேகமே இல்லை. நாளைக்கு இவர்தான் அதிபராகப்போகிறார். அப்புறம் இராக்கில் எண்ணெய் இருந்து என்ன பயன்? புண்ணாக்கு இருந்து என்ன பயன்? இராக்குக்கு வெளியே யாருக்கும் எந்தப் பிரயோஜனமும் எந்தக் காலத்திலும் இருக்கப்போவதில்லை.

சொல்லிவைத்த மாதிரி அதற்கேற்ப இந்த நாட்டுடைமை நடவடிக்கைக்குப் பிறகு இராக்கின் எண்ணெய் வருமானம் கிடுகிடுவென்று உயரத் தொடங்கியது. *1972ம் ஆண்டு 584*

மில்லியன் டாலர் வருமானம் அவர்களுக்கு. இரண்டே வருஷம். 74ல் இந்தத் தொகை ஏழரை பில்லியனாகிப் போனது.

அமெரிக்கா கன்னத்தில் கை வைத்தது. இராக்கால் பிற அரபு தேசங்களுக்கு ஏதோ பெரிய கெடுதல் நேரப்போகிறது என்றொரு ஆருடத்தை அமெரிக்க உளவுத்துறையினர் முன்வைத்தனர்.

அதுதான் சாக்கு. அதுதான் ஆரம்பம். நான் உன்னை ரட்சிக்கிறேன் என்று சவூதி அரேபியாவுக்குள் காலெடுத்து வைக்க அமெரிக்காவுக்கு அதுதான் வசதியாகிப் போனது.

11 அதிரடி நாயகன்

இராக்கின் துணை அதிபராகப் பதவியேற்ற நாள் முதல், அதிபராகி, இருபது வருடங்கள் ஆட்சி புரிந்து, இறுதியில் முகம் நிறைந்த தாடியுடன் நிலவறையிலிருந்து ஒரு செத்த எலியைத் தூக்கி வருவதுபோல் வெளியே கொண்டுவரப்பட்ட தினம் வரை அமெரிக்காவுக்கு சதாம் கொடுத்த குடைச்சல்கள் கொஞ்சநஞ்சமல்ல.

இத்தனைக்கும் அவர் ஓர் அமெரிக்கத் தயாரிப்பு. அவருடைய பாத் கட்சி இராக்கில் ஆட்சிக்கு வருவதற்கே சி.ஐ.ஏதான் ஏகத்துக்கு மெனக்கெட்டது. எழுபதுகளின் தொடக்கத்தில் நிகழ்ந்த எண்ணெய்ப்புரட்சிசமயத்தில்எல்லாஅரபுதேசங்களும்அமெரிக்க எதிர்ப்பு நிலைபாடு எடுத்து ஒருமாதிரி முறைப்புடனேயே சமாதானத்துக்கு முன்வந்த சமயத்தில்கூட சர்வ அலட்சியமுடன் அமெரிக்காவின் தோளில் கைபோட்டு டீ குடித்த ஒரே ஆசாமி சதாம். சோவியத் யூனியனுடன் ஆயுத ஒப்பந்தம் செய்துகொண்டு அவர்களுடைய அடிவயிற்றைக் கலக்கினாலும் எடுக்கிற எண்ணெயில் கணிசமான அளவை அமெரிக்காவுக்கே விற்றவர். எண்ணெய்த் தொழிலை தேசியமயமாக்கினாலும் எடுக்கிற காண்டிராக்டை அமெரிக்க நிறுவனங்களுக்கே கொடுத்தவர்.

படுபுத்திசாலித்தனமான நடவடிக்கைகள். பகைத்துக்கொள்ளவும் முடியாது, அலட்சியப்படுத்திவிடவும் முடியாது. எனக்கு அமெரிக்காவும் வேண்டும், சோவியத் யூனியனும் வேண்டும் என்று வெளிப்படையாக நடந்து ஒரே உலகத் தலைவர் சதாம் மட்டுமே. அமெரிக்காவுடன் நட்பு இருந்தாலும் தனது சொந்த விருப்பங்களில் அத்தேசம் தலையிட அவர் அனுமதித்ததே இல்லை.

எண்ணெய்ப் பிரச்னையெல்லாம் முடிந்து ஒருமாதிரி அங்கே அமைதி திரும்பத் தொடங்கியிருந்த 1974ல் சதாம் ஒரு காரியம் செய்தார். எண்ணெய்த் தடையைக் காட்டிலும் அமெரிக்காவுக்கு அச்சம் விளைவிக்கும்படியான காரியம். சோவியத்திடம் ஆயுதம் வாங்கியதைவிடவும் அபாயகரமான காரியம்.

வாங்கும் ஆயுதமெல்லாம் பத்தாது. நான் உற்பத்தி செய்யப்போகிறேன். குருவி சுடும் துப்பாக்கிகளல்ல. அணு ஆயுதங்கள். ரசாயன ஆயுதங்கள். அமெரிக்காவிடம் என்னென்ன இருக்கிறதோ அதெல்லாம் என்னிடமும் இருக்கவேண்டும். என் ராணுவ உடுப்புக்கு அழகு நட்சத்திரங்கள். என் தேசத்துக்கு அணு ஆயுதங்கள்.

அந்தத் துணிச்சல் அப்போது வேறு யாருக்கும் கிடையாது. ரகசியமாகத்தான் செய்தார். ஆனால் ரகசியம் பராமரிக்கக்கூடிய செயலா அது? வெளியே தெரிந்தால் என்ன ஆகும் என்று விவரிக்கவே முடியாது.

இத்தனைக்கும் அப்போது அவர் துணை அதிபர்தான். அதிபரில்லை. அதிபர் இருந்தார். வேறொருவர். சமர்த்தாக சதாம் சொல்வதையெல்லாம் கேட்டுக்கொண்டு ஆபீசில் உட்கார்ந்திருந்தார். வேளைக்குச் சாப்பிட்டுவிட்டு சதாம் அனுப்பும் கோப்புகளில் கையெழுத்துப் போட்டுக்கொண்டு, வாரே வா என்று கவ்வாலி ரசிக்கும் சுல்தான் மாதிரி திண்டில் சாய்ந்தபடிக்கு எல்லாவற்றையும் ரசித்துக்கொண்டிருந்தார். செயல்பட்டுக்கொண்டிருந்தது சதாம்தான். மக்களும் வைஸ் பிரசிடெண்ட் என்கிற பதவி, பிரசிடெண்ட் பதவியைக்காட்டிலும் பெரிது என்று கருதிக்கொண்டிருந்தார்கள்.

சதாம் ஒரு ரகசிய கமிட்டியை முதலில் அமைத்தார். மூன்று பேர் கொண்ட கமிட்டி. அந்த மூன்று பேரில் அவரும் ஒருவர். சேர்மன். இரண்டாவது நபர், அவரது மைத்துனர். அப்படித்தான் சொல்லவேண்டும். இத்தனைக்கும் அவர் இராக் ராணுவ ஜெனரலாக அப்போது பதவி வகித்துக்கொண்டிருந்த மனிதர். ஆனாலும் சதாமின் மைத்துனர் என்கிறபடியால்தான் அவருக்கு அப்பதவியே சாத்தியமானது. கமிட்டியின் மூன்றாவது உறுப்பினர், சதாமின் நம்பிக்கைக்குப் பாத்திரமான அவரது உதவியாளர் அட்னன் ஹம்தானி.

இந்த கமிட்டி 1974ம் ஆண்டு மே மாதம் முதல் தன் வேலையைத் தொடங்கியது. கவனிக்கவும். இப்படியொரு கமிட்டி நியமிக்கப்பட்டிருக்கும் விஷயம் இராக் அதிபருக்கு அப்போது தெரியாது. சதாம், அணு மற்றும் ரசாயன ஆயுத உற்பத்தி மற்றும்

சேகரிப்பில் ஈடுபட்டிருக்கிறார் என்கிற விஷயம் அவருக்கு நிச்சயம் சந்தோஷம் தரத்தக்கதாகத்தான் இருக்கமுடியும். ஆனாலும் சதாம் அதை ரகசியமாகவே செய்தார்.

கமிட்டியின் பணி என்ன? ஐரோப்பிய கறுப்புச்சந்தை மற்றும் ரஷ்யக் கூட்டமைப்பு தேசங்கள் சிலவற்றின் கறுப்புச் சந்தையிலிருந்து ரசாயன ஆயுதங்களை வாங்கிச் சேர்ப்பது. திருப்திதரும் அளவுக்கு ஆயுதச் சேகரம் முடிந்தபிறகு அடுத்தக்கட்டத்தை நோக்கி நகரலாம் என்று முடிவு செய்திருந்தார்கள்.

ஏகப்பட்ட செலவை உள்ளடக்கிய திட்டம் இது. பணத்துக்கு என்ன செய்வது? பகிரங்கமாகச் செய்யமுடியாத செயல்கள் எதற்கும் கறுப்புப்பணம் மட்டுமே உதவும். இராக் அரசில் கறுப்புப் பண கஜானா என்று ஏதும் அப்போது இல்லை.

ஆகவே, சதாம் அதற்கும் ஒரு திட்டம் தீட்டினார். எண்ணெய் எடுப்பு மற்றும் வர்த்தகம் தேசியமயமாகிவிட்டது. பணம் வந்து குவிகிறது. எண்ணிப்பார்க்கக் கூட முடியாத பணம். ஆகவே, எண்ணெய்ப் பணத்தில் ஐந்து சதவீதத்தை இந்த ஆயுதத் திட்டத்துக்கு எடுத்துக்கொள்ளலாம்.

எண்ணெய் வர்த்தகமும் அப்போது அவர் கட்டுப்பாட்டில்தான் இருந்தது என்றபடியால் அங்கும் கேள்விக்கு ஆளில்லை. ஒவ்வொரு நாளும் கருவூலத்துக்குப் பணம் போகும்போதே ஐந்து சதவீதம் பிடித்துக்கொண்டுதான் அனுப்பப்படும். விசித்திரம், கருவூலமும் சதாமின் கட்டுப்பாட்டில் இருந்தது.

ஆக, பணம் பிரச்னையில்லை. இனி கவனிக்கவேண்டியது ஆயுதத் தயாரிப்பு மட்டுமே. வேண்டியது ஆள்பலம்.

இராக்கில் மனித வளத்துக்குக் குறைவில்லை. படித்தவர்கள் நிறையப்பேர் இருந்தார்கள். விஞ்ஞானிகள். பொறியியல் வல்லுநர்கள். செயல்வீரர்கள்.

ஆனாலும் சதாம் பிற அரபு நாடுகளிலிருந்தும் ஆளெடுக்க ஆரம்பித்தார். எகிப்திலிருந்து. மொராக்கோவிலிருந்து. பாலஸ்தீனிலிருந்து. லெபனானில் இருந்து. லிபியாவில் இருந்து. அத்தனை பேரும் அரேபியர்கள். ஆனால் இராக்கியர்கள் அல்லர்.

இதில் இரண்டு லாபங்கள். ஒன்று, சிறந்த மூளைகள் இராக்குக்கு வருகின்றன. இரண்டாவது, சதாமின் அரபுமயமாக்கல் என்னும் மாபெரும் கனவை உள்ளடக்கிய செயல்திட்டத்துக்கு இது உதவும். ஓரிருவர், பத்து நூறு பேர் அல்ல. ஆயிரக்கணக்கில் சதாம் ஆளெடுத்தார். தேசமெங்கும் ரகசிய ஆய்வுக்கூடங்கள் அமைத்து அவர்களை வேலை பார்க்கவைத்தார்.

மூலப்பொருள்களை அளித்த தேசங்களே மனமுவந்து சதாமுக்கு உதவுவதை நிறுத்தினாலொழிய அவரைத் தடுக்கவே முடியாது என்னும் நிலை தோன்றியது. அத்தனை வெறியுடன் அவர் வேலை பார்த்தார். செலவுக்கு அஞ்சவில்லை. உழைப்புக்கு அஞ்சவில்லை. அபாயகரமான ஆயுதங்கள் தயாரிப்பதில் இருக்கும் பிரச்னைகள் குறித்து அவர் அஞ்சவில்லை. ரிஞ்சிப் போனால் உயிர் போருமா? அவர் ஆடிப்பார்க்க முடிவு செய்துவிட்டுத்தான் களத்தில் இறங்கியிருந்தார்.

ஆனால் ஒரு விஷயத்தில் அவர் மிகத் தெளிவாக இருந்தார். சாகச உணர்வில் செய்யும் காரியம், அபத்தமாக முடிந்துவிடக்கூடாது. எனவே, ரசாயன ஆயுதங்கள் தயாரிப்புக்கான ப்ளூ ப்ரிண்ட் பரம சுத்தமாக, ஆணி அடித்தாற்போன்ற துல்லியமுடன் இருக்கவேண்டும். எங்கே போய் யாரிடம் கேட்கலாம்?

சதாமுக்கு மேற்குலகில் எப்போதுமே கேட்பது கிடைக்கும் என்கிற நிலைமைதான் இருந்தது. எந்த அரசுகளும் அவர் கேட்ட எதையும் மறுத்ததில்லை. அவரது சோவியத் தொடர்புகள் கூட வெறுமனே வர்த்தகம் சார்ந்ததுதான், சித்தாந்தம் அல்லது உள்ளார்ந்த நட்பு சார்ந்ததல்ல என்று அமெரிக்கா உள்பட அனைவரும் நம்பினார்கள். சதாமிடம் அவர்களுக்குக் கொடுக்க எண்ணெயும் சல்ஃபரும் இன்னபிற கனிமங்களும் ஏராளமாக இருந்தபடியால், அவருக்கான கதவுகளை அனைவரும் திறந்தே வைத்திருந்தார்கள். அப்படியே எதையாவது யாராவது ஒருவர் மறுக்கவேண்டிய சூழல் ஏற்பட்டாலும் சதாமுக்குப் பெரிய பிரச்னை வந்ததில்லை. இன்னோர் இடத்தில் தன் காரியத்தைச் சாதித்துக்கொண்டு போய்விடுவார். அமெரிக்கா, பிரிட்டன், ஃப்ரான்ஸ், ஜெர்மனி என்று சகல இடங்களிலும் அவருக்கு செல்வாக்கு இருந்தது. மதிப்புக்குரிய வைஸ் பிரசிடெண்ட். அது அச்சம் கலந்த மரியாதை.

அவ்வளவு ஏன்? ரசாயன ஆயுதங்கள் தயாரிப்பதற்கான ப்ளூ ப்ரிண்டை அவருக்குத் தயாரித்துக் கொடுத்தது ஓர் அமெரிக்க நிறுவனம்தான். பின்னாளில் ஐரோப்பிய தேசங்களை மற்றவர்கள் குற்றம் சொல்லிக்கொண்டிருந்தார்கள். உண்மையில் அமெரிக்க அரசுக்குத் தெரிந்தேதான் இந்தக் காரியம் நியூ யார்க் நகரில் ஓர் அலுவலகத்தில் நடந்தது.

பிரிட்டனிடமிருந்தும் பிரான்சிடமிருந்தும் அவர் போர் விமானங்களை வாங்கினார். பிரான்ஸ் அவருக்கு ஹெலிகாப்டர்களை அளித்தது. ஓர் அணு உலை அமைக்க உதவிகள் செய்தது. ரசாயன, வேதியல் ஆயுதங்களின் தாக்குதலிலிருந்து தற்காத்துக்கொள்வதற்கான சிறப்பு ஆடை வகைகளை அவர் பிரிட்டனிடமிருந்து பெற்றார்.

எதுவும் சாத்தியம். எல்லாமே சாத்தியம். ஆனால் சதாமுக்கு மட்டும். மிக வெளிப்படையாக அவர் அத்தனை தேசங்களுடனும் வைத்திருந்த உறவுக்கு வர்த்தகம் என்றே பெயர். எனக்கு இதைக் கொடு. உனக்கு அதைத்தருகிறேன். அவ்வளவுதான். இந்தவகையில் அவருக்கு அமெரிக்காவும் ஒன்றுதான், சோவியத் யூனியனும் ஒன்றுதான், பிரிட்டனும் ஒன்றேதான். சதாமின் சரித்திரத்தில் கரன்சிகள் இடம் மாறாத கைகுலுக்கல்களே கிடையாது. இதில் ஒளிவுமறைவும் இல்லை.

ஆனால் மேற்கு நாடுகளுக்கு சதாமின் இராக் கொடுக்கும் எண்ணெய் மற்றும் கனிமங்களைத் தவிரவும் வேறொரு காரியம் ஆகவேண்டியிருந்தது. வர்த்தக ரீதியில்கூட அவர் சோவியத்துடன் வைத்துள்ள உறவுகளை விலக்கிக்கொள்ள வேண்டும் என்பது அவர்களது எதிர்பார்ப்பு. இதற்காகத்தான் அவர் கேட்பதையெல்லாம் கொடுத்தார்கள். சொன்னதையெல்லாம் கேட்டார்கள்.

ஒரு வகையில் சதாம் அதிர்ஷ்டசாலி. சந்தர்ப்பங்கள் அவருக்கு அடுத்தடுத்து வந்தன. ஒவ்வொரு நெருக்கடி நேரத்திலும் தப்பித்துக்கொள்ள அவருக்குப் பல பூங்கதவுகள் தாழ் திறந்துகொண்டே இருந்தன.

அறுபதுகளில் அவரை ஓர் இளம் புரட்சியாளனாக வளர்த்தெடுப்பதற்காக அமெரிக்கா வேண்டியதைச் செய்தது.

எழுபதுகளில் சோவியத் யூனியனிடமிருந்து அவரைப் பிரிப்பதற்காக மேற்கு நாடுகள் அவர் கேட்டதைக் கொடுத்தன. எண்பதுகளில் இரானின் அதிபரான கொமேனியை ஒடுக்குவதற்காக சதாமை அவர்கள் மீண்டும் ஆதரிக்க வேண்டியிருந்தது.

இத்தனையும் செய்துகொண்டிருந்தாலும் அடிமனத்து பயம் என்று ஒன்று இருக்கிறதல்லவா? பாம்புக்குப் பால் வார்க்கிறோமோ என்கிற கவலை.

அமெரிக்காவுக்கு அது கொஞ்சம் அதிகமாகவே இருந்தது. சதாம் ஒரு அசைக்கமுடியாத சக்தி ஆகிவிட்டால் மத்தியக் கிழக்கு முழுவதையும் அவர் வெகு விரைவில் தனது கட்டுப்பாட்டில் கொண்டுவந்துவிடுவார். அதன்பின் எண்ணெய் விஷயத்தில் அவர் வைத்ததுதான் சட்டம் என்றாகிவிடும். எண்ணெயை விலக்கிவிட்டுப் பார்த்தால் மத்தியக் கிழக்கில் வேறு என்ன இருக்கிறது?

வெறும் பேரீச்சம்பழங்கள் தான். பறித்துச் சாப்பிட்டுவிட்டு வீடுபோய்ச் சேர்வது தவிர வேறு வழியில்லை.

எனவேதான் தனது மத்தியக் கிழக்கு ஆர்வங்களுக்கு சஊதி அரேபியாவை முதல் தளமாக்கிக்கொள்ள அமெரிக்கா முடிவு செய்தபோது சதாம்-இராக்கைச்சுட்டிக்காட்டி, அங்கே பார் ஆபத்து என்று அவர்கள் சொன்னார்கள்.

சதாமின் நடவடிக்கைகள் ரகசியமாக இருக்கின்றன. மிகவும் அபாயகரமான பணிகளில் அவர் ஈடுபட்டிருக்கிறார். வெகு விரைவில் அண்டை தேசங்களுடன் அவர் யுத்தம் தொடங்கிவிடுவார். சந்தேகமில்லை. அப்படியொரு யுத்தம் என்று வருமானால் அவரை உங்களால் தனியே சமாளிக்க முடியாது. நான் உதவ முடியும். என்ன வேண்டுமானாலும் செய்யமுடியும். தவிரவும் சதாம் நான் சொன்னால் கேட்பார். எனக்கும் அவரது நடவடிக்கைகள் தெரியும். அத்துபடி சஊதியில் அமெரிக்கப் படைகளுக்கு இடம் கொடுங்கள். ஒன்றும் செய்யமாட்டோம். சும்மா உலாத்திக்கொண்டு இருப்போம். உங்களுக்குப் பாதுகாப்பளிப்போம். நமக்குள் உறவுக்கா பஞ்சம்? வர்த்தக

உறவு இருக்கிறது. பொருளாதார உறவுகள் இருக்கின்றன. பல்லாண்டுகால நட்பு இருக்கிறது. இணைந்து மிரட்டினால் அழகாகவும் இருக்கும். மேலும் அமெரிக்க நட்பு என்பது உங்கள் சட்டைக்கொரு பதக்கமல்லவா? என்ன சொல்கிறிர்கள்?

சவூதி மன்னர் யோசித்தார். அப்போது சதாமின் பார்வை குவைத்தின்மீது படிந்திருந்தது. எண்ணெய் மிகுந்த குவைத். மக்கள் தொகை குறைவான குவைத். வளமான குவைத். வசதிகள் மிக்க குவைத். இராக்கின் ஒரு மாவட்டம் அளவுக்கேயான குவைத்.

பலபேர் பல சமயம் குவைத்தைக் காதலித்திருக்கிறார்கள். மத்தியக் கிழக்கின் கனவுக்கன்னி அது. சதாமும் காதலித்தார். குவைத்தை இராக்குடன் இணைத்துக்கொண்டுவிட முடியுமானால் மிகப்பெரிய லாபம் அது. எண்ணிப் பார்க்கமுடியாத லாபம். பெரிய பிரயத்தனங்கள் வேண்டாம். ஒரு சிறு தாக்குதல் போதும். ஓரடி அடித்தால் உயிரை விட்டுவிடக்கூடிய கொசு அரசு.

இவ்வாறு யோசித்துக்கொண்டிருந்தவர் 1979 ஜூலை 16ம் தேதி இராக்கின் அதிபரை நகர்த்திவிட்டு தனக்குத்தானே முடி சூட்டிக்கொண்டு அதிகாரத்துக்கு வந்ததும் தனது முதல் திருப்பணியாக அதைத்தான் கையிலெடுக்க முடிவு செய்தார்.

அப்போதுதான் அமெரிக்கா சவூதி அரேபியாவில் தனது இடதுகாலை எடுத்துவைத்தது.

12 யுத்த காண்டம்

சதாம் அரசியலுக்குள் நுழைந்த காலத்தில் குவைத் என்பது பெயரளவுக்குத் தனி நாடாக இருந்தாலும் பிரிட்டனின் அறிவிக்கப்படாதஒருகாலனியாகத்தான்பெரிதும்அறியப்பட்டது. மன்னர் இருந்தார். அமைச்சர்கள் இருந்தார்கள். அதிகாரிகள் இருந்தார்கள். எல்லாம் இருந்தாலும் லகான் பிரிட்டனின் கையில் இருந்தது. பிரமாதமாக ஒரு பிசினஸ் ஒப்பந்தம்கூடப் போட்டுவைத்திருந்தார்கள். நூறு வருஷ ஒப்பந்தம்.

1961 வரை இந்த நிலைமைதான் நீடித்தது. அதற்குப் பிறகுதான் குவைத்துக்குசுயமாகச்செயல்படும்விருப்பம்வந்தது.பிரிட்டனின் பிடியிலிருந்து விடுபட விரும்பினார்கள். ஒப்பந்தத்தை ரத்து செய்ய அவர்கள் முன்வந்தபோது இங்கே இராக் அதிபர் அப்துல் கரீம் காசிம் குவைத்தைத் தன்னுடன் இணைத்துக்கொள்ள ஆர்வம் காட்ட ஆரம்பித்தார்.

மிகுந்த புத்திசாலித்தனமாக இதற்கு பிரிட்டனின் உதவியை அவர் கேட்டார். அடிபட்ட பிரிட்டன். சற்றும் எதிர்பாராத நிலையில் குவைத்துடனான நூற்றாண்டு கால ஒப்பந்தம் முறிந்துவிட்ட கடுப்பில் இருந்த பிரிட்டன்.

ஆகவே படை திரட்டிக்கொண்டு அவர்கள் குவைத் எல்லைக்கு வந்து உட்கார்ந்துவிட்டார்கள்.

குவைத் முதல் முதலில் தன்மானத்துடன் எதிர்த்து நிற்கத்துணிந்தது அப்போதுதான். பிரிட்டனின்காலனியாகஇருக்கவிரும்பவில்லை என்றால் இராக்கின் இன்னொரு மாவட்டமாக இருந்துவிட்டுப் போவதில் மட்டும் என்ன லாபம்? எப்போதும் யாரோ ஒருவர் கொள்ளையடிக்கத் தயாராக வரிந்துகட்டிக்கொண்டுதான் இருக்கிறார்கள். எதற்கு அன்னியர்களை அனுமதிக்கவேண்டும்? இனி தனியாவர்த்தனம்தான் என்று முடிவு செய்து எதிர்த்தார்கள்.

இரண்டு மாதகாலம் அவர்கள் மிகத் திறமையாக பிரிட்டனின் படைகளைச் சமாளித்தார்கள். பிரிட்டன் அரசுக்கே இந்த அடிதடி அபத்தமாகஇருந்தது.ஏற்கெனவேசூயஸ்விவகாரத்தில்எகிப்திடம்

மூக்குஉடைபட்டுநின்றபிரிட்டன்[ம்ஹூம். விவரிப்பதற்கில்லை. நிலமெல்லாம் ரத்தம் படித்துக்கொள்ளவும்.] மீண்டும் அவமானப்படத்தான் வேண்டுமா என்று நினைத்தார்களோ என்னமோ. டம்மியாக வேறொரு அரபு லீக் படையைக் கொண்டுவந்து வைத்துவிட்டு விலகிக் கொண்டுவிட்டார்கள்.

அரபு தேசங்கள் அனைத்தும் குவைத்தின் வீரத்தை கவனித்தன. திடீரென்று பிறந்த வீரம்தான் அது. எதிர்த்து நிற்கும் வீரம். சுதந்தர தாகம். தவிரவும் யாருமே எதிர்பாராத வகையில் பனிப்போர் காலத்தில் எந்தக் கட்சியிலும் சாராமல் நடுநிலைமை எடுத்த விதம். கையோடு சோவியத் யூனியனுடன்வேறு அரசியல் ரீதியிலான நல்லுறவு கொண்டுவிட்டார்கள்.

எண்ணெய் கையில் இருக்கும் தேசங்களை யாராலும் பெரிய அளவில் பகைத்துக்கொள்ளவோ, முட்டி மோதவோ முடியவில்லை. அமெரிக்கா, பிரிட்டன், பிரான்ஸ், சோவியத் யூனியன் என்று அத்தனை பெரிய தலைகளும் பல்லுக்குள் முணுமுணுத்துக்கொண்டு, பார்த்துக்கொண்டிருந்தன.

இதெல்லாம் நடந்த அறுபதுகளில் இன்னொரு முக்கியமான விஷயமும் நடந்தது. அடுத்த பத்து வருஷத்தில் எப்படி எண்ணெய் விலை ஏற்றி வயிற்றில் புளி கரைத்தார்களோ, அதற்கு நேரெதிராக அப்போதுஅதிரடிவிலைக்குறைப்புமேளாஒன்றைநடத்தினார்கள். முக்கியமாக, குவைத்திலும் சவூதி அரேபியாவிலும் இயங்கிவந்த இரண்டு எண்ணெய் கம்பெனிகள் ஆடித்தள்ளுபடியாக, தன்னிஷ்டத்துக்கு அதிபயங்கர விலைக்குறைப்பு ஒன்றை அறிவித்தன.

இது, மத்தியக் கிழக்குக்கு வெளியே பிற தேசங்களில் எண்ணெய் எடுத்துக்கொண்டிருந்த நிறுவனங்களின் வயிற்றில் புளியைக் கரைத்தது. வெனிசுலாவிலும் ஒரு நிறுவனம் இதைப் பார்த்துவிட்டு, அடிமாட்டு ரேட் நிர்ணயித்து ஒரு திடீர்ப் புரட்சியைச் செய்து காண்பித்தது. அதைப் பார்த்துப் பல்வேறு மத்தியக் கிழக்கு எண்ணெய் நிறுவனங்கள் தாங்களும் தரத்தையும் விலையையும் போட்டி போட்டுக்கொண்டு குறைத்தன.

மிரண்டுபோய்விட்டன சம்பந்தப்பட்ட அரசுகள். இதன் விளைவாகத்தான் இராக், சவூதி அரேபியா, குவைத், இரான்,

வெனிசூலா அரசுகள் ஒன்று சேர்ந்து ‹பெட்ரோலிய ஏற்றுமதி செய்யும் தேசங்களின் கூட்டமைப்பு› (Organization of Petroleum Exporting Countries - OPEC) ஒன்றைத் தொடங்கின. எண்ணெய் நிறுவனங்களின்கழுத்தில்துண்டைச்சுற்றிமிரட்டினார்கள்.ஒழுங்கு மரியாதையாக நடந்துகொள்ளுங்கள். என்ன செய்வதென்றாலும் அரசாங்கத்தின் அனுமதியோடுதான் செய்யவேண்டும்.

நிறுவனங்கள் கச்சா எண்ணெயின் விலையைக் குறைக்கும்போது அரசுகளின் லாப அளவு குறைந்துவிடுகிறதல்லவா? அதுதான் காரணம்.

இது ஒரு நல்ல நடவடிக்கைதான் என்று எண்ணெய் தேசங்கள் கருதின. ஆனால், அமைப்பு உருவாக்குவதில் இருந்த ஜோர், நடைமுறையில் இல்லாமல் போய்விட்டது. ஏமாற்றும் நிறுவனங்களை அவர்களால் கட்டுப்படுத்த முடியவில்லை. பல நிறுவனங்கள், உயரதிகாரிகளுக்கு லஞ்சம் கொடுத்து காரியத்தைச் சாதித்துக்கொள்ள ஆரம்பித்துவிட்டன. எண்ணெய் விலை கச்சாமுச்சாவென்று ஏறுவதும் இறங்குவதுமாக இருந்தது.

இராக்கில் நிலவரம் மிகவும் மோசமாகிக் கொண்டிருந்தது. எண்ணெயை வைத்துக்கொண்டு என்ன வேண்டுமானாலும் சாதித்துக்கொள்ளலாம் என்று சதாம் கணக்குப் போட்டுக் கொண்டிருக்க, அந்த அடிப்படை வருமான வழியே ஆட்டம் காணும் நிலைமைக்குப் போய்க்கொண்டிருந்தது.

அதனால்தான் அவர் எண்ணெய் எடுக்கும் தொழிலை தேசியமயமாக்கினார். இப்போது புரிந்துவிட்டதல்லவா? இதனை இன்னும் விஸ்தரித்து சகல சௌபாக்கியங்களுடனும் இராக்கை அடுத்த நூற்றாண்டுக்கு அழைத்துச் செல்வ தற்காகவே குவைத்துக்கும் குறிவைத்தார் ஏற்கெனவே பலகாலம் முட்டிமோதி நடக்காத காரியம் அது. அதனாலென்ன? முன்னர் முட்டி மோதிய யாரும் சதாம் இல்லை.

ஆனால் சதாம் அவசரப்படவில்லை. தனது அரசியல் காய் நகர்த்தல்கள்ஒவ்வொன்றையும்வெற்றிகரமானஹாலிவுட்மசாலா திரைப்படங்களின் திரைக்கதைகள் போல் வடிவமைத்தவர் அவர். குவைத்தின்மீது போர் தொடுப்பதற்கு முன்னதாக இரானுடனான யுத்தத்தை ஆரம்பித்து வைத்ததும் அதன் அடிப்படையில்தான்.

அந்த யுத்தம் இங்கே முக்கியமில்லை. எட்டு வருடங்கள் நீண்ட, மிகவும் போரடிக்கக்கூடிய மாபெரும் யுத்தம். இராக் என்ற தேசமும் சதாம் என்கிற அதன் அதிபரும் உலகின் அனைத்து மூலைமுடுக்கிலும் பிரபலமானது இந்த யுத்தத்தின் மூலம்தான்.

இந்த யுத்த சமயத்தில்தான் அமெரிக்கா தனது காலை சவூதியில் ஊன்றிக்கொள்ளத் தொடங்கியது. சதாமைப் பார்! எப்பேர்ப்பட்ட ஆபத்து! நான் உன்னை ரட்சிக்கிறேன் என்று சொல்லிவிட்டு வந்திறங்கிய காண்டம் அப்போது அரங்கேறியதுதான்.

ஆனால் விசித்திரம், மேற்படி இரான் யுத்தத்தின்போது சதாமுக்கு சகலவசதிகளையும் செய்து கொடுத்து, கோடி கோடியாகப் பணமும் ஆயுதங்களும் கொண்டு கொட்டியதும் அதே அமெரிக்காதான்.

காரணம், அமெரிக்காவின் அப்போதைய குறி இரானை ஆண்டுகொண்டிருந்த அயாதுல்லா கொமேனி. அரபுமய இரான் - இஸ்லாமிய சகோதரத்துவம் என்று என்னென்னவோ சொல்லிக்கொண்டு அமெரிக்காவுக்குத் தண்ணி காட்டிக் கொண்டிருந்த இன்னொரு பெரிய ஆள் அவர். ஏகப்பட்ட எண்ணெய் வளம் கொண்ட இரானிலிருந்து அமெரிக்காவுக்கு ஒரு வாட்டர் பாக்கெட் அளவுக்குக் கூட லாபமில்லையென்றால் எப்படிச் சும்மா இருப்பார்கள்?

அதனால்தான் அப்போது இராக்கில் பதவிக்கு வந்திருந்த சதாமுக்குக் கொம்புசீவினார்கள். இரானைத்தாக்குஎன்றுசதாமிடம் சொல்லிவிட்டு, 'குவைத்தை கபளீகரம் செய்யப்போகிறது இராக்' என்று சவூதியிடம் தகவல் சொன்னார்கள். குவைத்துக்கு ஆபத்து என்றால் அடுத்து உனக்குத்தான் என்று சுட்டிக்காட்டிவிட்டு வந்து கூடாரம் அமைத்துக்கொண்டார்கள்.

யோசித்துப் பார்த்தால் இன்றைக்கு வரைக்கும் மத்தியக் கிழக்கில் உள்ள மிகப்பெரிய பிரச்னைகள் அனைத்துக்கும் ஆரம்பப் புள்ளி இதுதான். சவூதி அரேபியாவுக்குள் அமெரிக்கா காலெடுத்து வைக்காதிருந்தால், அல் காயிதா என்றொரு இயக்கம் இத்தனை வீரியத்துடன் எழுந்திருக்க வாய்ப்பில்லை. சவூதியில் கால் வைத்துக்கொண்டு இஸ்ரேலுக்கு பச்சை சிக்னல் கொடுக்காதிருந்தால் லெபனானில் ஹிஸ்புல்லாக்களின் எழுச்சி இவ்வளவு தீவிரமடைந்திருக்க முடியாது. ஹிஸ்புல்லா,

அல் காயிதாவின் தொடர்ச்சியாக ஆப்கனில் தாலிபன்கள் உருவாகியிருக்க முடியாது.

அத்தனை இயக்கங்களுக்கும் அமெரிக்கா விதை போட்டது என்று சொல்லவில்லை. ஆனால் அத்தனை இயக்கங்களுக்கும் அமெரிக்காதான் நீர் விட்டது. அல்லது உரம் போட்டது. இதன் விளைவாக மத்தியக் கிழக்கு என்னும் பணம் முளைக்கும் பிரதேசத்தில் நிரந்தரமான பதற்றத்தையும் நிச்சயமற்ற அரசியல் சூழலையும் அவர்கள் உண்டாக்கினார்கள். அதன்மூலம் தனக்கு லாபம் தேடிக்கொள்ள நினைத்ததுதான் அமெரிக்காவின் சாமர்த்தியம்.

அவ்வப்போது நாய்க்குப் பொறை போடுவதுபோல் மத்தியக் கிழக்கின் ஆட்சியாளர்களுக்கு 'சன்மானம்' வழங்கி தோழமையை 'ரென்யூ' பண்ணிக்கொள்ளவும் அவர்கள் தவறவில்லை. இரான் யுத்தத்தின் இறுதியில் சதாமின் சாதனைகளைப் பாராட்டி சுமார் அறுபத்தைந்திலிருந்து நூறு பில்லியன் டாலர்கள் வரை [துல்லியமான கணக்கு விவரம் தெரியவில்லை. ஆனால் பணம் கொடுக்கப்பட்டது உண்மை.] அன்பளிப்பாக அளித்தது அமெரிக்கா. கவனிக்கவும். அது இராக்குக்கு அளிக்கப்பட்ட தொகை அல்ல. சதாம் ஹுசைனுக்குத் தனிப்பட்ட முறையில் வழங்கப்பட்ட தொகை.

அது ஒரு பக்கம் இருக்கட்டும். குவைத்தை கவனிக்கலாம்.

இரான் யுத்த காலத்தில் சதாம் உசேன் பல்வேறு மத்தியக் கிழக்கு தேசங்களிடம் ஏராளமாகக் கடன் வாங்கியிருந்தார். யுத்தக் கடன். அமெரிக்கா அள்ளிக்கொடுத்தவற்றுக்கெல்லாம் மேலாக வாங்கிய கடன் அது. சவூதி அரேபியாவிடம் வாங்கியிருந்தார். ஜோர்டனிடம் வாங்கியிருந்தார். ஏமன், எகிப்து என்று பல்வேறு தேசங்களிடம் கடன்பட்டிருந்தார். குவைத்திடம் அவர் வாங்கிய கடன் பதினான்கு பில்லியன் டாலர்கள்.

இந்தக் கடன்களையெல்லாம் திருப்பித் தந்தாகவேண்டும். நல்லுறவு நீடிப்பது அதைப் பொறுத்துத்தான் இருக்கிறது.

ஆனால் எட்டு வருட யுத்தத்துக்குப் பிறகு இராக் மீளவே அவகாசம் பிடிக்கும் என்கிற நிலையில், இந்தக் கடன்களையெல்லாம் எப்படி அடைப்பது?

ஒரேஒரு வழிதான் அவருக்குத் தோன்றியது. எண்ணெய் நாடுகளின் கூட்டமைப்பு மாநாட்டில் பேசி, கச்சா எண்ணெயின் விலையை உயர்த்தச் செய்துவிடுவதுதான் அது. எண்ணெயின் தேவை எப்போதும் இருக்கக் கூடியது. மூக்கால் அழுதுகொண்டாவது வாங்கித்தான் ஆகவேண்டும். எல்லா எண்ணெய் தேசங்களும் ஒப்புக்கொண்டுவிடும் பட்சத்தில் விலை ஏற்றம் நியாயமானதே என்னும் எண்ணத்தை உருவாக்கிவிட முடியும். தவிரவும் இதனால் அனைத்து மத்தியக் கிழக்கு அரசுகளுக்கும் லாபம் கூடும்.

இவ்வாறு கணக்கிட்ட சதாமின் கனவில் மண்ணள்ளிப் போட்டது குவைத்.

எதற்காக எண்ணெயின் விலையைக் காரணமின்றி உயர்த்தவேண்டும்? யுத்தம் செய்தது சதாம். கடன் பட்டது சதாம். அவரது தனிப்பட்ட கஷ்ட நஷ்டங்களுக்கு அத்தனை நாடுகளும் எதற்காக விலையேற்றத்தை ஆதரிக்க வேண்டும்?

குவைத் முடியாது என்று மட்டும் சொல்லவில்லை. மாறாகத் தன்னுடைய எண்ணெய் உற்பத்தியை நம்பமுடியாத அளவுக்கு அந்த வருடமே அதிகரித்தது. கூடவே விலையைக் குறைக்கவும் செய்தது.

ஏற்கெனவே பார்த்தோமல்லவா? சவூதி அரேபியாவுக்கு அடுத்தபடி அந்தக் காலகட்டத்தில் குவைத் தான் மிகப்பெரிய எண்ணெய் உற்பத்தி தேசம். தேசத்தின் அளவு சிறிதென்றாலும் அங்கே நிலமெல்லாம் எண்ணெய். தோண்டக்கூட வேண்டாம், தடவினாலே ஊற்றெடுத்துவிடும்.

ஆகவே, புதிய உத்வேகத்துடன், ஆக்ரோஷமாகத் தன் உற்பத்தியை அதிகரித்து, உற்பத்தி அதிகரித்தபடியால் விலைக்குறைப்பு என்றும் அறிவித்து, இராக்கின் வர்த்தகத்தில் மண்ணைப் போட்டது குவைத். ஏற்கெனவே யுத்தத்தில் ஏராளமாக இழந்திருந்தது இராக். குவைத்தின் இந்த அதிரடியை அவர்களால் தாங்கமுடியவில்லை. தவிரவும் சதாமின் இயல்பு, இம்மாதிரியான அவமரியாதைகளைப் பொறுமையுடன் சகித்துக்கொள்ளக்கூடியதுமல்ல.

மேலும் யோசித்தபோது குவைத்தின் பொருளாதார பலம், அது அளித்த அரசியல் உறுதித்தன்மை, கடனற்ற வாழ்க்கை என்று

பல அம்சங்கள் அவரைக் கவர்ந்தன. குவைத் ஏன் தன்னுடைய மாநிலங்களுள் ஒன்றாகக் கூடாது? பழைய கனவுக்குப் புதிய வடிவம் தர அவர் முடிவு செய்தார்.

அது மட்டும் நனவாகிவிடும் பட்சத்தில் பதினான்கு பில்லியன் டாலர் கடன் காணாமல் போகும். அதே சமயம் பலநூறு பில்லியன் டாலர் கூடுதலாக வருமானமும் வருடம்தோறும் கிடைக்கும். மத்தியக் கிழக்கில் தன்னுடைய பலத்தை இன்னும் அதிகரித்துக் காட்டிக்கொள்ள இதுவே மிகப்பெரிய வாய்ப்பாகவும் அமையும். தவிர, இரானைப்போல் வருஷக்கணக்கில் யுத்தத்தை இழுத்துக்கொண்டிருக்கும் தெம்பு குவைத்துக்குக் கிடையாது. அது ஒரு கட்டெறும்பு கூட இல்லை. சிற்றெறும்பு. நசுக்க வேண்டாம். தடவினாலே நசுங்கிவிடும்.

கணக்குகள், கணக்குகள், மேலும் கணக்குகள்.

சதாம் தயாரானார்.

13 கொசு அடித்த கதை

எதற்கும் ஒரு தொடக்கம் வேண்டுமல்லவா? குவைத்தின் மீது தான் தொடர உத்தேசித்திருந்த போருக்கு 'ருமைலா எண்ணெய் வயல்'களைத் தேர்ந்தெடுத்தார், சதாம். இராக்கின் தெற்கு எல்லையில், குவைத்தையும் தொட்டுக்கொண்டிருக்கும் வளமான பிராந்தியம்.

எந்த நாடாக இருந்தாலென்ன, ஊராக இருந்தாலென்ன? எல்லை என்றால் தொல்லைதான். இங்கொன்றும் அங்கொன்றுமாக அத்துமீறல்களும் ஆக்கிரமிப்புகளும் இருக்கவே செய்யும். அதுகூட இல்லாமல் அரசியல் எப்படி?

எண்பதுகளின் தொடக்கத்தில் எண்ணெய்த் தொழிலில் ஒரு புதுவேகம் ஏற்பட்டு, எண்ணெய் தேசங்கள் அனைத்தும் போட்டி போட்டுக்கொண்டு நவீன தொழில்நுட்பங்களைக் களமிறக்கி, காசு பார்க்கத் தொடங்கியபோது, இராக் தன்னுடைய தெற்குப் பகுதிகளின்மீது அதிக கவனம் செலுத்தவில்லை.

மாறாக குர்த் இனப்பிரிவு மக்கள் அதிகம் வசிக்கும் பிராந்தியமான வடக்கு மற்றும் வடமேற்குப் பகுதிகள், மத்திய இராக், கிழக்கில் இரானை ஒட்டிய பகுதிகள் இங்கெல்லாம்தான் கிணறு தோண்டிக்கொண்டும், தோண்டிய கிணறில் பொன்னெடுத்துக்கொண்டும் இருந்தது. ருமைலாவை அவ்வளவாகக் கண்டுகொள்ளவில்லை. ஆனாலும் அங்கே இராக்கின் எண்ணெய் வயல்கள் இருக்கத்தான் செய்தன.

என்னபிரச்னைஎன்றால், ருமைலாவயல்களைஒட்டிய, குவைத்தின் எல்லைக்குட்பட்ட பகுதிகளிலும் எண்ணெய்க் கிணறுகள் உண்டு. டன் டன்னாக அவர்களும் எடுத்துக்கொண்டுதான் இருந்தார்கள். ஆகவே, அந்த இடத்தில் பிரச்னையைக் கிளப்பினால் சரியாக இருக்கும் என்று முடிவு செய்தார் சதாம்.

'இராக்குக்குச் சொந்தமான ருமைலா எண்ணெய் வயல் பகுதிகளில் குவைத் திருட்டுத்தனமாக பைப்லைன் இறக்கி எண்ணெய் திருடுகிறது.'

இதுதான் குற்றச்சாட்டு. திருட்டை உடனடியாக நிறுத்தவேண்டும். திருடியவரையிலான எண்ணெய்க்கான தொகையாகப் பத்து பில்லியன் டாலர்களும், திருட்டுக் குற்றத்துக்கு அபராதமாக 2.4 பில்லியன் டாலர்களும் தரவேண்டும்.

சப்ஜாடாகக் கடுதாசி எழுதிப் போட்டார் சதாம்.

குவைத் இந்தக் குற்றச்சாட்டைக் கடுமையாக எதிர்த்தது. தக்க ஆதாரங்களுடன் தன் மறுப்பைப் பதிவு செய்தது.

ஆனாலும் சதாம் விடுவதாக இல்லை. இராக்கின் மீது குவைத் மறைமுகமான பொருளாதார யுத்தம் தொடர்ந்திருப்பதாகவும், அதற்கு ராணுவ ரீதியில் தாம் பதில் சொல்லத் தயாராகிவிட்டதாகவும் அறிவித்தார்.

அதோடு அவர் ஓயவில்லை. தமது ஓட்டைக் காரணங்களுக்குத் தானே பஞ்ச்சர் போடும் விதத்தில் குவைத்தின் மன்னரையும் கடுமையாக விமரிசித்து ஓர் அறிக்கை வெளியிட்டார்.

'குவைத்தின் செல்வச் செழிப்புக்கும், பெருமைகளுக்கும் குவைத் மன்னர் காரணமில்லை. மாறாக அம்மக்களின் உழைப்பும் தேசிய உணர்வுமே காரணம். தவிரவும் புவியியல் ரீதியில் குவைத் இராக்கின் பகுதிகளுள் ஒன்று என்பதில் யாருக்கும் எந்தக் கருத்து மாறுபாடும் இருக்கமுடியாது. அது ஒரு தனி தேசமானது, பிரிட்டனின் அபத்தமான முடிவு. இராக்கின் சுதந்தரத்தின்போது அவர்கள் இந்த மண்ணின் பாரம்பரியம் தெரியாமல் குவைத்தைப் பிரித்துத் தனி நாடாக்கிவிட்டார்கள். அதை நாங்கள் ஒருபோதும் ஏற்கமுடியாது!'

இதென்ன புதுக்கதை என்றெல்லாம் குழம்பவேண்டாம். எந்த தேசம், வேறெந்த தேசத்தை அபகரிக்க நினைத்தாலும் இதைத்தான் காவியத்துக்குப் பாயிரம்போல் சொல்லும். காஷ்மீர் விஷயத்தில் நாம் பார்க்காததா / பேசாததா?

இப்படியெல்லாம் பேசிக்கொண்டிருந்தபோதே இன்னொரு பக்கம் இதற்கு அமெரிக்கா என்னவிதமாக ரியாக்ட் செய்யப்போகிறது என்கிற ஆவலும் அவருக்கு இருந்தது. அவர் நிறைய எதிர்பார்த்தார். பணமாகவும் ஆயுதங்களாகவும் வேறு

பிற உபகரணங்களாகவும் உளவுத் துறை உதவிகளாகவும் இரான் யுத்தத்தின்போது கிடைத்ததைக் காட்டிலும் அமெரிக்காவின் தார்மீக ஆதரவு நிரந்தரமாக இருந்தால் போதும் என்று இப்போது அவருக்குத் தோன்றியது. குவைத்தைத் தாக்குவதற்குப் பெரிய உதவிகள் வேண்டியிருக்காது. ஒரு நாள் அல்லது இரண்டு நாள்களுக்குள் காரியத்தை முடித்துவிடலாம் என்றே அவர் நம்பினார்.

இராக்கின் படைகளை அவர் குவைத் எல்லையை நோக்கி நகர்த்த ஆரம்பித்தபோது, இராக்குக்கான அமெரிக்கத் தூதர், இராக்கின் வெளியுறவு அமைச்சகத்தைத் தொடர்புகொண்டு நிலவரம் குறித்து விசாரித்தார். படைகள் நகருகின்றனவா என்று கேட்டார். மேற்கொண்டு பல விவரங்களைக் கேட்டுக் குறித்துக்கொண்டு, அமெரிக்காவின் நிலை குறித்து மூன்று வரிகளில் எடுத்துச் சொன்னார்.

1. இராக்கின் யுத்தங்களைக் காட்டிலும் அதன் நட்பை அமெரிக்கா விரும்புகிறது.

2. இராக் மீதான பொருளாதாரப் போர் (அதாவது பொருளாதாரத் தடை) எதையும் மேற்கொள்ளும் உத்தேசம் அமெரிக்காவுக்கு இல்லை.

3. இந்த யுத்த நடவடிக்கை குறித்து அமெரிக்காவுக்குத் தற்சமயம் அபிப்பிராயம் ஏதுமில்லை. இதை இரு அரபு தேசங்களுக்கு இடையிலான பிரச்னை என்று மட்டுமே அமெரிக்கா பார்க்கிறது.

மேலோட்டமான பார்வையில் இந்த மூன்று வரிக் குறிப்புகள் பெரிதாக எதையும் உணர்த்துவதில்லை. கொஞ்சம் ஆழமாகப் பார்த்தால் இரண்டு அர்த்தங்கள் தெரியும்.

முதலாவது, இப்போதைக்கு இந்த விஷயத்தில் பட்டுக் கொள்ளாமல் இருக்க அமெரிக்கா விரும்புகிறது என்கிற அர்த்தம். இரண்டாவது, நீ என்ன வேண்டுமானாலும் செய்துகொள்; நான் கேட்கமாட்டேன் என்கிற ரகசிய சமிக்ஞை.

சதாமுக்கு என்ன போச்சு? அமெரிக்கா சொன்னதன் இரண்டாவது அர்த்தத்தையே தனக்குரியதாக எடுத்துக்கொண்டார்.

சந்தோஷமாகப் படையைக் கிளப்பிக்கொண்டு குவைத்தை நோக்கி நகர ஆரம்பித்தார்.

ஆனால் இராக்குக்கான அமெரிக்கத் தூதர் உதிர்த்த வரிகளுக்கு மேற்கண்ட முதல் அர்த்தம்தான் சரி. ஏனெனில் அமெரிக்காவின் இராக் தொடர்பான கொள்கைகளில் கணிசமான மாறுதல்கள் ஏற்படக்கூடும் என்பதற்கான அறிகுறிகள் இரான் யுத்த முடிவின்போதே தெரியத் தொடங்கிவிட்டன. அமெரிக்க அரசின் இரண்டு சபைகளும் இராக்கின் ரசாயன ஆயுதப் பிரயோகங்களை மிகக் கடுமையாக எதிர்த்துக்கொண்டிருந்தன. தவிரவும் இராக்கில் மீறப்படும் மனித உரிமைகள். கண்மூடித்தனமாக இராக்கை ஆதரிப்பதன்மூலம் வெகு சீக்கிரம் உலக அரங்கில் அமெரிக்க அரசு மிகப்பெரிய கண்டனத்துக்கு உள்ளாகும் என்று அமெரிக்க அதிபரின் ஆலோசகர்களே எச்சரித்துக்கொண்டிருந்தார்கள்.

அவர்களுக்கு சதாம் மீது நம்பிக்கை குறைந்துகொண்டிருந்தது. அவர் ஒரு சந்தர்ப்பவாதி என்று அமெரிக்க செனட்டர்கள் பலபேர் பல சமயங்களில் கருத்துத் தெரிவித்திருக்கிறார்கள். சி.ஐ.ஏ. அதிகாரிகளும் சதாமிடம் எச்சரிக்கை உணர்வுடன் கூடிய நட்பு கொள்வதே சிறந்தது என்று சொல்லியிருந்தார்கள்.

இவற்றையும், எண்ணெய் நாடுகளின் கூட்டமைப்பில் குவைத் அதிரடியாகத் தன் விலைக்குறைப்பை அறிவித்து, உற்பத்தியைப் பலமடங்கு பெருக்குவதையும் இணைத்து யோசிக்கத் தொடங்கியிருந்தார் அப்போதைய அமெரிக்க அதிபர் ஜார்ஜ் ஹெச். டபிள்யூ புஷ் என்கிற சீனியர் புஷ். தொடர்ந்து சதாமை ஆதரிப்பது உள்நாட்டில் கண்டனத்துக்குரிய ஒரு விஷயமாகவே இருக்கும் என்றுஅவருக்குத்தோன்றியது.ஆட்சிமட்டத்தில்மட்டுமல்லாமல், மக்கள் மத்தியிலும் அது குறித்த அதிருப்தி தோன்றியிருந்தது. உலகெங்குமிருந்து மனித உரிமை அமைப்புகள் இராக் அரசுக்கு எதிராக அப்போது எழுப்பிக்கொண்டிருந்த கோஷங்களே இதற்கு முக்கியக் காரணம். ஊருக்கொரு வாக்கெடுப்பு. தெருவுக்கொரு பேரணி. சதாம் ஒழிக. இராக்கின் அராஜகங்கள் ஒழிக.

ஆகவே, குவைத் யுத்தத்தைக் காரணம் காட்டி இராக்குடனான தொடர்புகளுக்கு ஓர் எல்லை வகுத்துவிடலாம் என்று அவர் தீர்மானித்தார்.

மிகப் பரிதாபகரமான முறையில் சதாமின் பொது அறிவுக் குறைபாடு வெளிப்பட்ட சந்தர்ப்பம் அது. அமெரிக்க அரசு இம்மாதிரியான ஒரு முடிவெடுக்கும் சாத்தியம் இருப்பதைக் கூட அவர் சிந்தித்திருக்கவில்லை. 1990ம் ஆண்டு ஆகஸ்ட் 2ம் தேதி இராக்கின் நான்கு மிகப்பெரிய படைப்பிரிவுகளும், சிறப்பு அதிரடிப் படை ஒன்றும் குவைத்துக்குள் ஊடுருவின.

அதே சமயம் குவைத் நகருக்கு நேர் மேலே பறந்து வந்த இராக் ஹெலிகாப்டர்களிலிருந்து இன்னொரு கமாண்டோ படைப்பிரிவு பேராசூட்களின் மூலம் இறக்கிவிடப்பட்டது. வேறொருபுறம், குவைத்தின் கடற்கரையோரம் விசைப்படகுகளிலிருந்தும் இராக் வீரர்கள் தாக்குதலுக்குத் தயாராக இறங்கிவந்தனர்.

தரைவழி வந்த படையினர் நேரே குவைத்தின் விமானத் தளங்களையும், ராணுவ விமானத் தளத்தையும் சுற்றி வளைத்துக் கைப்பற்றிக்கொண்டனர். ஹெலிகாப்டர்கள், தரைவழி வீரர்களுக்கு வழிகாட்டியபடி பறந்துகொண்டிருந்தன. ஏவுகணைகளையும் ரெகுலர் குண்டுகளையும் அவர்கள் சரமாரியாகப் பிரயோகித்தார்கள். தகவல் தொடர்பு மையங்களும் விமான நிலையங்கள், பேருந்து நிலையங்கள் போன்ற போக்குவரத்து மையங்களும், அரசாங்கக் கட்டடங்களுமே இராக்கின் முதன்மை இலக்காக இருந்தது.

குவைத்தின் ராணுவம் குறித்துச் சொல்லவேண்டும். அந்நாட்டின் அரசியல் சாசனத்தின்படி மன்னர்தான் படைகளின் தளபதி. ஆனால் மன்னரா யுத்த களத்துக்கு வரமுடியும்? ஆகவே ராணுவ அமைச்சரின் ஆலோசனைகளின்படி ராணுவ ஜென்ரல் வழி நடத்தவேண்டும் என்பது விதி.

பெரிய ராணுவமில்லை அது. பதினாறாயிரம் வீரர்களை மட்டுமே பிரதானமாகக் கொண்டிருந்த மிகச்சிறியதொரு படைப்பிரிவுதான். ஆனால் அழகாக வியூகம் வகுக்கத் தெரிந்தவர்கள். நவீன ஆயுதங்கள் வைத்திருந்தார்கள்.

இதெல்லாம் இருந்தும் இராக்கின் ராட்சச ராணுவ பலத்தை அவர்களால் சமாளிக்க முடியாமல் போனது இயல்பானதே. தங்களால் இயன்றவரை தற்காப்புத் தாக்குதல் நடத்தினார்கள். உயிரைக் கொடுத்துப் போரிட்டார்கள்.

ஆனால் இராக்கிய வீரர்கள், குவைத் ராணுவத்தின் சமநிலையைக் குலைக்கும் வண்ணம் அவர்களின் போர்விமானங்களை ஒன்றுவிடாமல் தேடி அழிப்பதிலேயே குறியாக இருந்தார்கள். விமானங்களைக் காப்பாற்றுவதற்காக அவர்கள் தங்கள் போர்க்கப்பல்களைத் தயார் நிலையில் வைத்து, அங்கே கொண்டுபோய்விமானங்களைப்திரப்படுத்த, ஏற்கெனவேகடல் வழியே வந்து காத்திருந்த இராக் ராணுவப் பிரிவு ஒன்று, சற்றும் எதிர்பாராமல் குவைத்தின் போர்க்கப்பல்களையும் குண்டு வீசித் தாக்கத்தொடங்கியது. விமானங்களைக்காப்பதற்கானமுயற்சியில் அவர்கள் சில போர்க்கப்பல்களையும் இழுக்கவேண்டியதானது.

அதை ஒரு முழுமையான யுத்தம் என்றே சொல்லமுடியாது. மிகச் சிறிய தேசமான குவைத் முழுவதும் இராக் தன் ராணுவத்தால் நிரப்பி, அத்தனை கட்டடங்களையும் நகரங்களையும் புறநகர்ப்பகுதிகளையும் ஆக்கிரமித்துக்கொண்டு, யுத்தத்தில் வென்றுவிட்டதாக அறிவித்தது.

அறிவித்தவர் சதாம். மிகவும் சந்தோஷமாக, உற்சாகமாக அவர் குவைத் மக்களுக்கு விடுத்த செய்தி : ‹இனி நீங்கள் முன்னைக் காட்டிலும் வளமையாக வாழலாம். இப்போது நீங்கள் தாய்நாட்டுடன் இணைந்துவிட்டீர்கள்!›

உடனடியாக அவர் குவைத்தின் வரைபடத்தை எடுத்து வைத்துக்கொண்டு அந்த நிலப்பரப்பை இரண்டு பாகங்களாகப் பிரித்தார். ஒரு பாகத்தை இராக்கின் தெற்கு எல்லை மாகாணமான பஸ்ராவின் ஒரு பகுதியாக இணைத்து, இன்னொன்றைத் தனி மாகாணமாகக் குறிப்பிட்டு ‹நாட்டு மக்களுக்கு›த் தெரிவித்தார்.

அமெரிக்க அதிபர் சீறி எழுந்து இந்த ஆக்கிரமிப்பு நடவடிக்கையைப் புதிய அதிர்ச்சியுடன் கண்டித்தார். குவைத்துடன் பல்லாண்டுகாலமாக நல்லுறவு பேணி வந்திருக்கும் பிரிட்டன் சிலிர்த்துக்கொண்டு, சீற்றமுடன் சதாமைக் கண்டித்தது. யாரும் எதிர்பாராத நிலையில் சோவியத் யூனியனும் சதாமின் நடவடிக்கையில் அதிருப்தி தெரிவித்து அறிக்கை விடுத்தது.

இவர்களெல்லாம் இப்படிச் செய்யும்போது ஐக்கியநாடுகள் சபை சும்மா இருப்பது சரியாக இருக்காது. ஆகவே இராக் மீது

உடனடிப் பொருளாதாரத் தடைகளை விதித்தார்கள். உலகெங்கும் எந்தெந்த வங்கிகளில் இராக்குக்குக் கணக்கு இருக்கிறதோ, அந்த வங்கிக் கணக்கையெல்லாம் முடக்க உத்தரவிடப்பட்டது. இராக்குக்கு யாரும் ஆயுத சப்ளை செய்யக்கூடாது என்று அனைத்து தேசங்களுக்கும் சுற்றறிக்கை அனுப்பப்பட்டது. ஆயுதம் மட்டுமல்ல. வெறும் காகிதத் தொடர்பு கூடக் கூடாது.

மட்டுமல்லாமல், நிபந்தனையற்று குவைத்தைவிட்டு வெளியேற வேண்டும் என்றும் உத்தரவிடப்பட்டது.

ஏழு மாதங்கள் அவகாசம் கொடுத்திருந்தார்கள். ஐ.நாவின் பாதுகாப்பு கவுன்சில் கொடுத்திருந்த அவகாசம் அது.

அடேயப்பா! ஏழு மாதங்கள். உடனே கிளம்பி ஊர் போய்ச் சேர சதாம் என்ன சராசரியா?

ஏழு மாதங்கள் குவைத்தில் உட்கார்ந்து சாப்பிட்டார். அதன் பிறகு ஆக்ரோஷமாக ஒரு சொற்பொழிவாற்றினார். அந்தச் சொற்பொழிவிலிருந்துதான் மத்தியக் கிழக்கின் எண்ணெய் பற்றி எரியத் தொடங்கியது.

14 வீர உரை

சதாமின் கணக்கு சராசரிகளால் புரிந்துகொள்ள முடியாதபடிதான் எப்போதும் இருக்கும். குவைத் யுத்தத்தின்போது அமெரிக்காவும் அதன் தோழமை தேசங்களும் ஐ.நாவும் வரிந்துகட்டிக்கொண்டு இராக்குக்கு எதிராக அணி திரண்டபோதும் அவர் ஒரு கணக்குப் போட்டார். ராணுவக் கணக்கல்ல. இது ராஜதந்திரக் கணக்கு.

ஐ.நா. நுழைந்துவிட்டது. இனிமேல் என்னதான் ராணுவ நடவடிக்கை எடுத்தாலும் உளுத்தம்பருப்பு வேகாது. சரி, ஒரு கல் விட்டுப் பார்ப்போம். விழுந்தால் மாங்காய், போனால் கல் என்று நினைத்துத்தான் அவர் அந்த சொற்பொழிவை ஆற்றினார். வெறும் சொற்பொழிவல்ல. உள்ளுக்குள் ஆயிரம் அணுகுண்டுகளை ஒளித்துவைத்து வீசிய சொல்பாம்.

சதாம் பேசியதன் சாரம் இதுதான்:

'நான் செய்தது ஆக்கிரமிப்பு என்றால் பாலஸ்தீனத்தில் இஸ்ரேல் செய்திருப்பதன் பெயரென்ன? அவர்களைப் பாலஸ்தீனிலிருந்து வெளியேறச் சொல்லுங்கள். நான் குவைத்திலிருந்து வெளியேறுகிறேன். சிரியாவின் கோலன் குன்றுகளை அவர்கள் அநியாயமாக அபகரித்திருப்பதைப் பார்த்துக்கொண்டு சும்மாதானே இருக்கிறீர்கள்? அப்போது எங்கே போனது உங்கள் பொருளாதாரத்தடைகள்? யுத்த அச்சுறுத்தல்கள்? என்இனிய இராக் மக்களே, இராக்குடன் இணைந்திருக்கும் குவைத் வாசிகளே! நாம் சபிக்கப்பட்டிருக்கிறோம். நமது அரபு சமூகத்துக்குள்ளேயே சில புல்லுருவி தேசங்கள் இஸ்ரேலை ஆதரிக்கும் அமெரிக்காவுக்கு வால் பிடிக்கின்றன. அவர்கள் பிய்த்துப்போடும் ரொட்டித் துண்டுக்காக வாலாட்டுகின்றன.

இதோ, இந்த சதாம் நெஞ்சு நிமிர்த்தி நிற்கிறான். எங்கே, அமெரிக்கக் குண்டுகள் வந்து துளைக்கட்டும் பார்க்கலாம்! இறந்தாலும் நான் சுத்த அரேபியனாக இறப்பேன். இராக்குக்கு அமெரிக்க உறவு இருந்ததில்லையா என்று கேட்பீர்கள். அது நான் கேட்டு, வந்து ஒட்டிக்கொண்ட உறவல்ல. நமது எண்ணெய்க்காக அலைந்துகொண்டு அவர்களாக வந்து நின்று கையேந்தியபோது

இல்லை என்று சொல்லாமல் கொடுத்தது மட்டும்தான் நான் செய்த தவறு.›

தன்னுடைய நியாயங்களை உலகப்பொதுவான நியாயங்களாக முன்னிறுத்துவதில் சதாம் ஒரு விற்பன்னர். படிப்பறிவில்லாத இராக்கின் ஏழை எளிய மக்களுக்கு அந்த வீராவேசப் பேச்சு மட்டுமே பெரும்பாலும் போதுமானது. சதாமின் ஒரு பேச்சைக் கேட்டுவிட்டு வரும் எந்த இராக்கியரும் அவரைத் தவிர மற்ற அனைவரும் அயோக்கியர்கள் என்று நினைப்பது சுலப சாத்தியமானது.

அவர் தம் மக்கள் யோசிக்காதிருக்க வேண்டும் என்று மிகவும் விரும்பினார். அதற்காகத்தான் அவர் பாடுபட்டார். அடுத்தடுத்த யுத்தங்கள், அதிரடி நடவடிக்கைகள், ஆவேசப் பேச்சுகள் இதெல்லாமே அவரது கருவிகள். பதவி வண்டி பழுதாகாமல் இருக்கவேண்டும். அவ்வளவுதான்.

குவைத்தைத் தாம் ஆக்கிரமித்ததுடன் இஸ்ரேல் விவகாரத்தை முடிச்சுப் போட்டு சதாம் பேசிய பேச்சு மத்தியக் கிழக்கில் மிகப்பெரிய சலசலப்பை உண்டாக்கியதை ஒப்புக்கொள்ளத்தான் வேண்டும். உடனடியாக அரபு தேசியவாதத்தின் மீது படிந்திருந்த தூசு தட்டப்பட்டு, ஒட்டை அடிக்கப்பட்டது. அரபு தேசங்கள் சரசரவென்று நான் இந்தக் கட்சி, நீ அந்தக் கட்சி என்று தம் நிலையை, விசுவாசங்களை வெளிக்காட்டியாகவேண்டிய அவசியம் உண்டாகிவிட்டது.

ஏனெனில் சதாம், தலைவர்களிடம் பேசவில்லை. மக்களிடம் பேசினார். இராக்கில் - பாக்தாத்தில் இருந்தபடி அவர் பேசினாலும் ஒட்டுமொத்த அரேபியர்களுக்கு விடுக்கும் செய்தியாகத்தான் அவரது பேச்சு அமைந்தது.

அமெரிக்கக் கூட்டணி தேசங்கள் மிகவும் எரிச்சலடைந்தன. சதாம் பிரச்னையை திசை திருப்புகிறார். குவைத் விவகாரத்துக்கும் பாலஸ்தீன் பிரச்னைக்கும் எவ்வித சம்பந்தமும் இல்லை. சதாம்தான் செயலுக்குரிய விலையைக் கொடுத்தே தீரவேண்டும். குவைத்தை விட்டு வெளியேற முடியுமா, முடியாதா?

காட்டமாகக் கேட்டார்கள்.

சதாம் கண்டுகொள்ளவில்லை. ஏழு மாதங்கள் இருந்த இடத்தைவிட்டு அசையாமல் குவைத்தைப் பிடித்த பிடியை நழுவ விடாமல் அப்படியேதான் இருந்தார். ஐ.நா. விதித்திருந்த காலக்கெடு முடிவடைந்ததும், இனி என்ன, யுத்தம்தானே, சரி பார்த்துக்கொள்ளலாமென்று சொல்லிவிட்டார்!

அப்படியொரு தருணத்துக்காகத்தான் அமெரிக்காவும் காத்திருந்தது. எப்படி குவைத் யுத்தத்துக்கான காரணமாக சதாம் ருமெலா எண்ணெய் வயல்களை அபத்தமாகச் சுட்டிக் காட்டினாரோ, அதே மாதிரி குவைத்துக்கு அடுத்தபடியாக நீதான் என்று சவூதி அரேபியாவை அபத்தமாக அச்சுறுத்த முடிவு செய்தார் அமெரிக்க அதிபர்.

இராக்குக்கு எதிராகப் படைதிரட்டிக்கொண்டு வந்த அமெரிக்காவுடன் பிரிட்டன், பிரான்ஸ் தொடங்கி இருபது தேசங்களின் படைகள் இணைந்துகொண்டன.

இங்கேதான் யோசிக்கவேண்டும். குவைத்தைக் கைப்பற்றிய வேகத்தில் அந்நாட்டின் மூலை முடுக்கெல்லாம் இராக்கின் படைகள் சென்று நிறைந்துவிட்டிருந்தது உண்மையே. ஆனால் அங்கிருந்து நேராக சவூதி அரேபியாவுக்குப் புறப்படும் உத்தேசத்துடன் தான் அவர்கள் எல்லையில் குவிந்திருக்கிறார்கள் என்று அமெரிக்கா அப்போது சொன்னது உண்மையா?

என்றால், தயங்கித்தான் ஆகவேண்டும். பல்லாயிரக்கணக்கான வீரர்களும் ராணுவ டாங்குகளும் சவூதி எல்லையில் குவிந்துவிட்டன. எந்தக் கணத்திலும் இராக் சவூதியைத் தாக்கத் தொடங்கிவிடும் என்றது அமெரிக்கா. குவைத் எல்லையோரம் இருக்கும் சவூதியின் 'ஹமா' என்கிற எண்ணெய்க் கிணறுகள்தான் முதல் இலக்கு என்றும் சுட்டிக்காட்டினார்கள்.

என்ன சாட்சி?

எங்கள் சாட்டிலைட் புகைப்படங்கள்தான் என்று சொல்லி எதையோ எடுத்துக் காட்டினார்கள்.

மத்தியக் கிழக்கின் மிகப்பெரிய எண்ணெய் உற்பத்திக் கேந்திரங்களுள் ஒன்று சவூதி அரேபியா. நிலப்பரப்பில், மனித

வளத்தில், எண்ணெய் உற்பத்தியில், ஏற்றுமதியில், மேற்குலக நல்லுறவில் இன்னும் பல விஷயங்களில் குறிப்பிடத்தகுந்த சாதனைகள் படைத்த தேசம்.

மத்தியக் கிழக்கின் நிகரற்ற தாதா ஆகிவிடுவது என்று சதாம் முடிவு செய்துவிட்ட பட்சத்தில் குவைத்துக்கு அடுத்தபடியாக அவரது குறி சஊதியாகத்தான் இருக்கவேண்டும் என்று அனைவருமே நினைத்தார்கள். தவிரவும் குவைத் மீதான அவரது ஆக்கிரமிப்பு முயற்சி மிகக் குறுகிய காலத்தில் வெற்றி பெற்றுவிட்டதும் பிற தேசங்களுக்கு அச்சமூட்டிக்கொண்டிருந்தன.

இந்த அச்சத்தைத்தான் தனது ஆயுதமாக்கிக்கொண்டது அமெரிக்கா. சதாம் முடிவு செய்துவிட்டார். அடுத்த இலக்கு சஊதி அரேபியாதான். இதோ சாட்டிலைட் படங்கள். அதோ சதாம் என்று ஒரு ஒரங்க நாடகத்தையே நடத்திக் காட்டினார் அமெரிக்க அதிபர் சீனியர் புஷ்.

உலகம் அதை நம்புவதற்குப் போதிய காரணங்களும் இருந்தன. முதலாவது, குவைத்தைப் போலவே இரான் யுத்தத்துக்காக சஊதியிடமும் சதாம் கடன் வாங்கியிருந்தார். இருபத்தியாறு பில்லியன் டாலர்கள். தவிரவும் சஊதியின் மிக நீண்ட வட கிழக்கு எல்லைப் பிரதேசத்தில் எல்லைக்கோட்டுக் குளறுபடிகளும் இருந்தன. அது உபயோகமில்லாத வெறும் பாலை நிலப்பரப்புதான் என்ற போதிலும், எல்லைக்கு அப்பால் இருப்பது இராக் என்கிறபடியால் அதையும் கணக்கில் எடுத்துக்கொண்டாக வேண்டியிருந்தது.

இதற்கெல்லாம் அப்பால் இன்னொரு காரணமும் இருந்தது. சதாமே உருவாக்கிக்கொடுத்த காரணம். குவைத் வெற்றிக்குப் பிறகு அவர் எப்படி குவைத்தின் மன்னரைத் தாக்கிப் பேசினாரோ, அதே மாதிரி சஊதி அரேபிய மன்னரையும் அந்தக் காலகட்டத்தில் கடுமையாகத் தாக்கியும் விமரிசித்தும் பேசிக்கொண்டிருந்தார்.

சதாம் ஒருவரைத் தூக்குவதற்கு வேண்டுமானால் காரணமில்லாமல் இருக்குமே தவிர தாக்குவதற்கு அவசியம் காரணம் இருந்தே தீரும் என்று மத்தியக் கிழக்கில் வசித்துவந்த அத்தனை ஜீவ ஜந்துக்களும் நம்பின. இஸ்லாமியர்களின் புனிதத் தலங்களான மெக்காவையும்

மெதினாவையும் அமெரிக்க அடிவருடி சவூதி அரேபிய அரசாங்கம் கட்டுப்பாட்டில் வைத்திருப்பதைக் குறித்தும் சதாம் கண்டித்தார்.

திடீரென்று அவரது சொற்பொழிவுகளிலும் அறிக்கைகளிலும் ‹இறைவனே பெருந்தலைவன், அவனே சிறந்தவன்› என்னும் வசனம் இடம்பெற்றது. அதற்குமுன் மருந்துக்கும் கடவுள் துணை தேடியிராத சதாம். கொஞ்சம் கவனித்துப் பார்த்தவர்களுக்கு இன்னொரு வியப்பையும் சதாம் வைத்திருந்தார். இராக்கின் தேசியக் கொடியிலும் ‹அல்லாஹு அக்பர்› என்கிற வாசகம் புதிதாக இடம்பெற்றிருந்தது!

இஸ்லாமிய சகோதரத்துவ சித்தாந்தத்தைச் சொல்லிக்கூப்பிட்டால் யுத்த காலத்தில் மத்தியக் கிழக்கின் போராளி அமைப்புகளும், தீவிர மனோபாவம் கொண்ட இளைஞர் படையும் தம்மை ஆதரிக்கும் என்கிற கணக்கிலேயே அவர் இதையெல்லாம் செய்திருந்தார்.

இந்த எல்லாவற்றையும் ஒன்று சேர்த்து யோசிக்கும்போது, சதாம் அவசியம் குவைத்துக்கு அடுத்தபடி சவூதியைத் தாக்கவே செய்வார் என்றே தோன்றும். அதைத்தான் அமெரிக்கா பயன்படுத்திக்கொண்டது. ஏதோ ஒரு சாட்டிலைட் படத்தைக் காட்டி நம்பவும் வைத்தார்கள்.

உண்மையில் சதாம் அப்படியான படைக்குவிப்பு நடவடிக்கை எதையும் அப்போது மேற்கொண்டிருக்கவில்லை. குவைத்தைத் தக்கவைத்துக்கொள்வது எப்படி, அமெரிக்கா மோத வந்தால் சமாளிப்பது எப்படி என்றும் மட்டும்தான் சிந்தித்துக்கொண்டிருந்தார்.

இதனை, செயிண்ட் பீட்டர்ஸ்பர்க்டைம்ஸ் என்னும் பத்திரிகையின் புலனாய்வுச் செய்தியாளரான ஜீன் ஹெல்லர் (Jean Heller) என்கிற பெண்மணி ஆதாரபூர்வமாகவே நிரூபித்தார்.

சாட்டிலைட் படத்தைக் காட்டித்தானே அமெரிக்கா கதை சொல்கிறது? நானும் அதே சாட்டிலைட் படத்தைப் பெற்று உண்மையைக் காட்டுகிறேன் பார் என்று களமிறங்கிய அவர், மூவாயிரம் டாலர் செலவு செய்து, சோயுஸ் கர்டா (Soyuz Karta) என்கிற ஒரு தனியார் - வர்த்தக சாட்டிலைட் நிறுவனத்துடன் பேசி சவூதி - குவைத் எல்லைப் பகுதிகளைப் படம்பிடிக்கச் சொல்லி வாங்கிப் பிரசுரித்தார்.

பெரிய பரபரப்பாகிவிட்டது. பல வல்லுநர்கள், அந்த சாட்டிலைட் படங்களை வாங்கிப் பரிசோதித்தார்கள். அது பொய் என்று சொல்வதற்கான ஆதாரமேதும் இல்லை.

அப்படியானால் புஷ் சொன்னதுதான் பொய்யா?

சந்தேகமே இல்லை. பொய்தான். ஓர் அரசியல்வாதியின் படம்காட்டும் நடவடிக்கைக்கும், பத்திரிகையாளர் படம் காட்டுவதற்கும் வித்தியாசம் அவசியம் இருந்தே தீரும். துல்லியத்திலும் தகவல் ஒழுங்கிலும் அக்கறை கொண்ட பத்திரிகையாளர்.

சதாம் புளகாங்கிதமடைந்துவிட்டார். ஆனால் துரதிருஷ்டவசமாக, மத்தியக் கிழக்கு மக்கள் அப்போது இந்த போட்டோக்களையெல்லாம் பெரிய விஷயமாகக் கருதவேயில்லை. எப்படி இருந்தாலும் அமெரிக்கா படை திரட்டிக் கொண்டு வரப் போகிறது. இந்தப் போட்டோக்களா அதைத் தடுத்துவிடும்?

1990ம் ஆண்டு செப்டெம்பர் 11ம் தேதி ஜார்ஜ் புஷ் பேசினார். "சஊதி அரேபியாவுடன் அமெரிக்காவுக்கு நீண்டகால நட்பு உண்டு. அந்த நட்புக்கு நாங்கள் நியாயம் செய்ய விரும்புக்கிறோம். கடந்த மூன்று தினங்களில் ஒரு லட்சத்தி இருபதாயிரம் இராக்கியத் துருப்புகள் குவைத்துக்குள் புகுந்து, தெற்குத் திசையில் சஊதி எல்லையை நோக்கிச் சுமார் 850 ராணுவ டாங்குகளுடன் நகர்ந்துகொண்டிருக்கின்றன. அபாயம் துல்லியமாகத் தெரிகிறது. சஊதி அரேபியாவை இராக்கிடமிருந்து காப்பாற்ற நாங்கள் முடிவு செய்திருக்கிறோம். "

அமெரிக்காவின் உள்துறைச் செயலாளர் ஜேம்ஸ் பேக்கர் (*James Baker*), யுத்தத்தில் பங்கெடுக்கத் தங்கள் தோழமை தேசங்கள் அனைத்தையும் அழைத்தார். பிரிட்டன் ஓடி வந்தது. சஊதி அரேபியா, நான் இல்லாமலா என்று வரிந்துகட்டிக்கொண்டது. ஐக்கிய அரபு எமிரேட்ஸ், எகிப்து, ஜோர்தன், கத்தார், மொராக்கோ என்று பல முஸ்லிம் நாடுகள் வேகவேகமாக முன்வரிசைக்கு வந்து நின்றுகொண்டன. பிரான்ஸ், ஜெர்மனி, கிரீஸ், ஹங்கேரி, நெதர்லாந்து, இத்தாலி, நார்வே போன்ற ஐரோப்பிய நாடுகளும்

சேர்ந்துகொண்டன. அர்ஜண்டைனா, நைஜர் என்று அக்கம்பக்கத்து கண்டங்களிலிருந்தும், ஆப்கனிஸ்தான், பாகிஸ்தான், பங்களாதேஷ் என ஆசியாவின் கிழக்குப் பகுதிகளிலிருந்தும் ஆதரவு பெருகியது. ஆஸ்திரேலியா வந்தது. கனடா வந்தது. அகிலமே வந்தது. அண்டார்டிகா தவிர. அங்கே அரசோ, ராணுவமோ இல்லாத காரணத்தால்.

இந்த தேசங்களில் சிலவற்றுக்குக் கொஞ்சம் அபிப்பிராய பேதம் இருந்தது உண்மை. இது அரபு தேசங்கள் இரண்டினிற்கிடையில் நடைபெறும் யுத்தம். இதில் தாங்கள் தலையிடத்தான் வேண்டுமா என்கிற சந்தேகம்.

ஆனால் அமெரிக்கா, சதாமின் ஆட்சியை ஒரு சர்வதேச அச்சுறுத்தலாக முன்னிறுத்தியது. அவரை ஆட்சியாளர் என்னும் பெயரில் உலவும் பயங்கரவாதி என்று சித்திரித்தது. தவிரவும் மத்தியக் கிழக்கு தேசங்களுக்கு இடையில் ஏற்படும் இம்மாதிரியான உரசல்கள் பற்றிக்கொண்டு பெரிதானால் அது உலகப் பொருளாதாரத்தை எப்படியெல்லாம் பாதிக்கும் என்று தேசம் தேசமாகச் சொற்பொழிவாற்ற அமெரிக்கப் பேராசிரியர்கள் அனுப்பப்பட்டார்கள். மூன்றாவதாக ஓர் உலக யுத்தம் ஏற்படுவதைத் தவிர்க்க வேண்டுமென்றால் சதாமின் ஆட்சி போன்ற அராஜகங்களை ஆதியிலேயே ஒழித்துவிடுவதுதான் நல்லது என்றும் சொல்லப்பட்டது.

இந்த நடவடிக்கைகளெல்லாம் மத்தியக் கிழக்கின் எண்ணெய் வளத்தை மொத்தமாகச் சுருட்டி அபகரிக்க அமெரிக்கா மேற்கொள்ளும் முயற்சி என்பதை மட்டும் எல்லோருமே அப்போது யோசிக்க மறந்திருந்தார்கள்!

15. மன்னரின் கணக்கும்
மற்றவர் கணக்கும்

எண்ணெய்க் கதையில் இந்தப் பகுதி வெகு முக்கியம். சவூதி அரேபியாவுக்குள் அமெரிக்கா நுழைந்த காண்டம். அதனால்தான் சற்று சாவகாசமாக விவரிக்கவேண்டியிருக்கிறது.

சதாம் ஹுசைன் குவைத்தில் கால் வைத்த சமயத்தில் சவூதி அரேபியாவின் மன்னராக இருந்தவர் ஃபாத் [King Fahd]. இயல்பாகவே அவருக்குச் சற்று அச்சம் இருந்திருக்கலாம். அமெரிக்காகொஞ்சம்ஊதிமந்திரித்ததும்வேலைசெய்திருக்கலாம். என்ன இப்போது? ஒரு பாதுகாப்புக்கு அமெரிக்கா வருகிறேன் என்கிறது. அதுவும் தனியாகவா வருகிறது? முப்பத்தைந்து தேசத்துப் படைகள் வரப்போகின்றன. இராக்கை நிச்சயம் கபளீகரம் செய்யத்தான் போகிறார்கள். நாம் சொல்லியோ, யார் சொல்லியோ கேட்கிற ஜாதி இல்லை அவர்கள்.

எனவே இங்கு வந்து இறங்கி வாட்ச்மேன் உத்தியோகம் பார்ப்பதில் பிழையேதுமில்லை. தவிரவும் விஷயம் எண்ணெய் சம்பந்தப்பட்டது. குவைத்தில் என்ன நடந்தது? அமெரிக்கப் படைகள் வரும் என்று ஆருடம் சொல்லப்பட்டதுமே சதாமின் படைகள் அங்கிருந்த எல்லா எண்ணெய்க் கிணறுகளிலும் பீடி கொளுத்திப் போட்டுவிட்டார்கள். ஜெகஜ்ஜோதியாக எத்தனை பேர் வயிறுகள் எரிந்தன? எத்தனை லட்சம், கோடிகள்!

எண்ணெய்க் கிணறில் தீயைப் போடுபவன் நாசமாய்ப் போவான். சோறு போடும் தாயை உதைப்பது போலல்லவா அது? சதாம் அபாயகரமானவர். நாளைக்கேஅமெரிக்காசொல்வதுபோல்அவர் சவூதி கிணறுகளையும் குறிவைக்கலாம். வைக்காவிட்டாலும் என்ன கெட்டுவிடப்போகிறது? கூடுதலாக ஒரு பாதுகாப்பு. எனவே, அமெரிக்காவுக்கு நல்வரவு.

இந்த முடிவை அவர் எடுத்த கணம் சாத்தான்களால் உடனே ஆசீர்வதிக்கப்பட்டது. ஒரு வரியில் சொல்லிவிடலாம். மத்தியக் கிழக்கில் யாருமே இதனை மனதார விரும்பவில்லை. சிலர் சொன்னார்கள். பலர்முணுமுணுத்தார்கள். மிகப்பலர்மனத்துக்குள்

குமுறினார்கள். மன்னரை எதிர்த்து என்ன செய்துவிட முடியும்?

இங்கேதான் மதம் குறுக்கே வருகிறது. சவூதி அரேபியாவின் புனிதத் தலங்கள் நினைவுக்கு வருகின்றன. மெக்காவும் மதினாவும். கையோடு அமெரிக்காவின் இஸ்லாம் விரோத சுபாவமும் நினைவுக்கு வந்துவிட வேண்டும். ம.கிழக்கர்களைப் பொறுத்த அளவில் அமெரிக்கா என்பது ஒரு காஃபிர் தேசம். பூட்ஸ் கால்களுடன் அமெரிக்க சோல்ஜர்கள் மெக்கா வீதிகளில் பரேடு நடத்தினால் எப்படிப் பார்த்துக்கொண்டிருக்க முடியும்?

அது நம்பிக்கைசம்பந்தப்பட்டது. உணர்வுபூர்வமானது. ஒரு திடீர்ப் பதற்றத்தைத் தோற்றுவித்தது என்பதை மறுக்கவே இயலாது.

இது பிரச்னையாகும் என்று மன்னருக்குத் தோன்றியிருக்க வேண்டும். ஆனாலும் பரவாயில்லை என்று அவர் கருதியதற்குப் பொருளாதாரக் காரணங்கள் தவிர வேறெதுவும் இருந்திருக்க நியாயமில்லை. அமெரிக்காவுடனான வர்த்தக உறவு என்பது சவூதி அரேபியப் பொருளாதாரத்தில் மிக முக்கியமானதொரு அம்சம். சவூதியின் அநேகமாக அனைத்துக் கிணறுகளிலும் அமெரிக்க இயந்திரங்கள்தான் இறங்குகின்றன. அன்றுமுதல் இன்றுவரை. தடையற்ற வர்த்தகம். நிகரற்ற வருமானம். தவிரவும் அந்த தேசத்தின் பளபளப்புக்குப் பின்னால் அமெரிக்க சாயப்பூச்சுகள் நிறையவே உண்டு. மேற்கத்திய வாழ்க்கை முறைதான் அங்கே முடியாதே தவிர மேற்கத்திய மனோபாவத்துக்குத் தடைபோட இயலாது.

இதையல்ல; எதையும் கலைத்துப்போட விரும்பாத காரணத்தினால்தான் மன்னர் அமெரிக்கப் படைகளுக்கு அனுமதியளித்தார். சதாம் என்கிற உடனடி பயம் ஒரு முகாந்திரம் மட்டுமே. அமெரிக்காவுடனான நீடித்த நல்லுறவு என்பது அவருக்கு அத்தனை முக்கியமாக இருந்தது.

யார் கேட்கமுடியும்? ஆனாலும் ஒருவர் கேட்டார். அவர் பெயர் ஒசாமா பின்லேடன்.

சவூதி மன்னர் குடும்பத்துடன் மிக நெருங்கிய தொடர்பில் இருந்தவர். ஒசாமாவின் தந்தையும் சவூதி மன்னரும் ஜிகிரி தோஸ்துகள். மெக்கா - மெதினா புனிதத் தலங்களை மராமத்து

செய்து பழமை மாறாமல் புதுமை சேர்த்துக் கொடுத்ததே லேடன் க்ரூப் கட்டுமான கம்பெனிதான். சவூதியில் அவர்கள் எல் அண்ட் டி மாதிரி ஒரு பெரிய கட்டுமான கம்பெனியாளர்கள்.

ஒசாமாவின் தந்தை இறந்ததும் அவரது அரை சதத்துக்கும் மேற்பட்ட வாரிசுகளுக்கிடையே சிக்கல் ஏற்படாமல் சொத்தைப் பிரித்துக் கொடுத்ததும் மன்னர் ஆலோசனையின்பேரில் இயங்கிய குழுதான்.

அந்த உரிமையில்தான் ஒசாமா அவரிடம் போய்க் கேட்டார். எதற்கு அமெரிக்காவுக்கு இடம் கொடுக்கிறீர்கள்? இது வம்பை விலை கொடுத்து வாங்குவது போலாச்சே?

அதெல்லாம் உனக்குத் தெரியாது, நீ சும்மா இரு என்று சொல்லி விட்டார் மன்னர் ஃபாத். சதாம் மீது தனக்கிருந்த அச்சத்தை அப்போது அவர் ஒசாமாவிடம் வெளிப்படுத்தியிருக்கிறார். நிச்சயம் சவூதி அரேபியாவுக்கு அவரால் ஆபத்து.

'நீங்கள் அச்சப்படவேண்டாம், என்னிடம் ஒரு படையுண்டு. ஆப்கனிஸ்தானில் சோவியத் படைகளையே துரத்தியடித்த வீரர்களுண்டு. சதாம் பிரச்னை செய்தால் நான் வந்து பார்த்துக்கொள்கிறேன், தயவுசெய்து அமெரிக்கா மட்டும் வேண்டாம்' என்றார் ஒசாமா. இதையெல்லாம் டாலர் தேசம் தொடங்கி முன்னர் பல இடங்களில் படித்திருக்கிறோம். நினைவிருக்கும்.

விஷயம் என்னவென்றால் சவூதியின் எண்ணெய்ப் பொருளாதாரம் குறித்து மன்னருக்குத் தெரிந்ததைக் காட்டிலும் ஒசாமாவுக்கு அதிகம் தெரியும் என்பதுதான்.

ஒசாமாவின் குடும்பத்துக்கு எண்ணெய்த் தொழிலில் தொடர்பு கிடையாது. அவர்கள் மானஸ்தர்கள் மற்றும் கட்டுமானஸ்தர்கள் மட்டுமே. ஆனால் சொத்து பிரிக்கப்பட்டபோது ஒசாமாவும் அவரது ஒன்று, இரண்டு, மூன்று, நான்கு தொடங்கி, ஐம்பது விட்ட சகோதரர்கள் வரை பல பேர்- பல குடும்பங்கள் பல எண்ணெய் நிறுவனங்களில் முதலீடு செய்திருந்தார்கள். நேரடி முதலீடுகளும் உண்டு, மறைமுக முதலீடுகளும் உண்டு.

மற்றவர்களுக்கெல்லாம் அது ஒன்றுதான் கவலை. ஒசாமாவுக்கு அதுவும் ஒரு கவலை. அவரது பிரதான கவலை அமெரிக்கா

நுழைந்த தேசம் என்ன ஆகப்போகிறதோ என்பது. ஆப்கன் யுத்த சமயத்தில் அவருக்கு அமெரிக்காவின் விஸ்வரூப தரிசனம் கிடைத்திருந்ததுதான் காரணம். போராடி சோவியத்தை விரட்டியடித்தது முஜாஹிதின்கள். ஆனால் செய்தது தான் தான் என்று மார்தட்டிக்கொண்டது அமெரிக்கா. காசு கொடுத்த ஒரே காரணம். ஒசாமா வரைக்கும் அந்தக் காலகட்டத்தில் ஆப்கனிஸ்தானில் இருந்த அத்தனை போராளி இயக்கத்தினரும் அமெரிக்க உளவுத்துறையிடம் காசு வாங்கியிருக்கிறார்கள். இதில் சந்தேகமே இல்லை. சில இயக்கங்களுக்குப் பணம். சிலருக்கு ஆயுதங்கள். வேறு பல உதவிகள். ஆனால் உதவி பெறாதோர் என்று ஒரினம் இல்லை.

யுத்தபூமியில் உதவுகிறவர்களெல்லாம் நண்பர்கள். அதுதான் ஃபார்முலா. அதன்படிதான் அமெரிக்க உதவி அப்போது பெறப்பட்டது. ஆனால் அமெரிக்கா அப்போது நடந்துகொண்ட விதம் ஒசமாவைப் பொறுத்த அளவில் அருவருப்பானது. இதில் சந்தேகமில்லை. அதனால்தான் அல் காயிதா தோற்றுவிக்கப்பட்ட பிறகும்கூட அமெரிக்க முஸ்லிம்கள் மத்தியில் இயக்கத்துக்கு நிதி திரட்டவென்று அவர் தாம் அமெரிக்காவுக்குச் செல்லாமல் வேறு தோழர்களை அனுப்பிவைத்தார்.

இதையெல்லாம் நினைவுகூர்ந்துதான் அவர் சவூதி மன்னர் ஃபாதிடம் அமெரிக்க சகவாசம் வேண்டாம் என்று எடுத்துச் சொன்னார். கிடைக்கும் தகவல்களின் அடிப்படையில் மன்னர் நேரடியாக ஒசாமாவிடம் முடியாது என்று சொல்லவில்லை. ஆனால் அப்படித்தான் நடந்துகொண்டார்.

குவைத்திலிருந்து தப்பித்து வந்த குவைத் ராஜ குடும்பத்து உறுப்பினர்களுடன் சேர்த்து மொத்தம் நான்கு லட்சம் குவைத் அகதிகளுக்கு ஒரு பக்கம் அடைக்கலம் கொடுத்துவிட்டு, இன்னொரு பக்கம் அமெரிக்கப் படைகளுக்குக் கதவு திறந்துவிட்டார் மன்னர் ஃபாத்.

படைகள் வந்து இறங்கின.

சதாம் இதனை கவனித்தார். கருத்தேதும் சொல்லாமல் ஏனைய மத்தியக் கிழக்கு தேசங்களும் கூர்ந்து கவனித்துக்கொண்டிருந்தன.

பரபரவென்று அனைவருக்கும் உள்ளுக்குள் கணக்குதான் ஓடிக்கொண்டிருந்தது. எண்ணெய்க் கணக்கு. காசுக் கணக்கு.

அமெரிக்காதன் தோழமை தேசங்களுடன் படை திரட்டிக்கொண்டு வந்துவிட்டது. என்ன ஆகும்?

எப்படியும் இராக்கை அடித்துவிடுவார்கள். சதாம் கிடக்கிறார். இராக் விழுந்துவிடும். நாசங்கள் ஒருபுறம். கிணறுகள் யாருக்குப் போகும்? யுத்தத்தில் சதாம் தோற்றால் பதவி நீக்கிவிடுவார்களா? யார் நீக்குவார்கள்? முடியுமா? மாற்று ஆட்சி ஏற்பாடு செய்யுமா அமெரிக்கா? அப்போது இராக்கின் தேசியமயமாக்கப்பட்ட எண்ணெய்த் தொழில் மீண்டும் உலகமயம் அல்லது அமெரிக்க மயமாக்கப்படுமா?

சதாம் எண்ணெய் விலையை தாறுமாறாக ஏற்ற நினைத்தவர். அதற்காகப் பாடுபட்டுக்கொண்டிருந்தவர். அதற்காகப் பிற தேசங்களுடன் பேச்சுவார்த்தையில் ஈடுபட்டவர். யாரும் ஒப்புக்கொள்ளாவிட்டாலும் தன்னளவில் இஷ்டத்துக்கு விலைவைக்க முனைந்தவர். யுத்தம் நடந்து, சதாம் விழுந்தால் எண்ணெய் விலையைப் பிறகு யார் நிர்ணயம் செய்யும்? அமெரிக்காவா? OEPC அப்போது என்ன செய்யும்? லாலிபாப் சாப்பிட்டுக்கொண்டு வேடிக்கை பார்த்துக்கொண்டிருக்குமா? ஓபெக்கும் அமெரிக்க மயமாகிப் போகுமா?

இராக்கை முன்வைத்து அமெரிக்கா இம்மாதிரியான நடவடிக்கைகளில் இறங்குமானால் இப்போது வாய்மூடியிருக்கும் தேசங்கள் அப்போது என்ன செய்யும்? வாயைத் திறக்குமா? மற்றவை இருக்கட்டும். சவூதி மன்னர் அப்போது என்ன செய்வார்? என்ன சொல்வார்? அமெரிக்கா செய்வது சரியென்பாரா? மத்தியக் கிழக்கின் எண்ணெய்க்கான விலையை அமெரிக்க கம்பெனிகள் தீர்மானித்தால் ஏற்றுக்கொள்வாரா?

ஏராளமான கேள்விகள் எல்லோருக்கும் இருந்தன. பதில்தான் எதற்கும் இல்லாமல் இருந்தது. நான் உங்கள் நண்பன் என்று சொன்னது அமெரிக்கா. நம்பக்கூடிய நண்பனா என்றுதான் தெரியவில்லை. ஆனாலும் வந்தாகிவிட்டது. இனியென்ன செய்ய இயலும்?

புரியவில்லை. யாருக்குமே புரியவில்லை. யுத்தமோ, சூடுபிடித்து விட்டிருந்தது.

சதாம் உசேன், ஹிரணிய கசிபு மாதிரி துணையும் துரும்பையும் மாற்றி மாற்றித் தாக்கிக்கொண்டிருந்தார். குவைத்தில் இருந்த அத்தனை கிணறுகளையும் டீஃபால்டாகக் கொளுத்தச் சொல்லி உத்தரவிட்டிருந்தார். எனக்கு குவைத் இல்லை என்றால் யாருக்குமில்லை என்கிற அதி உன்னத சித்தாந்தம்.

மறுபுறம் அமெரிக்காவும் அதன் கூட்டணி தேசங்களும் இராக்குக்குள் புகுந்து அதகளம் புரிந்துகொண்டிருந்தன. சகோதர முஸ்லிம் தேசங்கள் அனைத்தும் தங்கள் சகோதரத்துவத்தை யெல்லாம் மூட்டைகட்டி மேலே போட்டுவிட்டு டிவியில் தீபாவளிக் காட்சிகளைப் பார்த்துக் கொண்டிருந்தன.

இதில் ஓர் அபத்தமான முரண் உண்டு. யாருமே எதிர்பாராவிதமாக, வளைகுடா யுத்த சமயத்தில் அமெரிக்க நேச தேசமான இஸ்ரேல் தான் நடுநிலை வகிப்பதாக அறிவித்தது. மாறாக சவூதி அரேபிய உளவுத்துறை வரிந்துகட்டிக்கொண்டு இராக்கில் அமெரிக்காவுக்கு ஒற்றுவேலை பார்த்துக்கொண்டிருந்தது!

பின்னாளில் ஒசாமா பின்லேடன் தன் தாய்தேசமான சவூதியை வெறுத்து விலகிவெளியேறியதற்கும், சவூதி அரேபியாவிலிருந்தே தமது இயக்கத்துக்கு ஏராளமாக ஆளெடுத்து கண்ணில் விரல் விட்டு ஆட்டியதற்கும் இதெல்லாம் முக்கியமான ஆரம்பக் காரணங்கள்.

யாருக்கு என்ன காரணம் இருந்தாலும் சவூதி மன்னரின் கணக்கு அவர் போட்ட வண்ணமேதான் இருந்தது. வளைகுடா யுத்தத்தின் இறுதியில் குவைத்தின் மறு சீரமைப்புப் பணிகளுக்குக் கணிசமாக உதவியது, குவைத் அரச குடும்பம் அங்கே மீண்டும் தழைக்க உடனிருந்து தோள் கொடுத்தது இரண்டும் மன்னர் ஃபாதின் இமேஜ் டேமேஜ் ஆகாமல் காப்பாற்ற உதவின. தவிரவும் அமெரிக்கா மற்றும் அதன் அத்தனை தோழமை தேசங்களும் சவூதி அரேபியாவைத் தமது நிரந்தர தோஸ்த் என்று அறிவித்தன. அமெரிக்கத் தோழமை தேசங்கள் அல்லாத வேறு சில ஆப்பிரிக்க நாடுகளும் சவூதி மன்னரின் நடவடிக்கைகளை புத்திசாலித்தனமானவைஎன்றுமதிப்பிட்டுசவூதிஅரேபியாவுடன் வர்த்தகம் மற்றும் பொருளாதார உறவுகளை ஏற்படுத்திக்கொள்ள விரும்பி முன்வந்தன.

சவூதி மன்னரின் கணக்கு எளிமையானது. முஸ்லிம் தேசங்களின் சகோதரத்துவம் என்பது எப்போதுமிருப்பது. அதே சமயம் சண்டை சச்சரவுகளுக்கும் குறைவில்லாதது. பொருளாதார ரீதியில் வலுவான தேசமான சவூதியை யாரும் ஜாதிப்பிரஷ்டம் செய்து வைத்துவிட முடியாது. என்ன காரணத்துக்காகவும். எனவே அமெரிக்கத் தோழமை என்பது தனது தேசத்தைப் பொருத்த அளவில் ஒரு லாபகரமான விஷயமே என்று அவர் கருதினார்.

அப்போது ஓர் ஆத்திர அவசரத்துக்கு உள்ளே அனுமதித்த அமெரிக்கப் படைகள் இன்று வரை சவூதியில் இருப்பதற்கும் இயங்குவதற்கும் இடையூறளிப்பதற்கும் இது ஒன்றே காரணம்.

16 ஐந்தாவது தாதா

மத்தியக் கிழக்கில் கால் வைத்தாலே கதை ஜிவ்வோ என்று இழுத்துக்கொண்டு போய்விடுகிறது இல்லையா? இருக்கட்டும். எண்ணெய் விலை உயர்வுக்கான காரணம் என்னவென்று தெரிந்துகொள்வதுதான் இந்தத் தொடரின் நோக்கம். எனவே ஆங்காங்கே கதைக்கு பிரேக் கொடுக்கவேண்டியிருக்கும். இது ஒரே கதை இல்லை. மொத்தம் மூன்று கதை. மாற்றி மாற்றித்தான் பார்த்தாகவேண்டும்.

இப்போதைக்கு மத்தியக் கிழக்கு எண்ணெயை முகர்ந்து பார்த்திருக்கிறோம். அங்கே அமெரிக்கா வந்து உட்கார்ந்த கதையும் இப்போது நமக்குத் தெரியும். இன்னும் இரண்டு இடங்களை அறிமுகம் செய்துகொள்ளவேண்டியிருக்கிறது. ஒன்று வெனிசுலா. இன்னொன்று ரஷ்யா. அமெரிக்கா கால் அல்லது வாய் வைக்கமுடியாத பிரதேசங்கள் இவை.

வேறு பல தேசங்களும் எண்ணெய் எடுக்கின்றன என்றாலும் மத்தியக் கிழக்கோடு ஒப்பிடக்கூடிய அளவில் - விலை தீர்மானம் செய்யக்கூடிய தகுதியில் செயல்பட்டுக்கொண்டிருப்பவை இந்த இரண்டு தேசங்களும்தான். எனவே இவற்றுடனும் ஓர் எளிய அறிமுகத்தைச் செய்துகொண்டு, அதன்பிறகு கதையைத் தொடர்வதே சரியாக இருக்கும்.

வெனிசுலாவை இப்போது எடுத்துக்கொள்வோமா?

ரொம்பச் சின்ன தேசம்தான். தமிழ்நாட்டு மக்கள் தொகையில் மூன்றில் ஒரு பங்குகூட அங்கு காணாது. தென் அமெரிக்கக் கண்டத்தின் கொண்டையில் கரீபியன் கடலோரம் உட்கார்ந்திருக்கும் தேசம். ரொம்ப நாளாக அமெரிக்காவுக்கு இந்த நாட்டின்மீது ஒரு கண். எண்ணெய் கொழிக்கும் பூமியல்லவா? எப்படிக் கண் வைக்காமல் இருக்கமுடியும்?

தவிரவும் அதிபர் ஹ்யூகோ சாவேஸ் ஓர் இடதுசாரி. அவர் கம்யூனிஸ்ட் அல்ல; அங்கே ஆள்வது கம்யூனிசமும் அல்ல என்றாலும் ஃபிடல் காஸ்டிரோவுக்கு அடுத்தபடி அமெரிக்க

அதிபரின் கண்ணில் விரலைக்கொடுத்து ஆட்டியெடுத்துக் கொண்டிருக்கும் அதி தீவிர இடதுசாரி அவர்.

தொண்ணூறுகளுக்கு முன்பு வரை அமெரிக்காளப்படிக்யூபாவைப் பார்த்து உதறலெடுத்துக்கொண்டிருந்ததோ, அதே மாதிரி சாவேஸ் வந்தபிறகு வெனிசுலா அவர்களுக்கொரு சிம்மசொப்பனம். ஜார்ஜ் புஷ்ஷின் காதுகளில் நிரந்தரமாக ஒலிக்கும் 'வரான் வரான் பூச்சாண்டி பாட்டின் கதாநாயகன் ஹ்யூகோ சாவேஸ்தான். 2002க்கு முன்னால் வரை அத்தனை மோசம் என்று சொல்லமுடியாது. அந்த வருஷம் சாவேஸுக்கு எதிராக உள்நாட்டில் சில கிளர்ச்சியாளர்களைப் பெத்துப் போட்டு புரட்சிக்கு வழி செய்து அமெரிக்க உளவுத்துறை ஒரு போங்கு ஆட்டம் ஆடப்போக, அன்று பிடித்தது அவர்களுக்குச் சனி.

ஹ்யூகோ சாவேஸ் என்கிற மனிதர் எத்தனை பெரிய ஹீரோ, எத்தனை அபாயகரமானவர், எத்தனை பேஜார் கொடுக்கவல்லவர் என்பதெல்லாம் அமெரிக்காவுக்குத் தெரியவந்தது அப்போதுதான். வெனிசுலா என்றொரு தேசம் இருப்பதை உலகம் உணர ஆரம்பித்ததும்கூட அப்போதுதான்.

சாவேஸ் புராணம் ஆரம்பித்தால் இப்போது ஓயாது. அது வேண்டாம் நமக்கு. அவரது தேசத்தின் எண்ணெயையும் அவரது எண்ணெய் பாலிடிக்ஸையும் பார்க்க ஆரம்பிக்கலாம்.

வெனிசுலா, உலகின் ஐந்தாவது பெரிய எண்ணெய்க் கேந்திரம் அல்லது எண்ணெய்ப் பாத்திரம். பதினாறாம் நூற்றாண்டிலேயே அங்கே எண்ணெய் இருப்பது தெரிந்துவிட்டது. வைத்துக்கொண்டு என்ன செய்வதென்றுதான் தெரியவில்லை. சமைக்கமுடியாத எண்ணெயை வேறென்ன செய்யலாம் என்று யோசித்து என்னென்னவோ உருப்படாத காரியங்களுக்கெல்லாம் பயன்படுத்திக்கொண்டிருந்தார்கள்.

ஒருவாறு விஷயம் தெரிந்து, முறைப்படி எண்ணெய் எடுக்கும் தொழில் அங்கு ஆரம்பமானது 1914ம் ஆண்டு. மேலும் மூன்று வருஷம் கழித்து அதைச் சுத்திகரிக்கும் வித்தையைக் கற்று, 1918ம் ஆண்டு முழு வேகத்தில் தொழிலைத் தொடங்கிவிட்டார்கள். அந்த வருஷம் வெனிசுலா உற்பத்தி செய்து அனுப்பிய பெட்ரோலின் அளவு இருபத்தி ஓராயிரம் மெட்ரிக் டன்.

மத்தியக் கிழக்கு எண்ணெய்த் தொழிலில் இறங்காத சமயம் அல்லவா? அமெரிக்காதான் அப்போது தொழில் தாதா. அடுத்தபடியாக வெனிசுலாதான் கல்லா கட்டிக்கொண்டிருந்தது. நாட்டின் இதர அனைத்து வருவாய் வழிகளையெல்லாம் ஓரங்கட்டிவிட்டு எண்ணெய் வருமானம் அபரிமிதமாகப் பொங்கிப் பொழியத் தொடங்கியது.

என்ன பிரச்னையென்றால் அப்போது வெனிசுலாவின் அதிபராக இருந்த முன்னாள் ராணுவ அதிகாரி ஜுவான் விஸெண்ட் கொமேஸ் [Juan Vicente Gomez], எண்ணெய்க்காசெல்லாம் தனக்கும் தன் சொந்தபந்தங்களுக்கும் மட்டுமென்று எம்பெருமான் இயேசுநாதர் எழுதிவைத்ததாகக் கருதிவிட்டார். விளைவு, அந்த சிநேகிதக்காரர்கள் தமக்குக் கிடைத்த எண்ணெய் வயல்களையெல்லாம் பல வெளிநாட்டு நிறுவனங்களுக்குக் குத்தகைக்கு விடத் தொடங்கிவிட்டார்கள்.

புதிது புதிதாக நிறைய எண்ணெய் வயல்களும் கண்டுபிடிக்கப் பட்டன, பலப்பல புதிய அன்னிய நிறுவனங்களும் வெனிசுலாவுக்கு வந்து கடை போட்டன. பிசினஸ் பெருகுவதற்குத் தோதாக முதல் உலகப்போரும் வந்து சேர்ந்தது. நல்ல உற்பத்தி, நல்ல காசு.

1928ம் ஆண்டு வரை வெனிசுலாவின் மொத்த ஏற்றுமதியில் 1.9 சதவீதமாக இருந்தது எண்ணெய். அடுத்த வருஷம் இந்த நம்பர் 91.2 சதவீதமானது.

இந்த இடத்தில் கவனிக்கவேண்டிய சங்கதி என்னவென்றால், இம்மாதிரியான அதிரடி, தடாலடி, உட்டாலக்கடி வளர்ச்சி ஒரு குறிப்பிட்ட துறையில் ஒரே ஆண்டில் நிகழ்வதென்பது அபாயகரமானது என்பதுதான். இதன் விளைவு எப்போதுமே - எந்த நாட்டிலுமே மிக மோசமாகத்தான் இருக்க முடியும்.

வெனிசுலாவைப் பொறுத்தவரை எண்ணெய்த் துறையின் இந்தப் பிசாசு வளர்ச்சியாகப்பட்டது, அத்தேசத்தின் விவசாயத்தையும் தொழில் துறையையும் அடியோடு நாசமாக்கியது. விவசாயம் பார்க்க ஆளில்லை. வேறு தொழில்கள் செய்யவும் யாருக்கும் விருப்பமில்லை. கோமண சைஸ் இடமிருப்போரெல்லாம் கூட

அங்கே தோண்டினால் கொஞ்சம் பெட்ரோலியம் கிடைக்குமா என்று கனவுகாண ஆரம்பித்தார்கள்.

இதனை *Dutch Disease* என்பார்கள். சந்தேகமில்லாமல் இது ஒரு வியாதிதான். அன்றைய வெனிசுலா ஆட்சியாளர் இது பற்றியெல்லாம் பெரிதாக அலட்டிக்கொள்ளாதபடியால், தேசத்தின் ஒட்டுமொத்த வளர்ச்சி என்பது கண்ணுக்குத் தெரியாமல் சாகத் தொடங்கிவிட்டது. என்றைக்காவது ஒருநாள் எண்ணெய் காலி என்னும் நிலை வருமானால் வெனிசுலாவும் சோமாலியா மாதிரி ஆகவேண்டியதுதான் என்பதுதான் இதன் உள்ளுறை பொருள்.

தவிரவும் அப்போது அங்கே ஸ்திரமான ஆட்சி என்று ஒன்றில்லை. தடியெடுத்த தண்டல்காரர்களின் பிடியில் தேசமும் எண்ணெயும் சிக்கிக்கொண்டிருந்தன. பல்லாண்டு காலத்துக்கு வெனிசுலா எண்ணெய் சில தனிநபர்களின் சொகுசு வாழ்க்கைக்கு மட்டுமே உபயோகமாகிக்கொண்டிருந்தது.

1943ம் ஆண்டில்தான் எண்ணெயத் தொழில் சார்ந்த சட்டம் என்று ஒன்றே அங்கே அறிமுகப்படுத்தப்பட்டது. Isaías Medina Angarita 1941ல் அதிபராகத் தேர்ந்தெடுக்கப்பட்டிருந்தார். இவரும் முன்னாள் ராணுவர்தான். இருக்கிற எண்ணெயை உருப்படியாக விற்று சம்பாதித்து, நாட்டுக்குக் கொஞ்சம் நல்லது பண்ணலாம் என்று நினைத்து அவர் அந்த வருஷம் ஒரு சட்டம் கொண்டுவந்தார். '1943 ஹைட்ரோகார்பன்ஸ் ஆக்ட்' என்று அதற்குப் பெயர்.

வெனிசுலாவைப் பொறுத்த அளவில் எண்ணெயை முன்வைத்து அரசியல் ரீதியில் எடுக்கப்பட்ட முதல் மற்றும் மாபெரும் நடவடிக்கை அது. உலகிலேயே அப்போதுதான் முதல் முதலாக ராயல்டி முறை ஒழிக்கப்பட்டு 50-50 என்னும் கணக்கில் எண்ணெய் நிறுவனங்களும் அரசும் வருவாயை சமபங்கில் பிரித்துக்கொள்ளலாம் என்னும் கருத்து அறிமுகப்படுத்தப்பட்டது.

கம்பெனிகள் கடுமையாக எதிர்த்தன. எல்லாமே அமெரிக்க கம்பெனிகள். மற்ற எண்ணெய் தேசங்களும் இதனை வியப்புடன் பார்த்தன. இதென்ன புதுக்கூத்து? முடியுமா? எண்ணெய் நிறுவனங்கள் ஒப்புக்கொள்ளுமா? அமெரிக்கா திட்டாதா?

கோபித்துக்கொள்ளாதா? எண்ணெய் வாங்கமாட்டேன் என்று சொல்லிவிட்டால் என்ன செய்வது? தேய்த்துக் குளிக்கவா முடியும்? அடக்கடவுளே, இந்த வெனிசூலா ஏன் இப்படியொரு விபரீத முடிவை எடுத்தது?

எல்லோரும் அப்போது பயந்தார்கள். அலறினார்கள். ஐயா உன் முடிவை மறுபரிசீலனை செய்யுங்கள் என்று மன்றாடினார்கள்.

அதெல்லாம் முடியாது சும்மா கிட என்று சொல்லிவிட்டார் வெனிசூலா அதிபர் அங்காரிடா.

ஆரவாரங்களெல்லாம் ஒருவாறு அடங்கி, அட இது நல்ல ஐடியாவாச்சே என்று மத்தியக்கிழக்கும் இதனைப் பரிசீலிக்கத் தொடங்கி, இதற்குமேலும் மிரட்டலான சட்டதிட்டங்களை அறிமுகப்படுத்தி வைத்ததெல்லாம் வரலாறு.

1976 வரை வெனிசூலாவில் இதுதான் நடைமுறை. எண்ணெய் எடுக்கும் நிறுவனங்களுக்கு ஐம்பது பர்செண்ட் ஷேர். அரசாங்கத்துக்கு ஐம்பது பர்செண்ட் ஷேர். நீ சௌக்கியமா? நானும் சௌக்கியம்? சமமாகச் சம்பாதிப்போம். சமமாகச் சாப்பிடுவோம். ஒத்து வந்தால் வா. இல்லாவிட்டால் ஊரைப் பார்க்கப் போய்ச் சேர்.

இடையே இரண்டாம் உலக யுத்தம் வந்தது. லத்தீன் அமெரிக்க நாடுகள் பலவற்றில் மாசப்பத்திரிகை வருவதுபோல் மாதம் ஒரு யுத்தம் வந்தது. பெட்ரோலின் தேவை அதிகரித்துக்கொண்டே போனது. வெனிசூலா நன்றாக சம்பாதித்தது. மத்தியக் கிழக்கின் பெட்ரோல் அத்தனை பிரபலமாகியிராத தொடக்க காலத்தில் வெனிசூலா பெட்ரோலுக்கு உலகெங்கும் மிகுந்த மதிப்பு இருந்தது. சகாய விலை. நல்ல பிசினஸ். நம்பகமான தேசம். கொழித்தார்கள்.

எண்ணெய் உற்பத்தி தறிகெட்டு ஏறத்தொடங்கியது. ஏகப்பட்ட டிமாண்ட் இருந்தபடியால் வருடம்தோறும் உற்பத்தியை அதிகரித்துக்கொண்டே போனார்கள். *1944ம்* ஆண்டு மட்டும் *[இரண்டாம் உலகப்போர்சமயம்]* தனதுஉற்பத்தியைமொத்தத்தில் *42* சதவீதம் அதிகரித்தது வெனிசூலா. யுத்தத்துக்குப் பிறகு தேவை குறையும் என்று முதலில் நினைத்தார்கள். ஆனால் நடந்தது வேறு.

யுத்தம் முடிந்த சூட்டில் அமெரிக்காவின் தொழில் துறை வளர்ச்சி சூடுபிடிக்கத் தொடங்க, கார் தயாரிப்புத் தொழில் அங்கே சக்கைபோடு போட ஆரம்பித்திருந்தது. அதற்கு முன் இருபத்தியாறு மில்லியன் கார்கள் இருந்த அமெரிக்காவில் 50-1945 காலகட்டங்களில் நாற்பது மில்லியன் கார்கள் ஓடத்தொடங்கின. எல்லாம் வெனிசுலா பெட்ரோல்.

ஐம்பதுகளில் மத்தியக் கிழக்கு தேசங்களும் போட்டியில் இறங்கிவிட, எண்ணெய்த் தேவை அதிகமான அமெரிக்கா, யார் கொடுத்தாலும் வாங்கிக்கொள்கிறேன், ஆனால் ஒவ்வொரு தேசத்துக்கும் நான் ஒரு கோட்டா வைப்பேன், ஆளுக்கு அந்த கோட்டாவில் அளந்து ஊற்றுங்கள் என்று ஓர் அறிவிப்பு செய்தது.

அமெரிக்காவின் முக்கியத்துவம் அதிகரிக்கத் தொடங்கியது இந்த இடத்தில் இருந்துதான்.

எண்ணெய் இருக்கிற தேசம் - எண்ணெய் விற்பவன் பெரிய ஆள்தான். ஆனால் வாங்குபவன் இருந்தால்தானே விற்பவனுக்கு லாபம்?

அமெரிக்கா வாங்கியது. அகில உலகமும் வாங்கும் எண்ணெயையைவிட அதிகமாகவே வாங்கியது. யார் கொடுத்தாலும் வாங்கியது. எவ்வளவு கொடுத்தாலும் வாங்கியது. பேரல் பேரலாக, கப்பல் கப்பலாக வாங்கிக் குவித்தது. கொடுப்பதற்குப் பணம் உள்ள தேசம். எனவே வாங்குவது பற்றி அவர்கள் கவலையே படவில்லை.

இதனால் எண்ணெய் உற்பத்தி செய்யும் ஒவ்வொரு தேசமும் அமெரிக்காவுக்கு இத்தனை, மற்றவர்களுக்கு இத்தனை என்று உற்பத்தியின்போதே தனித்தனியே அளந்து வைக்கத் தொடங்கினார்கள்.

இந்த செல்வாக்குதான் பிறகு மெல்ல மெல்ல அமெரிக்காவை இந்தத் துறையில் ஒரு டார்லிங் தாதாவாகப் பரிணாம வளர்ச்சி கொள்ளச் செய்தது. முதலில் அவர்கள் கோட்டா சிஸ்டம் கொண்டுவந்தார்கள். வெனிசுலா, நீ இத்தனை பேரல் ஊத்து. சவூதி அரேபியாவா? நீ ஆயிரம் பேரல். இராக் ரெண்டாயிரம் பேரல். குவைத் மூவாயிரம்.

சந்தோஷமாக ஊற்றினார்கள். கேட்டதையெல்லாம் கொடுத்தார்கள். கேட்டதற்கு மேலும் கொடுக்க முடியும். ஆனாலும் அமெரிக்கா கேட்கவேண்டும். அதுதான் ரூல். சட்டதிட்டங்கள் இப்படித்தான் படிப்படியாக அமுலுக்கு வந்தன.

அன்றைக்கு வெனிசுலா அமெரிக்காவுக்கு அனுப்பிக் கொண்டிருந்த எண்ணெய் மிக அதிகம். மத்தியக் கிழக்கு தேசங்கள் எல்லாம் அப்போதுதான் ஆரம்பித்திருந்தன. எனவே அமெரிக்கக் கார்களில் வெனிசுலா எண்ணெய்தான் பிரதானமாக இருந்தது

அதைத்தான் அமெரிக்கா கவனித்தது. எண்ணெய் எடுப்பதிலும் லாபமும் அதிகமில்லை. விற்பனையும் அமெரிக்காவில்தான் அதிகம் நடக்கிறது. எண்ணெயோ இங்கேதான் அதிகம் கொழிக்கிறது. எத்தனை நாளைக்கு இதனைப் பார்த்துப் பெருமூச்சு மட்டும் விட்டுக்கொண்டிருக்க முடியும்?

ஏதாவது செய்யலாம். செய்யத்தான் வேண்டும். என்ன செய்யலாம்? ஆட்சி மாற்றம்? தனக்குச் சாதகமான ஒரு அரசு? தன் பினாமி? தன் நிழல்? தன் மனச்சாட்சி?

யோசித்தார்கள்.

1976ம் ஆண்டு வெனிசுலாவில் ஓர் அதிரடிப் புரட்சி நடந்தது. ஆட்சியில் அல்ல. எண்ணெய்க் கிணறுகளில்.

இராக்கில் சதாம் புரிந்த அதே திருவிளையாடல். எண்ணெய் நாட்டுடைமை.

அமெரிக்கா தலையில் துண்டு போட்டது.

17 மாடி வீட்டு ஏழை

மீண்டும் அந்த யோம் கிப்பூர் யுத்தத்தை நினைவுபடுத்திக் கொள்ளுங்கள். எண்ணெய்விலையேற்றத்துக்கானதொடக்கப்புள்ளி.

எழுபதுகளின் அந்தத் தொடக்க வருஷங்களில் வெனிசூலாவின் அதிபராக இருந்தவர் கார்லோஸ் அந்தரே பெரஸ் [Carlos Andres Perez]. 74லிருந்து 79 வரை ஒரு ரவுண்டு, பிறகு 1989லிருந்து 93 வரை இன்னொரு ரவுண்டு. இருமுறை அதிபராக இருந்தவர் அவர். அத்தனை சுலபத்தில் மதிப்பிட முடியாத ஆசாமி. தனது முதல் பதவிக்காலத்தில் வெனிசூலாவின் தேவதூதர் என்று வருணிக்கப்பட்ட இதே அதிபர், இரண்டாவது பதவிக்காலத்தின்போது வெனிசூலாவைப் பிடித்த சாத்தான் என்று அழைக்கப்பட்டார். ஏகப்பட்ட ஊழல் குற்றச்சாட்டுகள், ராணுவப் புரட்சிக்கு வித்திட்டது, ஆட்சியில் இருந்தபோது கழுத்தைப் பிடித்து வெளியே தள்ளப்பட்டது என்று அவரது சரித்திரம் ஒரு கதம்ப சாதம்.

நமக்கு அது வேண்டாம். அந்த முதல் பதவிக்காலத்தை மட்டும்தான் இங்கே பார்க்கப்போகிறோம். அதுவும் பெட்ரோல் விஷயம் மட்டும்.

கார்லோஸ் அந்தரே பெரஸ் ஒரு நல்ல அதிபராக நாட்டை ஆளத்தொடங்கிய 1974ம் வருஷம், வெனிசூலாவின் பொருளாதாரத்தை மேம்படுத்த, உறுதிப்படுத்தச் சில உருப்படியான நடவடிக்கைகளை மேற்கொள்ளப் பார்த்தார். பெட்ரோலியத் துறை மட்டும் ராட்சஸன் மாதிரி வளர்ந்து மற்ற துறைகளெல்லாம் நொடித்துக் கிடந்த நேரம் அது. என்னவாவது செய்துதேசத்தைசகலதுறைகளிலும்செழிக்கச்செய்தாகவேண்டும். பெட்ரோலியப் பணத்தை அதற்குச் செலவிடலாம், தவறில்லை. ஆனால் செலவாகும் பணத்தால் உபயோகம் இருக்கவேண்டும். அதிகாரிகள் மட்டத்திலேயே அது சுவாஹா ஆகிவிடக்கூடாது.

கொஞ்சநஞ்சப் பணமா என்ன? நிச்சயமாகச் சொல்லலாம். சரியாகப் பயன்படுத்தப்பட்டால் வெனிசூலா போன்ற ஒரு ஏழை நாட்டை வெகு சீக்கிரம் வளர்ந்த நாடுகளின் பட்டியலில் கொண்டுவந்துவிடலாம்.

கோடி கோடியாக எண்ணெய்ப் பணம் கொழித்தாலும் வெனிசுலா அப்போது ஏழை நாடுதான். வருகிற பணமெல்லாம் அதுநாள்வரை வாங்கியிருந்த கடன்களுக்கே சரியாகப் போய்க்கொண்டிருந்தது. அதுவுமென்ன? அதிகாரத்தில் இருந்தவர்கள் சாப்பிட்டது போக மிச்சமிருந்த பணம்தானே? எண்ணெய்ப் பணத்தை வைத்துக்கொண்டு மத்தியக் கிழக்கு நாடுகளெல்லாம் எப்படிப் பணக்கார நாடுகளாயின, வெனிசுலா இன்றைக்கு வரை ஏன் பளபளப்பு ஏதுமின்றி அன்று பார்த்த மேனியுடன் அப்படியே இருக்கிறது என்கிற கேள்வி அவசியம் வரும். விஷயமில்லாமல் இல்லை.

பொருளாதாரம் கொஞ்சம் பேஜாரான சப்ஜெக்ட். எடுத்து வைத்துக்கொண்டு விளக்கப் புறப்பட்டால் கொட்டாவி வரும். தூக்கம் வரும். கோபம் வரும். போ உம்பேச்சு கா என்று முறைத்துக்கொண்டு புரட்டிக்கொண்டோடச் சொல்லும். எதற்கு வம்பு? நமக்கு வேண்டிய அளவுக்கு மட்டும், தேவைப்படும் இடத்தில் மட்டும் பார்ப்போம்.

1976ம் ஆண்டு வெனிசுலா தனது எண்ணெய் வளத்தை நாட்டுடைமை ஆக்கியதல்லவா? அதைச் செய்த பெருமை மேற்படி மகானுபாவர் கார்லோஸ் அந்தரே பெரைஸைத்தான் சேரும்.

ஒரே நாளில் சடாரென்று உலகெங்கும் பெட்ரோல் விலை உயர்ந்தபோது, அடடே இது சூப்பராச்சே என்று அடுத்தடுத்த திட்டங்களை அவர் தீட்டத்தொடங்கினார். யோம் கிப்பூர் யுத்தமோ, என்ன வெங்காய யுத்தமோ. நமக்கென்ன லாபம் அதில்? மத்தியக் கிழக்கு நாடுகளெல்லாம் அமெரிக்கக் கூட்டணி தேசங்களை முறைத்துக்கொண்டு நிற்கின்றன, சரி. பெட்ரோல் விலையை ஏற்றுவதன்மூலம் அச்சுறுத்தல் திருவிழாவைத் தொடங்க நினைக்கின்றன, சரி. OPEC உறுப்பினர்களெல்லோரும் விலை ஏற்றத்துக்கு ஒப்புக்கொண்டாகிவிட்டது. விற்பவனுக்கு இதில் என்ன வலிக்கிறது? நானும் ஏற்றிவிட்டுப் போகிறேன். எப்படியும் தேவையிருப்பவன் வாங்கித்தானே தீரவேண்டும்?

இப்படித்தான் பெரஸும் ஆரம்பித்தார். சதாம் உசேன் மாதிரி எண்ணெயை நாட்டுடைமை ஆக்கவும் செய்தார். யார்

வேண்டுமானாலும் வந்து குழாய் இறக்கி எண்ணெய் எடுக்கலாம். ஆனால் மரியாதையாக அரசாங்கத்துக்குக் கொடுத்துவிட வேண்டும். செய்கிற வேலைக்கு கூலியை வாங்கிக்கொண்டு போய்ச்சேர். ஷேஷெரெல்லாம் எதிர்பார்க்காதே.

எண்ணெயை மட்டுமல்ல. வெனிசூலாவில் கிடைத்துக் கொண்டிருந்த இரும்பையும் அவர் அதே சமயம் நாட்டுடைமை ஆக்கினார். பணம் கொழிக்கத் தொடங்கியது.

மிகவும் புத்திசாலித்தனமாக, தனது அடுத்தக்காய் நகர்த்தலில் அவர் ஈடுபட்டார். தேசமெங்கும் அலுமினிய உற்பத்திக் கேந்திரங்கள். நீர் மின்சாரத் திட்டங்கள். இரண்டும் அரசுத்துறை சார்ந்த தொழில்கள் அங்கே. இந்த இரு துறையிலும் பெட்ரோல் பணத்தை முதலீடு செய்தார். புல்லுக்குக் கொஞ்சம் கொடுத்தால் பாதகமில்லை. எனவே எஞ்சிய பணத்தை சில சமூக நலப்பணிகளுக்கும் கல்வி சார்ந்த ஸ்காலர்ஷிப்புகளுக்கும் ஒதுக்கினார்.

ஒருவரியில் சொல்லுவதென்றால், அதுநாள் வரை கோயிஞ்சாமிகளும் குப்புசாமிகளும் சாப்பிட்டுக்கொண்டிருந்த பெட்ரோல் பணத்தை உருப்படியான சில புதிய தொழில்களில் முதலீடு செய்யத் தொடங்கியதுதான் பெரஸ் காலத்தின் தனிச்சிறப்பு வாய்ந்த செயல்பாடு.

தோதாக மத்தியக் கிழக்கு தேசங்கள் அப்போது அமெரிக்கா உள்ளிட்ட அதன் நட்பு தேசங்கள் அனைத்துக்கும் எண்ணெய் ஏற்றுமதித் தடையை அறிவித்ததில், வெனிசூலாவுக்கு வர்த்தகம் மேலும் சூடுபிடிக்கத் தொடங்கியது. செம பணம்.

1973 எண்ணெய்ப் பிரச்னையில் அதிக லாபம் கண்ட தேசம் எதுவென்றால்தயங்காமல்வெனிசூலாவைக்கைகாட்டிவிடலாம்.

இத்தனை இருந்தும் வெனிசூலாவால் ஒரு பணக்கார நாடாக முடியவில்லை. எண்பதுகளின் மத்தியில் மீண்டும் அந்த *Dutch Disease* தொற்றிக்கொண்டுவிட்டது. என்ன செய்தாலும் தொழில் துறை வளரவில்லை. விவசாயம் செழிக்கவில்லை.

எப்படிச் செழிக்கும்? புதிய, எண்ணெய்ப் பணம் ஒன்றுதான் மக்களுக்கும் ஆட்சியாளர்களுக்கும் கவர்ச்சிகரமான விஷயமாக

இருந்தது. இதரவருமானவகையினங்கள்எதுவும்பொருட்படுத்தத் தகுந்ததாகக் கூட இல்லை. அரசாங்கம் என்னதான் கூவிக்கூவி அழைத்தாலும் யாரும் விவசாயம் பார்க்க முன்வரவேயில்லை. தொழில் துறையில் கவனம் செலுத்தவும் எண்ணமில்லை. எண்ணெயில் கரைபுரண்டு ஓடிய பணம்தான் அனைவரையும் சுண்டி இழுத்துக்கொண்டிருந்தது. இத்தனைக்கும் நாட்டுடைமை ஆக்கப்பட்டிருந்த எண்ணெய். உள்ளூரில் ஒரு ரூபாய்க்கும் ஒண்ணரை ரூபாய்க்கும் சீப்பட்டுக்கொண்டிருந்த எண்ணெய்.

இதன் விளைவு1977ம் ஆண்டிலிருந்து அடுத்த மூன்றாண்டுகளில் பூதாகாரமாகவெளியேதெரியத்தொடங்கியது. கடும்சரிவு. தொழில் துறை சரிவு. லத்தீன் அமெரிக்கா முழுதும் அந்தக் காலகட்டத்தில் ஏற்பட்ட சரிவுகளைக் காட்டிலும் வெனிசூலாவில் மட்டும் ஏற்பட்ட சரிவு மிக அதிகம். சுமார் ஐம்பதிலிருந்து இருபத்தி நாலு சதவீதம் வரைக்கும் உள்நாட்டு உற்பத்தியில் சரிவு கண்டிருந்தது. நிமிர்த்தி உட்காரவைக்க முடியாத அளவுக்குப் பெரும் சுமை இது.

அரசாங்கம் முதலீடு செய்திருந்த பணமெல்லாம் கோவிந்தா. ஏற்றுமதி என்ற ஒன்றை நினைத்துப்பார்க்கக் கூட முடியவில்லை. சரியான உற்பத்தி இல்லாத காரணத்தால் ஏற்றுமதி வாய்ப்புகள் ஏதுமில்லாமல் போய்விட்டது.

வெனிசூலாவில் ஏற்றுமதியாகிக்கொண்டிருந்தவை மிகவும் சொற்பம்தான். அதில் பாக்ஸைட் பிரதானம். அலுமினியம் அடுத்தபடி. இரும்பு, ரசாயனப் பொருள்கள், உணவுப்பொருள்கள் என்று சிலவற்றில் கொஞ்சம் கொஞ்சம். பெரும்பாலான ஐரோப்பிய தேசங்களுக்கு ஏற்றுமதி செய்துகொண்டிருந்தார்கள் என்றபோதும் நெதர்லண்ட்ஸுக்கு அனுப்பியவை சற்றே அதிகம். அடுத்தபடியாக சீனா [இந்த வர்த்தக உறவு இப்போதும் தொடர்கிறது.]

என்ன ஆயிற்று என்றால், பெட்ரோலிய ஏற்றுமதியில் கவனம் குவிந்துவிட, இந்தப் புராதன சரக்குகளெல்லாம் சீண்டுவாரில்லாமல் போய்விட்டன. இந்தத் துறைகளை செதுக்கிச் சீராக்கி, வருமானம் தரத்தக்க இனங்களாக மாற்றுவதற்காகப் பெரும்பாலான பெட்ரோலியப் பணத்தை அரசாங்கம் இவற்றில் முடக்க, பொதுவான வளர்ச்சி, பரவலான வளர்ச்சி, தேசத்தின்

ஒட்டுமொத்த வளர்ச்சி, மக்களின் வாழ்க்கைத்தர முன்னேற்றம் என்று அனைத்துமே சாத்தியமில்லாமல் போய்விட்டன.

இத்தனைக்கும் லத்தீன் அமெரிக்காவிலேயே வலுவான பொருளாதாரம் கொண்ட தேசம் என்று பெயர். *1950* முதல் *1980* வரை உண்மையிலேயே இதுதான் நிலைமையும் கூட. அத்தனை தென்னமெரிக்க தேசங்களும் வெனிசுலாவைப் பார்த்து வியந்துகொண்டிருந்தன. அவனுக்கென்னப்பா, பெரியாளு என்று பெருமூச்சுவிட்டுக்கொண்டிருந்தன. உண்மைநிலவரம்யாருக்கும் தெரியாது.

இந்தப் பொருளாதாரம் எப்போது வேண்டுமானாலும் ஆட்டம் காணும் என்பதை யாரும் அப்போது யோசிக்கவில்லை. ஒரு பக்கம் மட்டும் வளர்ந்துகொண்டிருந்தால், அதன் பெயர் வளர்ச்சியல்ல; வீக்கம். வெனிசுலாவுக்கு அப்போது வந்திருந்ததும் அதுதான். கவனிக்காமல் விடப்படும் வீக்கம் அபாயகரமானது. இது புரியவேண்டுமானால் ஆளாளுக்கும் அத்தகைய வீக்கம் வந்தால்தான் உண்டு. வேறென்ன செய்வது?

எண்ணெய்ப் பணம் என்பது எத்தனை அபாயகரமானது, ஆபத்துகளும் படுகுழிகளும் கொண்டது என்பது *1980* வரை வெனிசுலாவுக்குப் புரியவில்லை. *1973* பிரச்னையின் விளைவாக எண்ணெய்விலையேறுகிறதா?பரமசந்தோஷம்,வாரிக்குவிக்கிறேன் என்று குவித்துவிட்டார்கள். இதே எண்ணெய் விலை விழுந்தால் என்ன ஆகும் என்று அப்போது அவர்கள் யோசிக்கவில்லை. அதெப்படி விழும்? எழத்தொடங்கிய வேகத்தில் விழுந்தால் கூட சமாளிக்கக்கூடிய அளவில்தானே இருக்கும் என்றெல்லாம் இங்கே கேட்கவேமுடியாது. எண்ணெய்எத்தனைஅடி வேண்டுமானாலும் பாயும். மேல் பக்கமாகவும் பாயும், கீழாகவும் பாயும்!

அப்படியொரு சுழலில்தான் வெனிசுலா சிக்கிக்கொண்டது. அது நடந்தது *1980*ம் வருஷம்.

இது எண்ணெய்ப் பிரச்னையின் இரண்டாவது காண்டம். சற்றே வேறுவிதமும்கூட.

1973 யோம் கிப்பூர் யுத்தம், அதனைத் தொடர்ந்த எண்ணெய் விலையேற்றம், மத்தியக் கிழக்கு தேசங்களின் தென்னவட்டு,

அமெரிக்கா உள்பட அத்தனை தேசங்களையும் கண்ணில் விரல் விட்டு ஆட்டிய வைபவங்கள் எல்லாம் பார்த்தோம் அல்லவா?

எல்லாம் நடந்து முடிந்து உலகெங்கும் எண்ணெய் உற்பத்தி தேசங்களுக்கு பெரிய மவுசு ஏற்பட்டு ஆளாளுக்கு எண்ணெய் விலையையும் உற்பத்தியையும் அதிகரித்துக்கொண்டே போனார்கள். ஒரு கட்டத்தில் இப்படி அதிகரித்துக்கொண்டே போன உற்பத்தி கட்டுக்கடங்காமல் ஆகிவிட்டது. எழுபதுகளின் இறுதியில் எல்லா எண்ணெய் நாடுகளிடமும் ஏராளமாக ஸ்டாக் இருந்தது. எடுத்துக்கொள்ளத்தான் ஆளில்லை!

ஆரம்பத்தில் எத்தனை எண்ணெய் கொடுத்தாலும் வாங்கிக்கொள்கிறேன் என்று பச்சைக்கொடி ஆட்டிய அமெரிக்கா மெல்ல மெல்ல தனது கோட்டாவைச் சுருக்கிக்கொள்ளத் தொடங்கியது. கூடவே, அமெரிக்காவின் பல பகுதிகளில் எண்ணெய் எடுக்கப்படாமல் பூமிக்குள் பத்திரமாக இருக்கிற விஷயத்தையும் வெளியே கசியவிட்டார்கள்.

இதற்கு அர்த்தம் என்னவென்றால், நான் என்னிடம் இருக்கும் எண்ணெயை எடுக்கத் தொடங்கினால் உனக்கு பிசினஸ் படுத்துவிடும் என்பதுதான்! அலாஸ்காவில் மட்டும்தான் எண்ணெய் எடுத்துக்கொண்டிருந்தது அமெரிக்கா. டெக்ஸாஸ் முழுக்க தரைக்கு அடியில் எண்ணெய்த் தங்கம்தான். ஆனால் எடுக்கமாட்டோம் என்று சொல்லியிருந்தார்கள். காரணம் கேட்டால், சுற்றுப்புறச் சூழல் என்று சொல்லிவிட்டார்கள்.

ஆனால் அமெரிக்கா போன்றதொரு அபாயகரமான தேசம் எப்போது என்ன செய்யும் என்று சொல்லமுடியாதல்லவா? தவிரவும் தொழில்நுட்பத்தில் தேறிய தேசம். என்ன நினைத்தாலும் செய்யமுடியும். எதை வேண்டுமானாலும் செய்யமுடியும். வசதிகள் உண்டு. வாய்ப்புகள் உண்டு. வளம் உண்டு. விஞ்ஞானம் உண்டு. எல்லாவற்றுக்கும் மேலாகப் பணம் உண்டு. தவிரவும் உலகைத் தன் சுண்டுவிரல் முனையில் நிற்கவைத்து டான்ஸ் ஆடவைக்கவேண்டுமென்று எப்போதும் விரும்புகிற தேசம்.

இன்னோரன்ன காரணங்களால் 1980ம் ஆண்டு எண்ணெய்க் கையிருப்பு அதிகமிருந்த தேசங்களெல்லாம் சரியான பிசினஸ் இல்லாமல் விழித்தன. என்ன செய்யலாம்?

ஊசிப்போகாதுதான். ஆனால் க்ரூட் ஆயிலைக் குளம் குளமாகத் தேக்கி வைத்து என்ன செய்யமுடியும்? குதித்துக் குளிக்கவா முடியும்? அல்லது அப்பளம் பொறித்துத் தின்னத்தான் முடியுமா?

1979ம் ஆண்டு நிலவரப்படி ஒரு பேரல் பெட்ரோலியத்தின் விலை முப்பத்தைந்து டாலர் [அமெரிக்க டாலர்]. இது எண்பதுகளின் தொடக்கத்தில் கொஞ்சம் கொஞ்சமாக விழ ஆரம்பித்தது. 1986ம் ஆண்டு இது 27 டாலராகக் குறைந்து, அதே வருடம் டமாரென்று மேலும் கீழே விழுந்து பத்து டாலருக்கு வந்து சேர்ந்தது.

ஏதோ ஒரு தமிழ் திரைப்படத்தில் மணிவண்ணன் யாரையோ கடத்திக் கொண்டுபோய் வைத்துவிட்டு கேட்ட பணம் கிடைக்காமல், அடேய், ஆட்டோ செலவுக்காச்சும் குடுத்துட்டு கூட்டிக்கிட்டுப் போடா என்பார் நினைவிருக்கிறதா?

அந்தக் கதைதான். ஒரு பேரல் பெட்ரோலியம் பத்து டாலருக்கு வந்தால் ஒரு லிட்டர் பெட்ரோல் குறைந்தபட்சம் எத்தனை ரூபாய்க்குக் கிடைக்கலாம் என்று தோராயமாக யோசித்துப் பாருங்கள்.

என்ன செய்யும் பெட்ரோல் தேசங்கள்? தலையில் துண்டு போடுவதுதவிர வேறு வழியே கிடையாது.

வெனிசூலாவும் போட்டது. துண்டல்ல. எட்டு முழம் வேஷ்டி.

18 தரகர் காண்டம்

எது நடந்ததோ அது நன்றாகவே நடந்தது. எது நடக்கிறதோ அது நன்றாகவே நடக்கிறது. எதை நீ கொண்டுவந்தாய் அதை நீ இழப்பதற்கு? ஏ வெனிசுலாவே, அடிமாட்டு ரேட்டை நினைத்துக் கவலைப்படாதே. கையிருப்பு பெட்ரோலை முதலில் காலி பண்ணுகிற வழியைப் பார் - என்று ஸ்பானிஷ் கிருஷ்ணபரமாத்மாக்கள் வெனிசுலா அரசாங்கத்தை எச்சரித்தார்கள். மற்றபல பெட்ரோல் தேசங்களும் அங்ஙனமே செய்துகொண்டிருப்பதை மனத்துக்குள் அவதானித்தார்கள். வேறு வழியில்லை.

இன்றைக்குப் போல் அன்றைக்கு யாரும் அத்தனை தெனாவெட்டு கொண்டிருக்கவில்லை. எல்லோருக்குமே ஓர் அச்சம் இருந்தது. யாரும் 'பெட்ரோல் வாங்குவதில்லை என்று முடிவு செய்துவிட்டால்' என்கிற அபத்தமான அச்சம். அமெரிக்கா குறுக்கே புகுந்து ஏதேனும் குட்டையைக் குழப்பிவிடுமோ என்கிற தீராப்பெருங்கவலை. தவிரவும் மத்தியக் கிழக்கு தேசங்களை மட்டும் முன்னுதாரணமாகப் பார்த்துக்கொண்டிருக்க முடியாது. அங்கத்திய அரசியல் சூழல் வேறு. அங்கத்திய வியாபாரம் வேறு. அங்கிருக்கிற கசமுசாக்கள் வேறு. ஆயிரம் அடிதடிகள் இருப்பினும் இனத்தால் ஒன்றுபட்டவர்கள். திடீரென்று அரபு சகோதரத்துவம் மேலோங்கிவிட்டால் தீர்ந்தது விஷயம். அமெரிக்கா முதற்கொண்டு அகில உலகுக்கும் மொத்தமாகவும் சில்லறையாகவும் ஆப்புவைத்துவிட முடியும்.

வெனிசுலா என்ன செய்யும்? எண்ணெய் வருமானமுள்ள ஒரே லத்தீன் அமெரிக்க தேசம். இந்த விஷயத்தில் அண்டைவீட்டுக்காரர்களின் பொறாமை எப்போதுமுண்டு அவர்களுக்கு. வேறு வழியில்லாமல் குறைந்த விலைக்குக் கையிருப்பைத் தள்ளிவிடத் தொடங்கினார்கள்.

விளைவு-வெனிசுலாவின்பெட்ரோல்வருமானம்தடதடவென்று சரியத் தொடங்கியது. OPEC உறுப்பு தேசங்கள் ஒவ்வொன்றும் இந்த எண்பதுகளின் தொடக்க காலத்தில் ஒவ்வொரு விதமான

விற்பனை உத்திகளைத் தன்னிச்சையாகக் கையாளத் தொடங்கின. எல்லோருக்குமே பயம். எல்லோருக்குமே கையிருப்பு பற்றிய கவலை. ஒரே மாதிரியான விலை என்கிற விவகாரமே கிடையாது. தலைக்கு ஒரு விலை. ஊருக்கு ஒரு ரேட்.

இந்த நேரத்தில்தான் இடைத்தரகர்கள் மெல்ல மெல்ல உள்ளே நுழைய ஆரம்பித்தார்கள். எண்ணெய்த் துறைக்குச் சற்றும் தொடர்பில்லாதவர்கள் அவர்கள். கையில் கொஞ்சம் பணம் மட்டும் வைத்திருப்பார்கள். ஒரு அவசர ஆத்திரத்துக்குக் கடன் கொடுத்துவிட்டுப் பின்னால் வட்டியுடன் வசூலித்துக்கொள்கிற லோக்கல் ஈட்டிக்காரர்களின் இண்டர்நேஷனல் வர்ஷன் என்று வைத்துக்கொள்ளுங்கள்.

ஆனால் இங்கே அவர்கள் கடன் கொடுக்கிறவர்களாக உள்ளே நுழையவில்லை. மாறாக, சுமைதாங்கிகளாக ஒரு நூதன அவதாரமெடுத்து உள்ளே வந்தார்கள்.

அன்புக்குரிய வெனிசுலா பெட்ரோலியத்துறை எஜமான்களே, இன்றைய தேதியில் என்ன ரேட்டுக்கு நீங்கள் பெட்ரோலியம் விற்கிறீர்கள்? பேரல் ஒன்றுக்கு முப்பது டாலரா? என்னது இருபத்தியெட்டுதானா? அதுகூட நகரமாட்டேனென்கிறதா? அடடா. ரொம்பக் கஷ்டம். சரி ஒழியட்டும். நான் உங்களைக் காத்து ரட்சிக்கிறேன். மாட்டு வண்டி அனுப்பிவைக்கிறேன். ஒரு ஆயிரம் பேரல் அனுப்பிவையுங்கள். இதோ முன்பணம். மிச்சத்தை மணியார்டர் பண்ணிவிடுகிறேன். வரட்டுமா?

அம்பது பேரல் நகருமா என்று பார்த்துக்கொண்டிருப்பவர்களுக்கு ஆயிரம் பேரலுக்கு ஆர்டர் வரும்போது கசக்குமா? கையிருப்பு தீரவேண்டும். அதுதான் முக்கியம். இந்த விலை வீழ்ச்சி எப்போது சரியாகும் என்று தெரியாது. என்ன செய்தால் சரியாகும் என்றும் தெரியாது. இருப்பதை விற்றுக்காசாக்குவது ஒன்றே இருப்பியல் தீர்வு. எனவே அவர்கள் சம்மதித்தார்கள்.

தரகர்கள் முன்பணம் கொடுத்துவிட்டு பெட்ரோல் ஊறவே ஊறாத தேசங்களைப் பார்க்க அடுத்து புறப்பட்டுப் போனார்கள்.

ஐயா கனவான்களே சேதி தெரியுமா உங்களுக்கு? அடுத்த நாலு வருஷத்துக்கு நீங்கள் சிங்கியடித்தாலும் பெட்ரோல் கிடையாது.

வெனிசூலாவில் கிணறுகளையெல்லாம் மூடிவிடுவார்கள் போலிருக்கிறது. மத்தியக் கிழக்கு எண்ணெயெல்லாம் உள்ளூர்வாசிகள் சௌகர்யத்துக்கு மட்டுமேதானாம். ரஷ்ய எண்ணெய் பற்றி நான் என்ன சொல்லுவது? உங்களுக்கே தெரியும். அது மூடிய கோட்டை. இனி நீங்கள் கட்டைவண்டிதான். மாடு வளர்க்க ஆரம்பியுங்கள். வரட்டுமா?

ஐயோ போகாதீர்கள், என்ன செய்யலாம் என்று சொல்லுங்கள் என்று இழுத்துப் பிடித்துக் கேட்கிறவர்களிடம் இப்போது அவர்கள் ரேட் பேசத் தொடங்கினார்கள்.

இதோ பார். உனக்கு எண்ணெய் வேண்டும். என்ன செய்தாலும் உனக்கு உற்பத்தி சாத்தியமில்லை. நீ வாங்கிப் பிழைக்கிறவன். அவன் விற்று சாப்பிடுகிறவன். இன்றைக்கு விலை குறைந்திருக்கிறதே என்று அலட்சியம் காட்டாதே. நாளைக்கு உச்சாணிக் கொம்பில் ஏறி உட்காரும். அப்போது நீ ததிங்கிணத்தோம் போடுவாய். அவன் தெனாவெட்டு காட்டுவான். கம்மி விலையில் கிடைக்கும்போது வாங்கி உள்ளே போட்டு வை. இதென்ன ஊசிப்போகிற வஸ்துவா? என்ன சொல்கிறாய்? பேரல் முப்பத்தி அஞ்சு டாலர். போனா வராது. பொழுது போனா கிடைக்காது. இப்ப சொன்னேன்னா ஆயிரம் பேரல் நாளைக்கு சாயங்காலம் இருட்டினப்பறம் வந்து சேர்ந்துடும். விட்டேன்னா, ததிங்கிணத்தோம்..

கூட்டமைப்பு, கோஷ்டிகள், பூசல்கள், மார்க்கெட் சரிவு என்று பல பிரச்னைகளில் அப்போது சிக்கிச் சீரழிந்துகொண்டிருந்தது வெனிசூலா மட்டுமல்ல. இதர அனைத்து எண்ணெய் தேசங்களுமேதான். எனவே அவர்களுக்கு இந்த இடைத்தரகர்கள் ஆதரவு மிகுந்த அனுசரணையாக இருந்தது. உற்பத்தி கெடக்கூடாது. வியாபாரம் படுக்கக்கூடாது. பெரிய லாபமில்லாது போனாலும் நஷ்டம் கூடாது. நாமே நேரடியாக விற்றால் என்ன? எவனொ ஒருத்தன் குறுக்கே புகுந்து வாங்கி விற்றால் நமக்கென்ன? வேண்டியது காசு. நாய் விற்ற காசு குறைக்காது; பெட்ரோல் விற்ற காசும் நாறாது.

என்ன இப்போது? நம்மிடம் ஒரு ரூபாய்க்கு வாங்கி அவன் ஒண்ணேகாலுக்கு விற்பான். அவ்வளவுதானே? நமக்கு முன்பணம்

வந்துவிடுகிறதல்லவா? அது போதும். மெல்ல மெல்ல நாம் விலையேற்றம் செய்யும்போது இழந்த அனைத்தையும் திரும்பப் பெற்றுவிட முடியுமே.

தவிரவும் தேசங்கள் ஒவ்வொன்றின் இடையேயும் இருந்த பல அரசியல்சிக்கல்சிடுக்குகள், உறவுவிரிசல்கள், முட்டல்மோதல்கள் உலகெங்கும் தடையற்ற வர்த்தகத்தைக் கணிசமாகத் தடுத்திருந்த காலம் அது. எனவே, வாங்குபவன் யார் என்றே தெரியாமல் யாரோ ஒரு மூன்றாம் மனிதனிடம் எண்ணெயை விற்று, காசை வாங்கிப் போட்டு கல்லா கட்டுவது அனைத்து தேசங்களுக்குமே சௌகரியமாக இருந்தது.

இந்த வழக்கம் பரவலாகத் தொடங்கியது. அனைவருக்குமே இது சௌகரியமாகவும் இருந்தது. பனிப்போர் காலம். உலகமே எரிந்த கட்சி எரியாத கட்சி என்று கட்சி கட்டிக்கொண்டு பிரிந்து கிடந்தபோது இந்தத் தரகர்கள் இல்லாதுபோனால் எண்ணெய் வியாபாரம் எங்கோ போய் விழுந்துவிடும் என்று எல்லோருமே நம்பினார்கள். நிலைமை சீராகி, சகோதரத்துவம் மேலோங்கி எல்லோரும் இறுகத் தழுவி, கட்டியணைத்துக் கண்ணீர் சிந்தி, உறவுத் திருவிழா கொண்டாடும்படிக்கு எப்போதாவது சந்தர்ப்பம் வருமானால் அப்போது பார்த்துக்கொள்ளலாம்; இப்போதைக்கு இது போதும் என்று நினைத்தார்கள்.

அந்தக் கணத்தில் எண்ணெய்த் துறையில் இடைத்தரகர்களின் பங்களிப்பு தவிர்க்கமுடியாமல் போனது. அவர்கள் ஆளத் தொடங்கினார்கள். மெல்ல மெல்ல. கவனமாக. படிப்படியாக அடியெடுத்து வைத்தார்கள். முதலில் நல்லவர்களாக. அப்புறம் நல்ல பிசினஸ்மேன்களாக. பிறகு பெரிய கார்ப்பரேட்டுகளாக. இறுதியில் தாதாக்களாக.

பெட்ரோல் உற்பத்தி செய்யும் தேசங்களும் பெட்ரோலிய தேசங்களின் கூட்டமைப்பும் தீர்மானித்துக்கொண்டிருந்த எண்ணெய் விலையை இந்த இடைத்தரகர்கள் தீர்மானிக்கத் தொடங்கினார்கள். இன்றைக்கு முப்பது டாலர். நாளைக்கு முப்பத்தைந்து டாலர். அடுத்த வாரம் நாற்பது. அதற்கடுத்து ஐம்பது. இஷ்டமிருந்தால் எடுத்துச் செல். இன்றைய விலை எழுபது. நாளைய விலை எண்பது.

ஏன் யாரும் தட்டிக்கேட்கவில்லை என்றால் எண்ணெய் உற்பத்தி செய்யும் தேசங்களுக்கு இது ஒரு சௌகரியமான ஏற்பாடல்லவா? அவர்களே நேரடியாக வர்த்தகம் செய்வதென்றால் விலை ஏற்றத்துக்கு ஆயிரம் மீட்டிங் போட்டு கூடிப் பேசவேண்டும். எதிர்ப்புகள் இருக்கும். போராடி பத்து பைசா ஏற்றுவார்கள். விலை குறைகிறது என்றால் அத்தனை பேருக்குமே அவஸ்தைகள்.

இப்போது தரகர்கள் அந்தப் பொறுப்பை எடுத்துக் கொண்டிருக்கிறார்கள். கண்டிப்பாக விலையைக் குறைக்கப் போவதில்லை அவர்கள். ஏற்றிக்கொண்டேதான் போவார்கள். எப்படி விற்பார்கள் என்பது அவர்கள் பாடு. நமக்கென்ன? நாளுக்கு நாள் விலை ஏறிக்கொண்டே போனால் நமது லாபம் ஏறுகிறது என்றுதானே பொருள்?

எனவேஎண்ணெய்தேசங்கள்தரகர்களைக்கண்டுகொள்ளவில்லை. தட்டிக்கொடுக்கவும்இல்லை என்பதைச்சொல்லவேண்டும். OPEC உறுப்பு நாடுகளெல்லாம் இந்தத் தரகர்கள் சொல்லும் விலைக்குத் தலைவணங்கி தமது சரக்கை விற்றுக்கொண்டிருந்தன. அவர்கள் தம்மிஷ்டத்துக்கு மேல் விலை வைத்து உலகச்சந்தைக்கு அனுப்பத் தொடங்கினார்கள். 'விலை வீழ்ச்சி› என்னும் அபாயத்திலிருந்து தப்பிக்க இதனைத் தவிர அவர்களுக்கு அன்றைக்கு வேறு உபாயமில்லாதிருந்து என்பதை இங்கே நினைவுகூரவேண்டும்.

இதில் பாதிக்கப்பட்டது யாரென்று பார்த்தால், நாமும் நம்மையொத்த இதர கோயிந்தசாமிகளும்தான். இறக்குமதி ஒன்றே சரணாகதி என்று எண்ணெய் விஷயத்தில் சாஷ்டாங்கமாக சேவித்து வாங்கிக்கொண்டிருக்கிற தேசங்கள். என்ன விலை சொன்னாலும்வாங்கித்தான்ஆகவேண்டும். எத்தனைஏற்றினாலும் சகித்துக்கொண்டுதான் தீரவேண்டும். எங்கே அடி கொடுத்தாலும் ஐயா வலிக்குதே அம்மா வலிக்குதே என்று புலம்பலாமே தவிர, அடிப்பவனைத் திருப்பியடிக்க வக்கு கிடையாது.

குறிப்பாக வளரும் தேசங்கள். உதாரணத்துக்கு நம்மையே எடுத்துக்கொள்ளலாம். அதிக விலை கொடுத்து எண்ணெய் எதற்கு வாங்கவேண்டும்? பெட்ரோலின் தேவையை நாம் குறைத்துக்கொள்வோம், அல்லது மாற்று எரிபொருள் குறித்து தீவிரமாக ஆராய்ச்சி செய்வோம், என்னத்தையாவது

கண்டுபிடிப்போம் என்று இன்று வரையோசிக்க முடிந்திருக்கிறதா நம்மால்?

ஏன் முடியவில்லை?

என்றால், நாம் வளர்ந்துகொண்டிருக்கிறோம். நமக்குத் தேவைகள் அதிகம். எதையும் குறைத்துக்கொள்ள முடியாது. காரியம் ஆகவேண்டும். இடையே வருகிற நெருக்கடிகளுக்கு அவ்வப்போது புலம்பலாம். கோஷம் போடலாம். பேரணி நடத்தலாம். டிபன் சாப்பிட்டுவிட்டு வந்து உண்ணாவிரதம் இருக்கலாம். இரவு டின்னருக்குத் திரும்பியும் விடலாம். ஆனால் எண்ணெய் வேண்டும். அவசியம் வேண்டும். ஒரு நாள், இரண்டு நாள் கோபப்பட்டு கத்தினாலும் மூன்றாம் நாள் நாம் ஆபீசுக்குப் போயாகவேண்டும். வண்டி, வாகனங்கள் இல்லாமல் சரிப்படாது. அல்லவா?

சமீபத்திய விலை உயர்வு நம்மை மிகக் கடுமையாக பாதித்து, கோபமூட்டியிருப்பது உண்மையானால் சாலைகளில் ஏன் இத்தனை வாகன நெரிசல் இன்னமும்? ஆண்டுக்கு ஒரு கார் கம்பெனி எப்படி இங்கே உதிக்கிறது? ஜட்டிக்கும் தாவணிக்கும் போட்டுக்கொண்டிருந்த ஆடித்தள்ளுபடி ஏன் ஆட்டோமொபைல் துறை வரைக்கும் தன் அகலச் சிறகை விரிக்கிறது?

இதன் அர்த்தம் என்னவென்றால், நமது கோபங்கள் வாயளவில் உள்ளவை. செயலளவில் சாத்தியமாகாத கோபம் அது. மன்மோகன் சிங்குக்கு இது தெரியாதா? எப்பேர்ப்பட்ட பொருளாதாரவல்லுநர்? அத்தனை எதிர்க்கட்சிகளும் கரடிக் கத்தல் கத்தியும் மழுங்குணி மாங்கொட்டையாக அல்லவா இருந்தார்? ஆட்சியே போய்விடும் என்றார்களே? என்ன ஆயிற்று?

நாம் வளர்ந்துகொண்டிருக்கிறோம். நமது தேவைகள் எதுவும் திடீரென்று குறைத்துக்கொள்ளக்கூடியவை அல்ல.

இது விவரமறிந்த யாவருக்கும் தெரியும். எண்ணெய் வியாபாரிகளுக்கு நன்றாகத் தெரியும். விலை நிர்ணயம் செய்யும் இடைத்தரகர்களுக்கு மிக மிக நன்றாக. அதனால்தான் எண்பதுகளின் தொடக்கத்தில் ஆரம்பித்த இந்த விளையாட்டு இன்றைக்கு வரை நீடித்துக்கொண்டிருக்கிறது.

கொஞ்சம் தடம் மாறி வந்திருக்கிறோம். பாதகமில்லை. இது இப்போது பேசப்படவேண்டிய விஷயம்தான். மீண்டும் வெனிசுலாவுக்குப் போகலாம். அங்கே ஹ்யூகோ சாவேஸ் இப்போது அதிபராகியிருப்பார். இரண்டாவது முறையாக எண்ணெய்த் துறையை நாட்டுடைமை ஆக்கப்போகிறார். மேலும் சில ரசம்மிக்க கூத்துகள் காத்திருக்கின்றன.

ஆயிரத்தி தொள்ளாயிரத்தி தொண்ணூற்றெட்டாம் ஆண்டு டிசம்பர் ஆறாம் தேதி ஹ்யூகோ சாவேஸ் வெனிசுலாவின் அதிபராகப் பதவியேற்றார். மொத்தம் ஐம்பத்தியாறு சதவீத வோட்டுகள் அவருக்கு அப்போது விழுந்தன. ஓரளவு மக்கள் செல்வாக்கு உண்டு. வயது கம்மி, வீரியம் அதிகம், சுவாரசியமாகப் பேசுகிறார், சுறுசுறுப்பாகச் செயல்படுகிறார், ஏதாவது நல்லது செய்வார் என்று மக்களிடையே ஒரு எதிர்பார்ப்பு இருந்தது.

சாவேஸுக்கும் அந்த எண்ணம்தான். உலகம் வியக்கும் வண்ணம் ஒப்பற்ற ஆட்சியொன்றை வெனிசுலாவுக்கு வழங்கவேண்டுமென்பதுதான் அவருடைய விருப்பம். தேசத்துக்கு ஏதாவது நல்லது நடக்கவேண்டுமென்றால் அது பெட்ரோல் மூலம்தான் சாத்தியம் என்பது அவருக்குத் தெரியும். ஆனால் இத்தனை பெரிய எண்ணெய் வளத்தை வைத்துக்கொண்டு இன்னும் ஏன் வெனிசுலா பெரிய ஆளாக ஆகமுடியவில்லை என்பதுதான் குழப்பமாக இருந்தது.

இத்தனைக்கும் எண்ணெய்த் தொழில் தேசிய மயமாக்கப்பட்டு விட்டது. உள்ளே இருந்த ஊழல்கள் ஓரளவு ஒழிக்கப்பட்டிருந்தன. வர்த்தகம் சீராக்கப்பட்டிருப்பது போலத்தான் தெரிந்தது. நல்லுறவுகள் குறித்து அவ்வளவாக சிலாகித்துக்கொள்ளப் பெரிதாக இல்லாது போனாலும் யாருடனும் பகை கிடையாது. குறிப்பாக, அமெரிக்காவுடன். பிற மேற்கத்திய தேசங்களுடன் [வெனிசுலாவுக்கு வடக்கத்திய.]

ஆனாலும் சொல்லிக்கொள்ளும்படியான வளர்ச்சி இல்லை. விலை வீழ்ச்சி, திடீர் எழுச்சி எல்லாம் இந்தத் துறையில் எப்போதுமிருப்பவைதான். அதற்கெல்லாம் பயந்துகொண்டிருக்க முடியாது. ஏதாவது செய்யவேண்டும். புதிதாக. முற்றிலும் வித்தியாசமாக. எல்லோரும் கவனிக்கும்வண்ணம். எல்லோரும் பாராட்டும் வண்ணம். முக்கியமாக மக்களுக்கு உபயோகமாக.

எண்ணெய் தொடர்பான வெனிசுலா அரசின் பல புராதன கொள்கைகளை சுத்தமாக மாற்றியமைக்கவேண்டியதே தனது

முதல் பணி என்று சாவேஸ் கருதினார். சுத்தப்படுத்தவேண்டிய சங்கதிகள் நிறைய இருந்தன. அதே சமயம் OPEC தனது பழைய கிளாமரைக் கொஞ்சம் கொஞ்சமாக இழந்துகொண்டிருந்ததையும் அவர்கவனித்தார். எண்ணெய் தேசங்களின் கூட்டமைப்பு என்னும் கம்பீரத்துடன் உலகயே ஆண்டுகொண்டிருந்த அமைப்பு. ஆனால் சாவேஸ் பதவிக்கு வந்த காலத்தில் OPEC பத்தோடு பதினொன்றாக இருந்தது. ஒரு லெட்டர்பேட் அமைப்பு மாதிரி. யாரும் அவ்வளவாக அதனை மதிக்கவில்லை. என்னத்துக்கு மதிப்பார்கள்? விலை நிர்ணயம் செய்துகொண்டிருந்ததெல்லாம் தரகர்கள். OPEC ஒரு பெயருக்கு மட்டுமே இருந்தது. எல்லாம் தரகர்கள் சொல்வதுதான்.

இந்த இடத்தில் OPEC என்பதை ஒர் அமைப்பாகப் பார்ப்பதைக் காட்டிலும் எண்ணெய் வர்த்தகத்தில் ஈடுபட்டிருந்த பல்வேறு தேசங்களின் பிரதிநிதிகள் கூடியிருக்கும் இடமாகப் பார்த்தால் இன்னும் தெளிவாகப் புரியும். எல்லோருக்குமே எண்ணெய்க் காசு முக்கியம். எல்லோருமே தரகர்கள் நிர்ணயிக்கும் விலையை ஏற்றார்கள். அப்புறம் அமைப்பாக உட்கார்ந்து பேசி என்ன செய்ய வேண்டும்? போண்டா, காப்பி சாப்பிட்டுவிட்டு பேலன்ஸ் ஷீட் பார்த்துவிட்டு வீட்டுக்குப் போகவேண்டியதுதான்.

வெனிசூலாவும் இந்த கோஷ்டியில் ஒரு தேசம்தான். கோட்டா என்று ஒன்று இருக்கும். எல்லாருக்கும் இருக்கும். ஆனால் யாரும் அதையெல்லாம் பெரிதாகக் கண்டுகொள்ளவெ மாட்டார்கள். வருகிற பிசினசுக்கு ஏற்ப எண்ணெய் எடுப்பார்கள். கேட்கிற விலை சரியாக இருக்குமானால் கண்ணை மூடிக்கொண்டு கொடுத்துவிடுவார்கள்.

வருஷத்துக்கு இத்தலை பேரல் எடுக்கலாம், இன்ன விலை வரைக்கும் போகலாம், இன்னின்ன தேசங்களுக்கு இத்தனை இத்தனை வியாபாரம் செய்யலாம் என்றெல்லாம் எழுத்தளவில் இருந்தது. யாரும் அதைப் பொருட்படுத்துவதே இல்லாமல் ஆகிவிட்டது. கையில் காசு. வாயில் மசால் தோசை. தீர்ந்தது விஷயம்.

சாவேஸுக்கு நிலைமை புரிந்தது. ஏதாவது தடாலடியாகச் செய்தாலொழிய இது தேறாது. இப்போதைக்குப் பிரச்னையில்லை

என்று கண்டுகொள்ளாமல் விட்டுவிட்டால் பின்னால் இதுவே பிழைப்புக்கு எதிராகும். ஆனால் தானொருத்தன் உணர்ந்து பத்து பைசா உபயோகமில்லை. OPECல் இருக்கும் ஒவ்வொரு உறுப்பினரும் உணரவேண்டும்.

இன்னொரு பக்கம் OPECல் உறுப்பினராக இல்லாத ரஷ்யாவும் மெக்சிகோவும் ஆளுக்கொரு விதமாகத் தனியாவர்த்தனம் செய்துகொண்டிருந்தார்கள். அதாவது, உறுப்பினர்களாக இருந்து இவர்களெப்படி தங்கள் இஷ்டத்துக்கு எண்ணெய் விற்றுக் கொண்டிருந்தார்களோ, அதையே உறுப்பினர்களாக இல்லாமல் அவர்கள் செய்தார்கள். நாளைக்கே ஒரு பிரச்னை என்றால் 'நீ ரொம்ப யோக்கியமா?' என்று கேட்கக்கூடிய முதல் பிரகஸ்பதிகள். தங்கள் சமஸ்தானத்து எல்லைக்குள் நுழைந்து வேறு யாரும் எந்தக் கேள்வியும் கேட்கமுடியாதபடிக்கு மிக வலுவான வேலி போட்டுவைத்திருந்தவர்கள்.

அந்த தைரியத்திலேயே அவர்கள் இஷ்டத்துக்கு எண்ணெய் எடுப்பதும் நினைத்த விலைக்கு விற்பதுமாக இண்டஸ்டிரியையே நாரடித்தார்கள். எதற்குமே கணக்கு வழக்கு கிடையாது. யார் கேட்பது? என்னிஷ்டம், என் விருப்பம். நான் கொண்டையுள்ள சீமாட்டி.

ஆயிரம் பேரல் எடு என்றோ பேரலுக்கு இத்தனை விலை வை என்றோ யாரும் சொல்லமுடியாது அவர்களை. சொன்னாலும் கேட்கிற ஜாதியில்லை. ஊருக்கெல்லாம் ஒரு தரகு கோஷ்டி என்றால் மெக்சிகோவுக்கும் ரஷ்யாவுக்கும் மட்டும் தனித்தனியே வேறு தரகர்கள்.

சரி இதில் என்ன பிரச்னை?

என்றால் இருக்கிறது. OPEC உறுப்பு நாடுகள் என்று பெயருக்கு இருந்தாலும் எண்ணெய் எடுப்பதையும் விற்பதையும் தரகர்கள் தீர்மானிக்கும் விலைகளுக்கு ஏற்ப ஆளாளுக்கு ஒவ்வொரு விதமாகத்தான் செய்துகொண்டிருந்தார்கள் என்று பார்த்தோம். மேற்படி ரஷ்யாவும் மெக்சிகோவும் இன்னொரு புறம், வேறு சில தரகர்களின் விருப்பப்படி இயங்கிக்கொண்டிருந்தார்கள் என்றும் பார்த்தோம்.

என்ன காமெடி என்றால் OPEC உறுப்பினர்களுக்கும் ரஷ்யா - மெக்சிகோ தனியாவர்த்தனர்களுக்கும் விற்பனையில் ஒரு ரகசிய போட்டாபோட்டி வந்துவிட்டது. நான் எத்தனை விற்கிறேன், நீ எத்தனை விற்கிறாய் என்று பார்ப்பதற்காக திடீர் திடிரென்று ஆளுக்கொரு விலைக்குறைப்பு செய்வது, டமார் டமாரென்று உற்பத்தியை அதிகரிப்பது, தடாலடியாக நிறுத்தி வைப்பது என்று சகட்டுமேனிக்கு விளையாடத் தொடங்கியிருந்தார்கள்.

எதுவுமே ஓர் ஒழுங்கில் இல்லை. எண்ணெய் என்பது பணம் என்பது மட்டும் எல்லோருக்கும் தெரியும். பணத்தோடு விளையாடக்கூடாது. அது மகாலட்சுமி. எடுத்து உள்ளே வைத்துப் பூட்ட வேண்டிய வஸ்து. ஆனால் அதைத்தான் அவர்கள் பேப்பர் கப்பல் செய்து எண்ணெய்க் கடலில் ஓட்டிப்பார்த்தார்கள்.

குறிப்பாக ரஷ்யாவும் மெக்சிகோவும் நிறைய புதிய புதிய எண்ணெய் வயல்களைக் கண்டுபிடித்து, ஏராளமான சுத்திகரிப்பு நிலையங்களையும் உருவாக்கத் தொடங்கினார்கள். உற்பத்தி அதிகரிக்க அதிகரிக்க, யார் எத்தனை பேரல் கேட்டாலும் கொடுக்கமுடியும் என்பது தவிர, சகாயமான விலையையும் வைக்கலாம். யாருக்கும் சுமை இல்லை என்னும்போது வியாபாரம் நொடிக்காது. நல்லுறவு நீடிக்கவும் இது வழிசெய்யும்.

தவிரவும் இது அமெரிக்காவுக்கு எதிரான ஒரு மறைமுக நடவடிக்கை. எண்ணெய் என்பது என்ராஜாங்கம். பனிப்போராவது புடலங்காய்ப் போராவது. மவனே, இங்கு நான் வைப்பதுதான் சட்டம். உனக்கு வேண்டுமானாலும் கொடுக்கிறேன், வந்து க்யூவில் நில்லு என்று ரஷ்யா சொல்லாமல் சொல்லும் விதம்.

சாவேஸுக்கு இது கவலையளித்தது. நல்லதில்லை. மிகவும் ஆபத்தான காரியத்தைச் செய்துகொண்டிருக்கிறார்கள். எண்ணெயின் விலையைக் குறைக்கக் குறைக்க, வெனிசுலாவின் பொருளாதாரம் அடிபடும். கொஞ்ச நஞ்ச அடியல்ல. மரண அடி. வேறு தொழில்கள் எதுவுமே துலங்காத தேசம் அது. எண்ணெய் ஒன்றுதான் வருமானம். அதுவும் காலணாவுக்கு கேலன் என்று வருமானால் தலையில் துண்டுதான். சந்தேகமில்லை.

ஏதாவது செய்தாகவேண்டும். என்ன செய்யலாம்?

யோசித்தார்.

OPECஐ மறுகட்டுமானம் செய்து, அதற்குப் புத்துயிர் அளித்து எண்ணெய் தேசங்களின் ஒற்றுமை எத்தனை அவசியமானது என்பதை வலியுறுத்தி, பிரச்னைகளை எடுத்துச் சொல்லி விவாதித்து, அனைவருக்கும் புரியவைக்கவேண்டும்.

வேறு என்ன செய்தாலும் லாபமில்லை. அவரவர் லாபம் என்று மட்டுமே பார்த்துக்கொண்டிருந்தால், ஒரு கட்டத்தில் அவரவர் துண்டு என்று ஆகிவிடும். இந்த அபாயம் புரியவில்லை. யாருக்குமே புரியவில்லை. சுத்தமாகப் புரியவில்லை. புரியவைக்கவேண்டிய பொறுப்பு இருக்கிறது. வேறு யாரும் அதனை எடுத்துக்கொள்ளாத பட்சத்தில் தான் எடுத்துத் தன் தலையில் அட்சதை போட்டுக்கொள்வதில் பெரிய பிரச்னை ஏதுமில்லை. போற்றுவார் போற்றட்டும், புழுதிவாரித் தூற்றுவார் தூற்றட்டும். இதோ வருகிறேன் நண்பர்களே.

சாவேஸ் ஒரு சூறாவளி சுற்றுப்பயணத்தை மேற்கொண்டார். ஒவ்வொரு நாடாக. ஒவ்வொரு அதிபராக. ஒவ்வொரு எண்ணெய் கம்பெனியாக. சந்தித்துப் பேசுவது என்பது ஒன்று. உள்ளத்தில் இருப்பதை வெளிப்படுத்துவது என்பது ஒன்று. எதிராளிக்குப் புரியவைத்து, சம்மதம் பெறுவது என்பது இன்னொன்று. இது மிகப்பெரிய சவால். மாபெரும் முயற்சி.

தனது முயற்சி படு அபத்தமாக முடிந்துவிடலாம் என்பதை அவர் அறிந்தே இருந்தார். ஆனாலும் முயற்சியைக் கைவிடுவதாக இல்லை. பொறுமையாக ஒவ்வொருவரையும் சந்தித்துப் பேசினார். OPEC உறுப்பினர்களுக்கு முதலில் சாவேஸ் என்ன சொல்ல வருகிறார் என்பது புரியவில்லை. நிறைய குழம்பினார். ஆனால் சாவேஸ் குழந்தைக்குச் சொல்லிக்கொடுப்பதுபோல் எடுத்துச் சொல்லிப் புரியவைத்தார்.

நண்பர்களே. நம்மிடம் எண்ணெய் இருக்கிறது. ஆனால் ஒற்றுமை இல்லை. என்ன நடக்கிறது இங்கே? வலிமை உள்ளவன் என்ன காசு சொன்னாலும் கொடுத்துவிட்டு எண்ணெய் வாங்குவான். வலிமையற்றவன் வாங்க முடியாமல் அவதிப்படுவான். ஒரு கட்டத்தில் எண்ணெய் என்பது அவனுக்கு ஒரு வேண்டாத

பொருளாகும். மாற்று ஏற்பாடுகளுக்குச் செல்வான். அப்போது வலிமையுள்ளவனை மட்டுமே நாம் நம்பவேண்டியிருக்கும். அவன் மெல்ல மெல்ல ராஜா ஆவான். அவன் வைத்ததுதான் சட்டமென்றாகும். அடிபணிவோம். இப்போதைய அடிமாட்டு ரேட் அப்போது இன்னும் கீழிறங்கி கிழமாட்டு ரேட் ஆகும். நீயும் நானும் எண்ணெய்க்கு எள்ளும் தண்ணியும் இறைக்கவேண்டிவரும். புரிகிறதா? நம்மிடம் ஒற்றுமை இல்லாது போனால் நமது வளத்தை அன்னியர்கள் களவாடிவிடுவார்கள். ஏற்கெனவே போனவற்றை எண்ணிப் பாருங்கள். உடனடிப் பணத்துக்கு, உடனடி சுகசௌகரியங்களுக்கு மனத்தை அலைபாயவிடாதீர்கள். நம்மிடம் இருப்பது பொன்முட்டையிடும் வாத்து. தினமொரு முட்டை நல்லது. ஒரே நாளில் தின்று தீர்த்தால் அஜீரணப் பிரச்சனை வரும். என் தேசத்தைப் பாருங்கள். எத்தனை பணம் வந்து என்ன பிரயோஜனம்? வெனிசூலாவை நீங்கள் வளர்ந்தநாடு என்பீர்களா? வளரும் நாடு. இன்னும் வளரும். வளரவேண்டும். ஆனால் முட்டுக்கட்டைகள் நிறைய. ஏன் நாங்கள் கஷ்டப்படுகிறோம்? எண்ணெயை மட்டும் நம்பாதீர். தேசத்தின் உள்கட்டுமானத்தில் கவனம் செலுத்துங்கள். எண்ணெய் விஷயத்தில் நாம் ஒற்றுமையைக் கடைப்பிடிப்போம். OPEC வலுவாக இருந்தால் யாரும் நம்மை அசைத்துக்கொள்ள முடியாது. நாம் விலை தீர்மானிப்போம். கோட்டா கடைபிடிப்போம். பிழைப்பு ஒழுங்காக நடக்கும். என்ன சொல்கிறீர்கள்?

2000வது ஆண்டு OPEC உறுப்பு தேசங்களின் மாபெரும் முதல் மாநாடு நடைபெற்றது. சாவேஸ் என்கிற தனிமனிதரின் அபாரமான முயற்சியின் விளைவாகக் கூடிய மாநாடு இது. இருபத்தைந்து வருடங்களில் ஒருமுறைகூட இந்த தேசங்கள் இவ்வாறு கூடிப் பேசியதில்லை. பொது விஷயங்களை விவாதித்ததில்லை. உருப்படியாகத் தீர்வுகள் என்று எதையும் கண்டடைந்ததில்லை.

வெனிசூலாவின் தலைநகர் காராகஸில் இது நடைபெற்றது. அஜெண்டா ஒன்றும் புதிதில்லை. எண்ணெய் விலை கட்டுப்பாடுகள் முதல் விஷயம். வெனிசூலாவுக்கும் எண்ணெய் ஏற்றுமதி செய்யும் இதர மத்திய கிழக்கு தேசங்களுக்குமான நல்லுறவு அடுத்த விஷயம். OPECஐ வலுப்படுத்துவது, அதற்கு என்னவெல்லாம் செய்வது என்று தீர்மானிப்பது மூன்றாவது விஷயம்.

உண்மையில் இந்த மாநாட்டுக்குப் பிறகுதான் எண்ணெய் தேசங்கள்விழித்துக்கொண்டனஎன்றுசொல்லவேண்டும். உலகில் எண்ணெய்த் தொழில் என்று ஒன்று உருவாகத் தொடங்கி சரியாக நூறு வருஷம் கழித்து நடைபெற்ற மாநாடு. உருப்படியான மாநாடு. இதற்குப் பிறகுதான் எண்ணெய் தேசங்கள் தமது பலத்தைப் புரிந்துகொண்டன. இதுநாள்வரை என்னென்னவெல்லாம் சொதப்பியிருக்கிறோம் என்று நினைத்துப் பார்த்தன. ஐயோ, கோட்டைவிட்டோமே என்று அலறின.

அதனால் பரவாயில்லை, இனியேனும் பிழைப்போம் என்று நம்பிக்கை சொன்னார் சாவேஸ்.

அன்றைக்கு ஆரம்பித்ததுதான் அந்த டேக்-ஆஃப். இன்றைக்கு வ்ரை எண்ணெய் விலை ஏறுவதற்கும் தங்கத்தைக் காட்டிலும் எண்ணெய் மதிப்பு மிக்க வஸ்துவானதற்குமான அடித்தளம் அப்போது போடப்பட்டதுதான்.

இனி ஒன்றும் செய்யமுடியாது. எண்ணெய்தான்ராஜா. எல்லோரும் அடியாள் என்கிற நிலைமை உருவானதும் அந்த மாநாட்டுக்குப் பிறகுதான்.

20 பத்தொன்பதாயிரம் பேர் பிரச்னை

ஹ்யூகோ சாவேஸ் ஓர் இடதுசாரி சிந்தனையாளர். இடதுசாரி அரசியல்வாதி. இடதுசாரி சர்வாதிகாரி. இடதுசாரி அமெரிக்க எதிர்ப்பாளர். ஆனால் வெனிசுலாவின் எண்ணெய் வளத்தைக் காசாக்குகிற விஷயத்தைப் பொறுத்தவரை அவர் மிகத் தெளிவாக இருந்தார்.

தேசத்துக்குப் பணம் வேண்டும். எண்ணெய்த் தொழில் தவிர வேறெதுவும் செழிக்காத வெனிசுலாவைச் சற்றே மூச்சுவிடச் செய்யவேண்டுமென்றால் எண்ணெய் தவிரவும் பிற இனங்களிலிருந்து சற்றே வருமானம் வந்தாகவேண்டும். இல்லாவிட்டால் எண்ணெய்க் காசில் வாழ்நாள் முழுதும் ரொட்டி சுட்டுக்கொண்டிருக்கவேண்டியதுதான். வேறு உருப்படியாக ஏதும் இராது. தவிரவும் எண்ணெய்ப் பணத்தின் அநிரந்தரம் குறித்தும் அவர் அறிந்திருந்தபடியால், தேசத்தின் ஏழைமை ஒழிப்பு மற்றும் இதர வளர்ச்சித் திட்டங்களுக்கு எண்ணெய்க் காசை கொஞ்சம் பயன்படுத்திக்கொண்டுபிறவற்றுக்கு, அந்தந்தஇனங்களிலிருந்தே செலவு செய்யுமளவுக்குத் தேற்றியாகவேண்டும் என்பதில் தெளிவாக இருந்தார்.

இன்னொரு விஷயமும் அவருக்கு முக்கியமாக இருந்தது. எண்ணெய் எடுத்தாகவேண்டும். ஒழுங்காக எடுத்தாகவேண்டும். நிறையவும் எடுக்கவேண்டும், வியாபாரமும் செழிக்கவேண்டும். இந்த இடத்தில் சுதேசிப் பிரசங்கம் செய்துகொண்டிருந்தால் வேலைக்கு ஆகாது.

முன்பே பார்த்ததுபோல் எண்ணெய் எடுப்பது என்பது பெரிதும் தொழில்நுட்பம் சார்ந்தது. மிகவும் பேஜாரான காரியம். பல கோடிக்கணக்கான டாலர்கள் முதலீடு வேண்டும் தொழில். என்னதான் தொழிலை நாட்டுடைமை செய்தாலும் நாட்டுடைமையாக இருக்கும் உள்ளூர்த் தொழில்நுட்பத்தை மட்டும் வைத்துக்கொண்டு ஒன்றும் செய்துவிட முடியாது. எடுக்கலாம். கொஞ்சம்போல் பணம் வரவே செய்யும். ஆனால் அது போதுமா?

அதனால்தான் எண்ணெய் விஷயத்தில் அவர் தடாலடியாகச் சில புதிய கொள்கைகளை அறிவிக்க முடிவு செய்தார். தொண்ணூறுகளின் இறுதியில் நிகழ்ந்த அந்த எண்ணெய் விலை வீழ்ச்சி வைபவத்துக்குப் பிறகு இந்த விஷயத்தில் அவர் மிகத் தெளிவாக இருந்தார். விளையாடும் இடமல்ல இது. விளையாடிக்கொண்டிருக்கக்கூடிய நேரமும் இல்லை. ஓ. ஈ. பி. சி. ஜக்கூப்பிட்டு எச்சரித்தாகிவிட்டது. ஆபத்து எங்கிருந்து வரலாம், என்ன மாதிரி வரலாம் என்றெல்லாம் சுட்டிக்காட்டியாகிவிட்டது. இதற்குமேல் சொந்த தேசக்கவலைப்படத்தொடங்கினால்தால்சரி. ஊருக்கு உழைத்துவிட்டு, வீட்டுக்குக் கேப்பைக்கூழ் இல்லாமல் போவதைப் பார்த்துக்கொண்டிருக்க முடியாது.

சாவேஸ், ஒரு புதிய எண்ணெய்க் கொள்கையைப் பிரகடனம் செய்தார். வெனிசுலா நாடாளுமன்றத்தில் இது ஒரு சட்டமாகவும் கொண்டுவரப்பட்டு, தீர்மானம் நிறைவேற்றப்பட்டது.

இது நடந்தது நவம்பர் 13, 2001ல்.

இந்தப் புதிய ஹைட்ரோகார்பன்ஸ் சட்டம், பழைய 1943 ஹைட்ரோகார்பன் சட்டத்தைத் தூக்கிக் கடாசிவிட்டு வந்து உட்கார்ந்துகொண்டது.

எண்ணெய் நாட்டுடைமைதான். அதில் சந்தேகமில்லை. இரண்டாவது முறையாகவும் இப்போது நாட்டுடைமை ஆக்குகிறேன். வெனிசுலா எண்ணெய்த் தொழில் வெனிசுலா அரசாங்கத்துக்கே சொந்தமானது. ஆனால் சில மாற்றங்களுடன். யார் வேண்டுமானாலும் இனி வெனிசுலா அரசாங்கத்துடன் தொழில் கூட்டணி அமைக்கலாம். வெனிசுலாக்காரர்களாகத்தான் இருக்கவேண்டுமென்பதில்லை. வெளிநாட்டுக்காரர்களாகவும் இருக்கலாம். எண்ணெய்க்கம்பெனிகளேவாருங்கள். எண்ணெயில் காசைப்போட நினைக்கக்கூடிய முதலீட்டாளர்களே வாருங்கள். தனியார் முதலீட்டாளர்கள் 49 சதவீதம்வரை முதலீடு செய்யலாம். நிறைய எண்ணெய் எடுக்கலாம். கூட்டுத்தொழிலாகவும் செய்யலாம். அல்லது வெறுமனே முதலீடு செய்துவிட்டுலாபத்தை மட்டும்கூட எடுத்துக்கொள்ளலாம்.

ஆனால் கவனமிருக்கட்டும், இது அரசுத்துறை. கட்டுப்பாட்டு லகான் முழுதும் அரசாங்கத்திடம்தான் இருக்கும். யாராவது

வாலாட்டினால் ஓட்ட நறுக்கவேண்டிவரும். அதில் சந்தேகமில்லை. ஒரு காற்றாடி மாதிரி நீங்கள் உயரே பறக்கத் தயாரா? மாஞ்சா போட்ட நூல் என் கையில் இருக்கும்.

என்ன சொல்கிறீர்கள்?

சாவேஸ் கேட்டார். இதில் சொல்ல என்ன இருக்கிறது? கட்டுப்பாடுகள் இருக்கும். கஷ்டங்கள் இருக்கும். இந்த அரசாங்கம் போய் இன்னொன்று வருமானால் மீண்டும் கொள்கைகள் மாறலாம். கோஷங்கள் மாறலாம். வேஷங்களும் மாறலாம்.

ஆனால் இந்தக் கணம் வெனிசூலா தன் கதவைத் திறக்கிறது. எண்ணெயில் காசு போடலாம். போட்ட காசைப் பலமடங்கு திருப்பி எடுக்க ஒரு சந்தர்ப்பம். கசக்குமா?

சாவேஸின் இந்தச் சட்டத்திருத்தம் அமலானபோது உலக நாடுகள் பல போட்டி போட்டுக்கொண்டு வெனிசூலாவின் எண்ணெய் எடுப்புப் பணிகளில் முதலீடு செய்ய முன்வந்தன. கிட்டத்தட்ட பதினாலு நாடுகளைச் சேர்ந்த சுமார் அறுபது எண்ணெய் கம்பெனிகளுக்கு இந்த வாய்ப்பு உடனடியாகக் கிடைத்தது. *Petroleos de Venezuela* என்னும் வெனிசூலா தேசிய எண்ணெய் எடுப்பு நிறுவனத்துக்கும் இந்த பன்னாட்டு கம்பெனிகளுக்குமிடையே முப்பத்தி மூன்று பல்வேறு விதமான ஒப்பந்தங்கள் அடுத்தடுத்துக் கையெழுத்தாயின.

எண்ணெய் எடுப்பது தவிர, இயற்கை எரிவாயு உற்பத்தி, இரும்பு உற்பத்தி போன்ற துறைகள் சார்ந்தும் சந்தில் பல புதிய சிந்துகள் பாடப்பட்டன. நேரடியாக எண்ணெய் எடுக்கும் தொழிலுடன் சம்பந்தப்படாவிட்டாலும் எண்ணெய் பூசிய பிற குட்டித்தொழில்களிலும் முதலீடு செய்யலாம். அப்படிச் செய்வதற்கு முன்வருபவர்கள் நூறு சதவீத ஷேர் வைத்துக்கொள்ளவும் அனுமதியுண்டு என்றார் சாவேஸ்.

இதெல்லாம் நடக்கிற கதையா என்று வாயைப் பிளந்தார்கள் எதிர்க்கட்சிக்காரர்களும் எதிரிக்கட்சிக்காரர்களும்.

அப்புறமென்ன இடதுசாரி, மண்ணாங்கட்டி? இந்தாளைப் புரிந்துகொள்ளவே முடியவில்லையே? ஒரு பக்கம் தாடிக்காரர்

ஃபிடல் காஸ்டிரோவுடன் முஸ்தபா முஸ்தபா பாடுகிறார். இன்னொரு பக்கம் ரஷ்ய அதிபர் புதினுடன் நாஷ்டா சாப்பிடுகிறார். லத்தீன் அமெரிக்காவில் காஸ்டிரோவுக்கு அப்புறம் மாபெரும் இடதுசாரித் தலைவர் என்று மக்கள் தலைக்குமேல் தூக்கிவைத்துக்கொண்டு கொண்டாடுகிறார்கள். ஆனால் செய்கிற வேலையெல்லாம் கடைந்தெடுத்த கேபிடலிசத் தனமாக இருக்கிறதே?

அமெரிக்கா சிண்டைப் பிய்த்துக்கொண்டது. மேற்கத்திய நாடுகள் எல்லாம் மூக்குமேல் விரல் வைத்து வியந்தன.

சாவேஸ். ஆம். இவர் சாதாரணமான ஆசாமி இல்லை. நிச்சயம் அமெரிக்காவுக்கு அபாயம் தரக்கூடியவர். எண்ணெயை வைத்துத்தான் அதனைச் செய்வாரா என்றும் சொல்வதற்கில்லை. எந்த வகையிலும் செய்யலாம்.

அமெரிக்கா, சாவேஸுக்குக் குடைச்சல் கொடுக்க ஆரம்பித்ததெல்லாம் இதன்பிறகுதான். சாவேஸை எப்படியாவது பதவியிலிருந்து தூக்கிவிட வேண்டும் என்று அமெரிக்க அதிபர் ஜார்ஜ் புஷ் மிகவும் விரும்பினார். ஜார்ஜ் புஷ் ஒருத்தரைப் பதவியிலிருந்து தூக்குவதற்கு விரும்பாதிருந்தால்தான் வியப்பு. இது நமக்குத் தெரியும். ஆனால் சாவேஸ் விஷயத்தில் அவரால் பெரிதாக ஆட்டம் காட்ட முடியவில்லை. காஸ்டிரோவுக்காவது நேரடிக் கொலை முயற்சிகள் தொடங்கி எத்தனையோ விதங்களில் குடைச்சல் கொடுக்க முடிந்தது அமெரிக்க உளவுத்துறையால்.

வெனிசூலாவில் அமெரிக்கர்கள் என்னவிதமான திருவிளையாடலை நிகழ்த்த நினைத்தாலும் அது ஆரம்பத்திலேயே கிள்ளியெறியப்பட்டது.

உதாரணமாக PDVSA எனப்படும் வெனிசூலா தேசிய எண்ணெய் எடுப்பு நிறுவனமான Petroleos de Venezuelaவில் நடந்த ஒரு மெகா வேலை நிறுத்தத்தைச் சொல்லலாம்.

இந்த வேலை நிறுத்தத்தைப் பற்றியெல்லாம் விரிவாக உள்ளே சென்று நாம் பார்க்கத் தேவையில்லை. அது அவசியமும் இல்லை. ஒரு வேலை நிறுத்தம் நடைபெற்றது. நிச்சயமாக அரசியல் காரணங்களுக்காக உள்ளூர் அரசியல்வாதிகள்

மற்றும் தொழிற்சங்கப் பெருந்தலைகளால் தூண்டிவிடப்பட்டு நடைபெற்ற வேலை நிறுத்தம். இப்படியொரு வேலை நிறுத்தம் ஆரம்பமாகிறது என்று தெரிந்ததுமே சம்பந்தப்பட்ட நிறுத்தப் பிரகஸ்பதிகளை சி.ஐ.ஏவினர் அணுகி தங்களது அனுக்கிரகம் வேண்டுமா என்று கேட்டதாகவும் ஓரளவு அது கிடைத்தது என்றும் சில செய்திகள் உண்டு. ஊர்ஜிதமான செய்தியல்ல.

ஆனால் வேலை நிறுத்தம் நடந்தது உறுதி. சற்றே பெரிய அளவில் நிகழ்த்திக்காட்டப்பட்ட எதிர்ப்பு நடவடிக்கை.

என்ன வேடிக்கை என்றால், இந்த வேலை நிறுத்தத்தில் ஈடுபட்ட *Petroleos de Venezuela* ஊழியர்களில் தொண்ணூற்றொன்பது சதவீதம் பேர் நிர்வாகிகளும் அதிக சம்பளம் பெறும் உயர்நிலை டெக்னீஷியன்களும்தானே தவிர, அடிப்படைத் தொழிலாளிகள் அல்லர்!

இது ஒரு வியப்பு அல்லவா? வினோதமல்லவா? உலகில் வேறெங்குமே நடைபெறாத சங்கதியல்லவா?

ஆளும் வர்க்கத்தின் அடிப்பொடிகள் நிகழ்த்திய வேலை நிறுத்தத்தில் அடிப்படை ஊழியர்களும் கூலித்தொழிலாளிகளும், குறைந்த மாத சம்பளக்காரர்களும் கலந்துகொள்ளவில்லை!

ஆனால் உற்பத்தி பாதித்தது. சற்றே பெரிய அளவில் பாதித்தது. நிறுவனத்தைச் சிலகாலம் இழுத்துமூட வேண்டியதானது. வெனிசுலா பெட்ரோல் உற்பத்தி முடங்கிப் போனது. இதன் இன்னொரு விளைவாக, வெனிசுலா பெட்ரோலில் முதலீடு செய்திருந்த பன்னாட்டு நிறுவனங்கள் அச்சம் கொள்ளத் தொடங்கின. என்னடா இது சோதனை என்று தலையில் கைவைத்தன. ஒன்றும் பேசுவதற்கில்லை. அடிப்படை ஊழியர்கள் வேலை நிறுத்தமென்றால் மேனேஜர்கள் பேரம் பேசலாம். இங்கே நிலைமை தலைகீழ். என்ன செய்வது?

சாவேஸ்கவலைப்படவில்லை. கொஞ்சகாலம்பார்த்தார். அதாவது சில மாதங்கள். தொழிலாளிகளைக் கூப்பிட்டுப் பேசினார்கள். மேனேஜர்கள் கிடையாது. உங்களாலேயே உற்பத்தியை கவனித்துக்கொள்ள முடியுமா என்று கேட்டார்கள்.

ஒன்றும் பிரச்னையில்லை என்று பதில் வந்தது. அதற்குமேல் வேறென்ன?

ஆரம்பித்துவிட்டார்கள்.

மொத்தமிருந்த 45000 ஊழியர்களில் 19000 பேர் இந்த வேலை நிறுத்தத்தில் ஈடுபட்டார்கள் அப்போது. சாவேஸ் ஒன்றும் பேசவில்லை. அமைதியாக அந்தப் பத்தொன்பதாயிரம் பேரையும் வீட்டுக்கு அனுப்பச் சொல்லிவிட்டார்.

ஆடிப்போனார்கள்.

21 முதலீட்டாளர் ஒசாமா

வெனிசூலா எண்ணெய் புராணம் பார்த்துக்கொண்டிருந்தோம். உருவான கதை. உயர்ந்த கதை. சரிந்த கதை. சாவேஸ் வந்து சரிந்ததை மீட்பதற்கு மேற்கொண்ட முயற்சிகள் வரை பார்த்தோம். எப்படி மத்தியக் கிழக்கில் இராக்கும் இரானும் சவூதி அரேபியாவும் குவைத்தும் இன்னபிற பணக்கார குட்டி தேசங்களும் எழுந்து விழுந்து எழுந்து நடந்து ஓடி நின்று மூச்சிறைத்து, மீண்டும் எழுந்து ஓடி விழுந்து சேர்ந்து சமாளித்தனவோ அப்படித்தான் வெனிசூலாவும் செய்தது. இங்கே ஒன்று நடந்துகொண்டிருக்கிறதென்றால் எங்கேயும் அதுதான். சமாளிக்கும் விதத்தில் வேண்டுமானால் வித்தியாசம் இருக்கலாம். விளைவு ஒன்றுதான். தீர்வு ஒன்றுதான். ஏறினால் சந்தோஷம். இறங்கினால் ததிங்கிணத்தோம்.

ஆனால் வெனிசூலா உள்பட எந்த எண்ணெய் தேசமும் எதிர்பாராத ஒரு விஷயம் இந்த நூற்றாண்டு பிறந்தபிறகு நடந்தது. பெட்ரோலியம் முறைப்படி பயன்பாட்டுக்கு வந்து நூறாண்டுகள் கழியும் வேளை. விலை ஏற்றம் - விலைக்குறைப்பு என்ற இரண்டு முக்கியமான பாதிப்பு அம்சங்களைக் காட்டிலும் வீரியம் மிக்கதொரு பிரச்னையின் விளிம்புக்கு உலகத்தைக் கொண்டுபோன அந்தச் சம்பவம் - அமெரிக்கா மீதான அல் காயிதாவின் தாக்குதல்.

தட்டுப்பாடு.

நினைத்துப் பார்க்கமுடியுமா யாராலாவது? எம்பெருமான் நீரையும் நிலத்தையும் படைத்து அடியில் ஹைட்ரோகார்பன்களை ஒளித்துவைத்தபோது நினைத்துப்பார்த்திருப்பானா இதை? தோண்டத்தோண்ட வற்றாமல் நூறு நூறு ஆண்டு காலம் பொழிந்துகொண்டே இருக்கும் என்றுதான் அவன் நினைத்திருப்பான். பெட்ரோல் கிணறுகளை குண்டு போட்டு குளோஸ் பண்ணுவார்கள் என்று கனவாவது கண்டிருப்பானா? உலகின் இரண்டாவது மாபெரும் பெட்ரோல் கிணறான இராக் என்கிற தேசமே சர்வநாசமாகும் என்று கனவில்கூட நினைத்திருக்க

மாட்டான். அதன் தொடர்ச்சியாக பெட்ரோல் என்கிற திரவம் நடுத்தர மக்களுக்குத் தங்கம் போலொரு ஆடம்பர வஸ்துவாகும் என்றும் கருதியிருக்கமாட்டான். இராக்குக்கு நேர்ந்த கதையைக் கண்டு இதர எண்ணெய் தேசங்களெல்லாம் வரிசையாக உஷாராகி சரக்கைப் பதுக்குவதும் சகட்டுமேனிக்கு ஏற்றுவதுமாக ஓர் உக்கிராண்டவத் திருவிழாவைத் தொடங்கிவைக்கும் என்று எண்ணியிருப்பானா? இந்தத் துறையே இடைத்தரகர்களின் நிரந்தர ஏகபோகமாகிவிடும் என்று நினைத்திருப்பானா?

எல்லாம் அவன் அருள். அவன் லீலை. அவன் திருவிளையாடல். ஒசாமா பின்லேடன்.

ஏதோ ஒரு பலவீனமான சந்தர்ப்பத்தில் ரிப்போர்ட்டர் வாசகர்களுக்கு இனிமேல் ஒசாமா பின்லேடனைப் பற்றியோ, அல் காயிதாவைப் பற்றியோ எழுதமாட்டேன் என்று சத்தியம் செய்து கொடுத்ததாக ஞாபகம். போரடிக்கிற அளவுக்கு அன்னாரைப் பற்றிப் பேசித்தீர்த்தாகிவிட்டது.

ஆனாலும் பாருங்கள். இப்போது திரும்ப வருகிறார். என்ன செய்வது?

ஒரு விஷயம் சொல்லவேண்டும். அல் காயிதாவின் அமெரிக்கத் தாக்குதலின் நோக்கமாகச் சொல்லப்பட்டது வேறு. அதன் விளைவுகள் என்னவாக இருக்கலாம் என்று பின்லேடன் அவசியம் யோசித்திருக்கக்கூடும். ஆப்கனிஸ்தானை அமெரிக்கா கபளீகரம் செய்யும் என்கிற வரைக்கும் யோசித்திருக்கலாம். அது தீவிரவாதத்துக்கு எதிரான உலகு தழுவிய தாக்குதல் நடவடிக்கையாக விஸ்வரூபம் எடுக்கும் என்று யோசித்திருப்பாரா என்று சொல்வதற்கில்லை.

யோசித்திருந்தால் 9/11 நடவடிக்கை வேறு விதமாகத்தான் இருந்திருக்க முடியும். ஏனென்றால் மத்தியக் கிழக்கின் பெட்ரோல் மீது ஒசாமாவுக்கும் அக்கறை உண்டு. நிச்சயம் உண்டு. முன்பே நாம் பார்த்தபடி அவரும் ஒரு பெரிய முதலீட்டாளர். எந்தெந்த நிறுவனங்களில் - எந்தெந்த தேசங்களில் அவரது முதலீடுகள் இருக்கின்றன என்பது வேண்டுமானால் ரகசியமாக இருக்கலாம். ஆனால் முதலீடு நிச்சயம். வருமானம் சர்வநிச்சயம்.

சதாம் ஹுசைனுக்கும் ஒசாமா பின்லேடனுக்கும் தொடர்புகள் இருந்திருக்கின்றன என்று இடையில் அமெரிக்க உளவுத்துறை கிளப்பிவிட்ட ஒரு வதந்தி பூதம் உலகெங்கும் சுற்றி வந்தது நினைவிருக்கிறதா?

இறுதியில்அப்படியொருதொடர்புஎக்காலத்திலும்இருந்ததில்லை என்று மங்களம் பாடப்பட்டதும் நினைவிருக்கலாம்.

ஆனால் ஒசாமாவுக்கும் இராக் பெட்ரோலுக்கும் க்ளோசப்பின் நேசப்பிணைப்பொன்று இருந்திருக்க நிச்சயம் வாய்ப்புண்டு என்றுதான் இன்றைக்கு வரை பல தேசத்து உளவு அமைப்புகள் கூறிவருகின்றன.

இருக்கவே இருக்காது என்று யார் சொல்ல இயலும்? அல் காயிதாவுக்குப் பணம் வேண்டும். தொடர்ந்து வந்துகொண்டிருக்க வேண்டும். சஊதியில் அவரால் பிசினஸ் பண்ணமுடியாது. அவரது தாய்நாடு அவருக்கொரு பேய் நாடான பெருங்கதையெல்லாம் நமக்கு நன்றாகவே தெரியும். இரான் வாய்ப்பில்லை. அது ஷியா தேசம். ஒசாமாவுக்குப் பணம் முக்கியம்தான். அதைவிட அவரது மதமும் அவர் சார்ந்திருக்கும் அதன் உட்பிரிவும் வெகு முக்கியம். குவைத்தில் இருப்பதெல்லாம் அமெரிக்க நிறுவனங்கள். மற்ற துண்டு துக்கடாக்களில் ஒசாமாவுக்கு ஆர்வம் இருந்திருக்க வாய்ப்பில்லை.

எனவே இராக்?

ஒரு பேச்சுக்கு வைத்துக்கொண்டால், நிச்சயம் அதனை அவர் யோசித்திருக்கவில்லை என்றுதான் முடிவுக்கு வரவேண்டியிருக்கிறது. இல்லாது போனால் 9/11 நடந்திருக்காது. எத்தனை பணம்! எத்தனை பெரிய அழிவு! இரண்டு தேசங்களையே வாரிக் கொளுத்தி சாம்பலாக்கிய கோரப் பெருந்தாண்டவம்!

மத்தியக் கிழக்கின் மீதான அமெரிக்காவின் திருட்டுக்காதலுக்கு செப்டெம்பர் 11 சம்பவம் அப்பட்டமாகக் கதவு திறந்துவிட்டதை ஒப்புக்கொண்டுதான் ஆகவேண்டும். அதுநாள் வரை அரைகுறையாக அனுபவித்துவந்ததை, ரைட் ராயலாக உள்ளே புகுந்து அள்ளிப் பருக அபாரமானதொரு சந்தர்ப்பம். வேறு யாரால் அப்படிச் சிந்திக்க முடியும்? அத்தனை பெரிய

பேரழிவுத் தருணத்திலும் கூட அத்தனை பிசினஸ் லைக்காகச் செயல்படமுடியும்?

அமெரிக்காவால் மட்டும்தான் முடியும். சற்று நீட்டி முழக்கிப் பார்த்தால் இது நன்றாகப் புரியும். பார்க்கலாமா?

ஆனால் நாம் இன்னும் சோவியத் யூனியன் எண்ணெயை முகர்ந்து பார்க்கவில்லை. நினைவில் வைத்துக்கொள்ளவேண்டும். இதை முடித்துவிட்டு அங்கே போய்க்கொள்ளலாம்.

நடந்தது என்ன?

செப்டெம்பர் 11, 2001ம் ஆண்டு அமெரிக்காவின்மீது அல் காயிதா போர் தொடுத்தது. ஒருநாள் போர் கூட இல்லை. ஒரு மணிநேரப் போர் கூட இல்லை. அரைமணிநேரப் போர். அதற்குக் கொஞ்சம் அதிகம் எனலாமா? சரி, முக்கால் மணிநேரப் போர். அவ்வளவே.

உலக வர்த்தக மையக் கட்டடங்களும் பெண்டகன் - ராணுவத் தலைமையகமும் விமானத் தாக்குதல்களுக்கு இலக்காயின. நான்கு விமானங்களைக்கடத்தி மூன்றை மோதி உடைத்து, ஒன்றை வழியில் வீழ்த்தி ஊர் உலகையெல்லாம் கதி கலங்க வைத்துவிட்டு முஹம்மது அட்டாவும் அவனது சகலபாடிகளும் இறைவனடி சேர்ந்தார்கள்.

சம்பவம் நடந்து சரியாக ஒருமாதம் கழித்து அமெரிக்கா ஆப்கன்மீது படையெடுத்தது. கவனிக்கவும். அது ஆப்கன் மீதான யுத்தமாகச் சொல்லப்படவில்லை. தீவிரவாதத்துக்கு எதிராக உலகு தழுவிய யுத்தம். முதல் முயற்சியாக ஆப்கனிஸ்தான். அவ்வளவுதான். ஏனென்றால் அங்கேதான் அப்போது அல் காயிதா தலைமையகம் இருந்து செயல்பட்டுக்கொண்டிருந்தது. தாலிபன்கள் அவர்களுக்கு அடைக்கலம் அளித்துக்கொண்டிருந்தார்கள்.

ஆப்கனிஸ்தான் மீது அமெரிக்கா மேற்கொண்ட யுத்தம் என்பது ஆத்திரத்தின் முதல் கட்ட வெளிப்பாடு. ஆப்கனை அழித்து, தாலிபன்களை ஒழித்து அங்கே ஒரு நல்லாட்சி அமைப்பதில் அமெரிக்காவுக்குப் பொருளாதார லாபங்கள் ஏதுமில்லை. பொருளாதார லாபமில்லாத எந்த ஒரு யுத்தத்திலும் அமெரிக்கா ஈடுபட்டதில்லை என்பது அதன் சரித்திரத்தை அறிந்தவர்களுக்கு நன்றாகத் தெரியும்.

ஆனால் பொருளாதார லாபங்கள் தரக்கூடிய வேறு சில யுத்தங்களைத் தொடங்குவதற்கு ஆப்கன் யுத்தத்தைக் காட்டிலும் மிகச் சிறந்த உபாயம் வேறில்லை. எனவே, அதில் செலவாகும் சில பில்லியன் டாலர்களைச் செலவாக அல்லாமல் ஒரு முதலீடாகவே அமெரிக்கா பார்த்தது.

தாலிபன்களை ஒழித்தாகிவிட்டது. ஹமீத் கர்சாயை ஆட்சியில் அமர்த்தியாகிவிட்டது. ஆப்கனில் அமைதி திரும்பிவிட்டது. என்ன ஒரே பிரச்னை, இந்த முல்லா முஹம்மது ஓமரையும் ஒசாமா பின்லேடனையும்தான் காணோம். சரி, ஒழியட்டும், அப்புறம் பார்த்துக்கொள்ளலாம். தீவிரவாதத்துக்கு எதிரான அடுத்தக்கட்ட நடவடிக்கையை இரண்டு வருடங்களிலாவது தொடங்கியாகவேண்டாமா?

2003ம் ஆண்டு அமெரிக்கா இராக் மீது குறி வைத்தது. இப்போது சொல்லப்பட்ட காரணம், சதாம் ஹுசைன் ஒரு தீவிரவாதி. இராக் ஓர் அபாயகரமான தேசம். அங்கே அணு ஆயுதங்கள் தயாரிக்கப்படுகின்றன. ரசாயன ஆயுதங்களும் ஆட்கொல்லி உயிரியல் ஆயுதங்களும் மலைமலையாகக் குவிக்கப்பட்டிருக்கின்றன. எனவே அழித்தாக வேண்டும். ஆயுதங்களைத்தானா என்று கேளாதீர். ஆள்களை அழித்தாக வேண்டும். குறிப்பாக சதாம். ஆண்டுக்கணக்காக ஆட்சியில் இருக்கும் சதாம். அமெரிக்காவின் கண்ணில் விரலை விட்டு ஆட்டிக்கொண்டிருக்கும் சதாம். எண்ணெய் எடுப்பதை தேசியமயமாக்கலாம் என்று எல்லா தேசங்களுக்கும் சொல்லிக்கொடுத்த சதாம். அடாவடிப்பேர்வழி சதாம். அட்டகாச சதாம். அமர்க்களசதாம். ஆர்ப்பாட்டசதாம். குவைத்தைக்குவளைத் தண்ணீராய் நினைத்துக் குடிக்கப்பார்த்த சதாம். எண்ணெய்க் காசில் ஏகாந்தமாக வாழ்ந்துகொண்டிருந்த சதாம். அந்த வகையில் அமெரிக்காவின் வருமானத்துக்குக் குழிவெட்டிய சதாம்.

ஆப்கனிஸ்தானில் ஹமீத் கர்சாயை உட்காரவைத்தது போல இராக்கில் சதாமுக்கு பதில் இன்னொருத்தரை உட்காரவைப்பது மட்டும் அமெரிக்காவின் நோக்கமாக இருந்திருந்தால் 2003ல் ஆரம்பித்த அந்த நடவடிக்கையின் விளைவுகள் இந்த 2008 வரை தொடர்ந்துகொண்டிருக்க வேண்டிய அவசியமில்லை என்பது யு.கே.ஜி. பாப்பாவுக்குக் கூடப் புரியும்.

எனவே எண்ணெய்தான் காரணம். அந்த வருமானத்தை அத்தனை லேசாக நினைத்துவிடவும் முடியாது. அதுவும் இராக் எண்ணெய் என்பது கன்னி கழியாத பெண் மாதிரி. எடுக்கத் தெரியாத பிரகஸ்பதிகள் அவர்கள். மண்ணுக்கடியில் டன் டன்னாக எண்ணெய் கொட்டிக்கிடக்கிறது அங்கே. இதுநாள் வரை எடுத்ததெல்லாம் ஒன்றுமே இல்லை. இன்னும் எடுக்கலாம். மேலும் எடுக்கலாம். எடுத்துக்கொண்டே இருக்கலாம். எடுக்க எடுக்கக் காசு. எண்ணி மாளாத காசு. குண்டு போட்டு எரித்த கிணறுகளையெல்லாம் தவிர்த்துவிட்டுப் பார்த்தால்கூட இன்னுமொரு நூற்றாண்டுக்கு அங்கே எண்ணெய்ப் பற்றாக்குறையே கிடையாது.

சதாம் தன் வாழ்வில் கண்டடைந்த ஒரே மெய்ஞானம் அதுதான். அவரது போதிமரமும் எண்ணெய்க் கிணறுகள்தாம். கொஞ்சநாள் முன்பாக 'உணவுக்கு எண்ணெய்' என்றொரு திடுக்கிடும் திருப்பங்கள் நிறைந்த மர்மக்கதை பேப்பரில் எல்லாம் வெளியானது நினைவிருக்கிறதா? சதாம் உசேனுடன் சம்பந்தப்படுத்தி நம்மூர் காங்கிரஸ் அரசியல்வாதி பெயரெல்லாம் அடிபட்டதே? ஒரு காஷ்மீர் கோவிந்தசாமி தனக்கும் சதாமுக்கும் இடையே இருந்த மகாப்பெரிய நட்பைப் பற்றி காவியமே பாடினாரே?

லேசாக நினைவு வருகிறதா? தூசு தட்டுங்கள். இங்கே அது ரொம்ப முக்கியம்.

எங்கு சுற்றினாலும் ரங்கனைச் சேரவேண்டும். எண்ணெய்க் கதையில் இராக்கும் சதாமும் அந்த மாதிரி. இன்றைய விலையேற்றமும்தட்டுப்பாடும்இன்னபிறதலைவலிகளும்ஏதோ ஒரு வகையில் இந்த தேசத்துடனும் இதன் அரசியலுடனும் அதன் ஸ்திரத்தன்மையற்ற போக்குடனும் அமெரிக்காவுடனும் அதன் அடாவடித்தனங்களுடனும் சம்பந்தப்பட்டுத்தான் இருக்கின்றன.

எனவே வெனிசூலாவிலிருந்து ரஷ்யாவுக்குப் போகிற வழியில் மீண்டும் நாம் சற்று இராக்கில் இளைப்பாறவேண்டியிருக்கிறது. மீண்டும் சதாம். மீண்டும் அமெரிக்கா. மீண்டும் லடாய்.

22 உணவுக்கும் எண்ணெய், ஊழலுக்கும் எண்ணெய்

உணவுக்கு எண்ணெய் குறித்துப் பேசு ஆரம்பித்தோம். காலத்தில் கொஞ்சம் பின்னால் போகவேண்டி இருந்தாலும் இது முக்கியம். இந்த இடத்தில் ரொம்ப முக்கியம். இராக்கில் எண்ணெய் எப்படி சீப்பட்டது, அதை வைத்துக்கொண்டு அண்ணன் சதாம் ஹுசைன் என்னவெல்லாம் செய்தார் என்பது முழுக்கத் தெரிந்தால்தான் அமெரிக்காஏன் அப்படி ஆலாய்ப் பறந்து அள்ளிக்கொள்ள முயற்சி செய்தது என்பதும் விளங்கும். சுருக்கமாகப் பார்த்துவிடலாம்.

1990ம் ஆண்டு ஆகஸ்டு மாதம் சதாம் ஹுசைன் குவைத் மீது படையெடுத்தார். அதனை யுத்தம் என்றெல்லாம் பெரிது படுத்துவது சரியில்லை. சும்மா கொசு அடிப்பது மாதிரியான ஒரு காரியம்தான். ஒரே நாள். ஒரே ராத்திரி. குவைத், இராக்கின் வசம் விழுந்துவிட்டது. [இந்தச் சந்தர்ப்பத்தில்தான் குவைத் மன்னர் குடும்பம் சவூதி அரேபியாவுக்குத் தப்பித்துச் சென்றது. குவைத் - சவூதி நல்லுறவு வலுப்படத்தொடங்கியதும் இங்கேதான். யுத்தத்துக்குப் பிறகு குவைத் மறு சீரமைப்புப் பணிகளில் சவூதி மிகுந்த அக்கறை எடுத்துக்கொண்டதும், அதற்கு அமெரிக்காவின் சப்போர்ட் வலுவாகவே இருந்ததும் சதாமைக் கடுப்பேற்றிய விஷயங்களுள் முக்கியமானவை.] சதாம் என்ன செய்தார்? குவைத் இனி இராக்கின் இன்னொரு மாநிலம் என்று அறிவித்துவிட்டார்.

இதன் தொடர்ச்சியாகத்தான் நாம் சில வாரங்களுக்கு முன் பார்த்த அமெரிக்கக் கூட்டணிப் படைகளின் இராக் தாக்குதல் ஆரம்பமானது.

யுத்தம் ஒரு பக்கம். இன்னொரு பக்கம் ஐக்கிய நாடுகள் சபையின் கழுத்து நெரிப்புக்கும் இராக் ஆளாகவேண்டி வந்தது. அதன் பாதுகாப்பு கவுன்சில் என்ன செய்ததென்றால், சதாம் செய்தது தப்பு என்று கண்டித்துவிட்டு அதுநாள் வரை இராக்குக்கு அளித்துவந்த ஐ.நாவின் அனைத்து உதவிகளையும் அப்படியே நிறுத்தினார்கள். மட்டுமல்ல. ஐ.நா.வின் உறுப்பு நாடுகள் அனைத்துக்கும் ஒரு சர்க்குலர் அனுப்பப்பட்டது. யாரும் இராக்குடன் உறவு

கொள்ளாதீர். குறிப்பாக வர்த்தக உறவு. உலக வங்கி தொடங்கி உலகிலுள்ள எந்தெந்த வங்கிகளில் எல்லாம் இராக் அரசுக்குக் கணக்கு இருக்கிறதோ, அனைத்தையும் முடக்குங்கள். சதாம் பாய் என்ன செய்கிறார் பார்க்கலாம்.

பச்சையாகச் சொல்லுவதென்றால் இதற்குப் பெயர்தான் வாழவிடாமல் அடிப்பது.

இராக்கில் எண்ணெய் உண்டு. ஏராளமாக உண்டு. ஆனால் யாருக்கும் ஏற்றுமதி செய்யமுடியாது. அதாவது யாரும் வாங்கமாட்டார்கள். வாங்கினால் ஐ.நா. உதைக்கும்.

எண்ணெயை வைத்துக்கொண்டு என்ன செய்யமுடியும்? எண்ணெய் தவிர மற்ற எல்லாமே அங்கே இறக்குமதி சரக்குதான். இப்போது அதுவும் முடியாது. எந்த தேசத்து வர்த்தகக் கப்பலும் இராக்குக்கு வராது. வியாபாரம் அம்போ. இறக்குமதி அம்போ. வெறும் பெட்ரோலை வைத்துக்கொண்டு பொங்கித்தின்ன முடியுமா?

மக்கள் தவிக்கத் தொடங்கினார்கள். அந்தச் சமயம்தான் அமெரிக்காவேறு போரை ஆரம்பித்தது. மக்கள் என்ன செய்வார்கள்? அது சதாமுக்கும் அமெரிக்காவுக்கும் நடந்த யுத்தம். அமெரிக்கா செய்த தவறுகளுக்கும் சதாம் செய்த தவறுகளுக்கும் இராக் மக்கள் கூலி கொடுத்துக்கொண்டிருந்தார்கள். போரினாலும் மோசமான ஆட்சி நிர்வாகத்தினாலும் அவதிப்பட்டார்கள். சாப்பாட்டுக்கே கஷ்டம்.

சரி ஒழியட்டும், மக்களுக்கு ஏதாவது ஒரு வழி செய்யலாம் என்று ஐ.நா. பெருந்தலைகள் கூடிப்பேசி ஒரு முடிவெடுத்தார்கள்.

அதன்படி, ஈராக்கின் எண்ணெய் வளத்தை வெளி நாட்டு நிறுவனங்களுக்கு விற்று, பதிலுக்கு உணவுப் பொருள்கள், மருந்துப் பொருள்கள், பிற அடிப்படைத் தேவைகளைப் பெற்றுக் கொள்ளலாம். இதற்கு *Oil for Food Program* என்று பெயர். உணவுக்கு எண்ணெய்.

மேலோட்டமான பார்வைக்கு மிக எளிய ஏற்பாடு போலத் தெரிந்தாலும் இது அத்தனை எளிமையானதல்ல. முதலாவது,

யாரும் ஈராக்கிடம் நேரடியாகப் பணம் கொடுத்து எண்ணெய் வாங்கிவிட முடியாது. எந்த வெளிநாட்டுடனும் நேரடி வர்த்தகம் கூடாது என்று ஏற்கெனவே ஐ.நா. தடை விதித்திருந்தபடியால், இடைத்தரகராக ஒரு வங்கியை ஐநாவே ஏற்பாடு செய்து தந்தது. பாங்க் ஆஃப் பாரிஸ் (Banque Nationale de Paris - BNP) என்கிற பிரான்ஸ் தேசத்து வங்கி அது. இப்படி ஒரு வங்கி இடைத்தரகராகச் செயல்படுமானால் அதற்கு 'எஸ்க்ரோ வங்கி› (escrow bank) என்று பெயர்.

இந்த எஸ்க்ரோ வங்கியின் பணி என்ன? எந்தெந்த நாட்டு எண்ணெய் நிறுவனங்கள், தனி நபர்களுக்கு ஈராக்கில் எண்ணெய் எடுக்க ஒப்பந்தம் கிடைக்கிறதோ, அவர்கள் தாங்கள் எடுக்கும் எண்ணெய்க்கு உரிய பணத்தை இந்த வங்கியில் செலுத்திவிட வேண்டும். பதிலாக, ஈராக்குக்குத் தேவையான உணவு மற்றும் மருந்துப் பொருள்களை இந்த வங்கியே வேண்டிய அளவு வாங்கி அனுப்பும்.

இதுதான் ஏற்பாடு. இதன் அர்த்தம் என்னவென்றால் ஈராக் அரசோ, சதாம் உசேனோ, அவரது அடிப்பொடிகளோ இந்த எண்ணெய் வர்த்தகத்தில் காசுஎன்கிற பொருளைக்கண்ணால் பார்க்கமுடியாது என்பதுதான்.

எதற்காக இப்படி ஐ.நா. ஓர் ஏற்பாட்டைச் செய்தது என்றால், எண்ணெய் விற்றுக் கிடைக்கும் காசில் சதாம் உசேன் ஆயுதங்கள் வாங்கிக் குவித்துவிடுவாரோ என்கிற அச்சத்தால்தான்.

அதுசரி, ஐ.நா. ஏற்பாடு செய்தால் ஆயிற்றா? சதாம் ஹூசைன் என்ன வெண்ணெய்வெட்டியா? பத்து பைசா லாபமில்லாமல் வெறுமனே ரொட்டி வாங்கிச் சாப்பிடவா அவரது அன்னை பூமி அத்தனை கேலன் எண்ணெயைச் சுமந்துகொண்டிருக்கிறது, கர்ப்பவதியாட்டம்?

எனவே அவர் ஒரு வழி கண்டுபிடித்தார்.

ஈராக்கிலிருந்து எண்ணெய் எடுக்கப்படுகிறது. பணத்தை எஸ்க்ரோ வங்கியில்தான் செலுத்த வேண்டும். அந்தப் பணம் அப்படியே ஈராக்குக்குத் தரப்படமாட்டாது. உணவு மற்றும் மருந்துப் பொருள்கள்தான் வேண்டிய அளவுக்கு அனுப்பிவைக்கப்படும். அவ்வளவுதானே?

சரி, அதனாலென்ன? யார் யாருக்கு எண்ணெய் எடுக்கும் அனுமதியைக் கொடுப்பது என்று முடிவு செய்தது ஐ.நாவோ, பிரான்ஸ் தேசிய வங்கியோ அல்ல. நான் தான். எனவே, என் வழி தனிவழி என்றார் சதாம்.

இராக்கின் எண்ணெயைத்தான் விற்கப் போகிறார்கள் என்பதால் யாருக்கு விற்பது என்பதை அத்தேசமே முடிவு செய்துகொள்வதில் என்ன பிரச்னை வந்துவிடப்போகிறது என்று ஐ.நா. நினைத்திருக்கலாம். இதைத்தான் சதாம் உசேன் சரியாகப் பயன்படுத்திக்கொண்டார்.

யாருக்கு வேண்டுமானாலும் எண்ணெய் காண்ட்ராக்ட் கிடைக்கும். ஆனால் எஸ்க்ரோ வங்கிக்குப் பணம் அனுப்புவது தவிர தனக்கொரு பங்கு தனியே தந்துவிட வேண்டும் என்று அவர் கேட்டுக்கொண்டார். அதுவும் எப்படி? சர்வதேசச் சந்தையில் எண்ணெயின் விலை என்னவோ அதற்குக் கிட்டத்தட்ட சரிபாதி விலைக்கு ஒப்பந்தம் செய்துகொள்வதன் மூலம், சம்பந்தப்பட்ட ஒப்பந்தக்காரருக்குக் கிடைக்கும் கொள்ளை லாபத்தில் ஒரு குறிப்பிட்ட சதவீதம்.

உதாரணத்துக்கு ஒரு லிட்டர் பெட்ரோல் ஐம்பது ரூபாய் விற்கிறது என்று வைத்துக்கொள்ளுங்கள். இதையே ஒருத்தர் உங்களுக்கு இருபத்தைந்து ரூபாய்க்குத் தருகிறேன், நீ மேற்கொண்டு ஐந்து ரூபாய் எனக்கு லஞ்சமாகக் கொடுத்தால் போதும் என்று சொன்னால் என்ன செய்வீர்கள்?

அதைத்தான் சதாம் சொன்னார். அதைத்தான் ஒப்பந்தம் கிடைத்தவர்களும் செய்தார்கள். இது மட்டுமல்லாமல் எண்ணெய்க்கு மாற்றாக உணவுப் பொருள்கள் இறக்குமதி செய்துகொள்வதிலும் சதாமின் அரசு சில தகிடுதத்தங்கள் செய்தது. ஒரு மூட்டை கோதுமையின் விலை நானூறு ரூபாய் என்று வைத்துக்கொள்ளுங்கள். இங்கிருந்து ஒரு நிறுவனம் அதை அனுப்பினால் இராக் அரசு அதற்கு அறுநூறு ரூபாய் விலை நிர்ணயிக்கும். அந்தக் காசை வங்கி உங்களுக்குத் தந்தவுடன் மேல் பணமாகக் கிடைத்த இருநூறு ரூபாயில் நீங்கள் எழுபத்தைந்து ரூபாயை இராக் அரசுக்கு அனுப்பிவிட வேண்டும்.

இந்த ஒருமூட்டை கணக்கெல்லாம் ஒரு உதாரணத்துக்குத்தான். கிட்டத்தட்ட 1.5 பில்லியன் டாலர் அளவுக்கு இந்த வகையில் அப்போது ஊழல் நடந்தது.

ஏனெனில் 1990களின் மத்தியில் சூடுபிடிக்க ஆரம்பித்த இந்த பிசினஸ், அடுத்த ஆறு ஆண்டு காலத்துக்கு மிகத் தீவிரமாக எவ்வித தங்குதடையும் இல்லாமல் நடைபெற்றிருக்கிறது. இந்த ஊழலில் சம்பந்தப்பட்டதாகச் சொல்லப்பட்ட நமது நட்வர்சிங், காங்கிரஸ் கட்சி எல்லாம் வெறும் கொசு. உலகெங்கிலுமிருந்து மொத்தம் 2200 பேருக்கு (இதில் நிறுவனங்கள், தனிநபர்கள், சில தனி அமைப்புகள் அடக்கம்.) இத்தகைய எண்ணெய் எடுக்கும் ஒப்பந்தம் வழங்கப்பட்டு பல மில்லியன் பேரல்கள் எண்ணெய் எடுத்திருக்கிறார்கள். எண்ணெய் எடுத்த வகையில், நிவாரணப் பொருள்கள் அனுப்பிவைத்த வகையில் என்று சதாமின் அரசு சாப்பிட்ட லஞ்சத் தொகையை கற்பனை செய்துகூடப் பார்க்க முடியாது.

பின்னால் இதனை விசாரிக்க வோல்க்கர் கமிட்டி என்றொரு கமிட்டி போட்டு, அது அறிக்கையெல்லாம் கொடுத்தது. சதாமே போய்ச்சேர்ந்துவிட்ட பிறகு அதையெல்லாம் யார் கண்டுகொள்வார்கள்?

இந்தச் சம்பவத்தை இங்கே விவரிக்க வேண்டி நேர்ந்ததன் காரணம்தான் முக்கியம். இராக்கைப் பொருத்தவரை எண்ணெய்தான் அங்கே எல்லாம். எல்லா மத்தியக் கிழக்கு நாடுகளுக்குமே அப்படித்தான் என்றாலும் இராக்கில் எண்ணெய் என்பது ஒரு கறவைப் பசுமாதிரி. வற்றாத விஷயம் என்பது ஒரு பக்கமிருக்க, அதன் தரம் அங்கே மிக அதிகம் என்பதால் டிமாண்ட் அதிகம். தனக்கொரு கஷ்டம் என்று வந்தபோது காசுக்காக சதாம் அதனை அடிமாட்டு விலைக்குக் கொடுக்கக்கூடத் தயங்கவில்லை.

எத்தனை அள்ளிக்கொடுத்தாலும் குறையாது என்பது அவர் நம்பிக்கை. வீணாக்காமல் அப்படியே அள்ளிக்கொண்டு போய்விட வேண்டுமென்பது அமெரிக்காவின் ஆசை வெறி.

இதன் விளைவுதான் 1990 தொடங்கி சதாம் உசேனின் மரணம் வரை அங்கே நடைபெற்ற தொடர் யுத்தங்களும் தாக்குதல்களும் கோரத் திருவிளையாடல்களும் தீக்கிரையாடல்களும்.

2001ல் அமெரிக்கா மீது அல் காயிதா தாக்குதல் நடத்தியபிறகு ஆப்கன் யுத்தத்தை முடித்துவிட்டு அமெரிக்கா அடுத்தபடி உடனே உடனே குறிவைத்த இடம் இராக்தான். காரணம், கண்டிப்பாக சதாம் இல்லை, எண்ணெய்.

இராக்கின் எண்ணெய் வளத்துக்கு சதாம் ஒரு தடைக்கல்லாக இருந்ததுதான் அமெரிக்காவின் பிரச்னை. சவூதி அரேபிய மன்னரைப் போலவோ, குவைத்தின் சுல்தானைப் போலவோ, அமெரிக்காவுக்கு வரவேற்பு வளைவு வைத்து, வேண்டியமட்டும் சாப்பிட்டுவிட்டு ஊர் போய்ச் சேர் என்று சதாம் சொல்லியிருப்பாரேயானால் அவர் அணுகுண்டோ, ரசாயன குண்டோ வைத்திருந்தாலும் அமெரிக்காவுக்கு அது ஒரு பிரச்னையாக இருந்திருக்க முடியாது.

மாறாக, உள்ளே வந்தால் காலை உடைத்துவிடுவேன் என்று அவர் வெளிப்படையாக மிரட்டியதுதான் அமெரிக்காவுக்குப் பிரச்னையாகிப் போனது.

மத்தியக் கிழக்கைப் பொறுத்தவரை அமெரிக்காவுக்கு சவூதி அரேபியாவுக்கு அடுத்தபடி இராக்தான் முதன்மைக் குறி.

இரானிலும் எண்ணெய் உண்டு. ஆனால் அங்கே அயாதுல்லா கொமேனி இருந்தார். அவரும் அமெரிக்க எதிர்ப்பாளர்தான். சதாம் வலது காலை உடைத்தால் அவர் இடதுகாலை உடைக்க ரெடியாகத்தான் இருந்தார்.

ஏன் அமெரிக்கா இரான்; மீது முதலில் குறிவைக்கவில்லை?

இதற்குப் பிரமாதமான காரணமேதுமில்லை. இரானைக் காட்டிலும் இராக்கின் எண்ணெய் வளம் பெரிது என்பது முக்கியம். இரண்டாவது, அன்றைய அயாதுல்லா கொமேனியைவிட சதாம் ஹுசைன் அமெரிக்காவுக்கு மிகப்பெரிய அச்சுறுத்தலாக இருந்தார் என்பது.

சதாம் அமெரிக்காவுக்கு மட்டும் அச்சுறுத்தலாக இல்லை. மத்தியக் கிழக்கு தேசங்கள் அனைத்துக்குமே அவர் தலைவலியாகத்தான் இருந்தார். எனவே, சதாமை முதலில் ஒழித்துவிட்டால் பிற தேசங்களில் தடம் பதிப்பது எளிது என்று அமெரிக்கா நினைத்தது.

தவிரவும் ஒரு அச்சம் உருவாகுமல்லவா? அமெரிக்காவின் ஆர்வம் அந்த அச்சத்தின்மீதுதான். தனது மேலாண்மையை நிறுவுவது பெரிய விஷயமல்ல. அதனை அச்சத்தின் அடித்தளத்தின்மீது அழுத்தந்திருத்தமாக நிறுவுவது முக்கியம் என்பது தான் அமெரிக்காவின் விருப்பம். நீண்டநாள் நோக்கில் அதுதான் பயன் தரவல்லது.

அதனால்தான் இராக்கைச் சாப்பிட்டுவிட்டு அப்புறம் சாவகாசமாக இரான் அணு ஆயுதம் தயாரிக்கிறது என்று இன்னொரு காவியத்துக்குப் பாயிரம் பாட ஆரம்பித்தது.

23 ரகசியக் கனவுகள் ஜல் ஜல் ஜல்!

2003ல் அமெரிக்கா, இராக் மீது போர் தொடுத்தது. அதற்குச் சரியாக இரண்டு வருஷங்களுக்கு முன்புதான் ஜார்ஜ்புஷ் அமெரிக்காவின் அதிபராகியிருந்தார். தமிழ் மசாலா திரைப்படங்களில் கதாநாயகனின் அறிமுகக் காட்சிக்குத் தோதாக முன்னதாக யாராவது ஒரு வில்லன் அட்டூழியம் புரிந்து அடிவாங்கக் காத்திருப்பது போலவே அல் காயிதாவின் அமெரிக்கத் தகர்ப்புச் சம்பவம் செப்டெம்பரில் நடந்தது. புஷ்ஷை உலகம் கவனிக்க ஆரம்பித்து, அதன்பின் அவர் உலகை 'கவனிக்க'த் தொடங்கியதும் ஆரம்பித்தது.

ஆனால் அப்போது ஒருத்தருக்கும் தெரியாத ஒரு விஷயம், இந்தத் தாக்குதலுக்கெல்லாம் முன்னதாகவே - அதாவது புஷ் பதவியேற்ற உடனேயே இராக்கின் எண்ணையை எப்படிச் சாப்பிடலாம் என்பது குறித்துத் தெளிவாக ஒரு முடிவெடுக்க இரண்டு தனித்தனிக் குழுக்களை அமெரிக்க அதிபர் நிறுவியிருந்தார் என்பது.

இந்த இரண்டு குழுக்களில் ஒன்றில் பென்டகனைச் சேர்ந்த [ராணுவ அமைச்சகம்] உயர் அதிகாரிகள் இடம்பெற்றிருந்தார்கள். இன்னொரு குழுவில் சர்வதேச எண்ணெய் வர்த்தக வல்லுநர்கள். சி.ஐ.ஏவின் எண்ணெய்த்துறை [அதெல்லாம் உண்டு! எண்ணெய் என்ன, புண்ணாக்கில் பணம் இருக்கிறது என்று தெரிந்தால், அதற்காகக் கூட சி.ஐ.ஏவில் தனியொரு பிரிவு உடனே உருவாகிவிடும்.] வல்லுநர்களும் பல்வேறு உலக நாடுகளைச் சேர்ந்த எண்ணெய் வர்த்தக நிபுணர்களும் இணைந்து செயல்பட்ட குழு இது.

இந்த இரண்டு குழுக்களும் தனித்தனியே இராக்குக்காகச் சில திட்டங்களைத் திட்டின. ராணுவ நடவடிக்கை மூலம் இராக்கைக் கைப்பற்றி, அதன் எண்ணெய்க் கிணறுகளைக் கூறு போட்டுத் தனியாருக்கு விற்றுவிடலாம் என்பதில் தொடங்கி, இராக் எண்ணெயை முற்று முழுதும் கறுப்புச் சந்தைக்கு அதிக விலைக்கு விற்பது வரை பல திட்டங்கள் இந்த இரண்டு குழுக்களால் அலசப்பட்டன.

ஆனால், பெண்டகன் அதிகாரிகளின் எந்தத் திட்டத்தையும் எண்ணெய் வல்லுநர்கள் குழுவால் ஏற்கமுடியவில்லை. அவர்களுக்குக் களம் தெரியும். எண்ணெயின் சூட்சுமம் தெரியும். அந்தப் பணத்தின் வல்லமை தெரியும். நீண்டநாள் நோக்கில் அமெரிக்க அரசுக்குப் பலன் தரத்தக்க திட்டமாக அவர்கள் வடிவமைக்க விரும்பினார்கள். உடனடி லாபங்களைக் காட்டிலும் அதுவே சிறந்தது என்பது அவர்களுடைய வாதம்.

இதையெல்லாம் பாராளுமன்றக் கூட்டுக்குழுவுக்கு முன்னால் உட்கார்ந்து பேசிக்கொண்டிருக்க முடியாது. ரகசியத்திட்டம். ரகசியக்குழுக்கள். ஒருவார்த்தை வெளியேகசிந்தாலும் பேராபத்து. அமெரிக்காவின் இமேஜ் கெடக்கூடாது. அதிபரின் பெயர் ரிப்பேர் ஆகக்கூடாது. அதே சமயம் இப்படியொரு திருட்டுத்திட்டமும் அவசியம். இராக்கைத் தூக்கிச் சாப்பிடுவது எப்படி?

நன்றாக யோசித்து, அனைவருக்கும் தோதாக ஒரு திட்டத்தை வடிவமைத்து அதன்பிறகு செயல்படுத்தவேண்டும். வெளியே யாருக்கும் எந்தச் சந்தேகமும் வரக்கூடாது. இராக் மீது படையெடுத்துவிட்டு, அதன்பிறகு எண்ணெய்க்குத் திட்டம் தேடுவது என்பது அபத்தம். கைவசம் ப்ளூ ப்ரிண்ட் தயாராக இருக்கவேண்டும். போய் உட்கார்ந்ததும் வேலை ஆரம்பித்துவிட வேண்டும்.

அமெரிக்க எண்ணெய் வர்த்தக மூளைகள் தவிர, இந்த ரகசியத் திட்டத்தில் சில இராக்கிய எண்ணெய்த் துறை அதிகாரிகளும் கூலிக்கு வந்து கலந்துகொண்ட விஷயம் பின்னால் 2005ம் ஆண்டு பிபிசி செய்தி நிறுவனத்தின் மூலம் வெளிச்சத்துக்கு வந்தது. அவர்களுள் முக்கியமான ஒருவர் ஃபலா அல்ஜிபரி [Falah Aljibury] என்பவர். இராக்கில் பிறந்து வளர்ந்தவர். தேசத்தின் அதிமுக்கியமான எண்ணெய்த் துறை ஆலோசகர் என்று பெயர் பெற்றவர். அந்த வர்த்தகத்தின் அத்தனை சூட்சுமங்களையும் அறிந்தவர்.

மத்தியக் கிழக்கு தேசங்கள் சிலவற்றிலும் அமெரிக்காவில் கலிஃபோர்னியாவிலும் வாஷிங்டனிலும் வேறு சில இடங்களிலுமாக மாற்றி மாற்றி நடைபெற்ற இந்த வல்லுநர்களின் ரகசியக் கூட்டங்கள் அனைத்திலும் பங்குபெற்றவர் இவர்.

என்ன பேசினார்கள் இவர்கள்?

சதாமை முதலில் பதவி நீக்கவேண்டும். இது முதலாவது. அதை எப்படிச் செய்வது என்பதை சி.ஐ.ஏவும் பெண்டகனும் உட்கார்ந்து யோசிக்கட்டும். நமக்கு முக்கியமில்லை. பதவி நீக்கத்துக்குப் பிறகு எண்ணெய்த் துறையை வளைக்க என்ன செய்யலாம் என்பதை மட்டும் நாம் பேசினால் போதும்.

என்ன செய்யலாம்?

முதலில் சதாமுக்குப் பிறகு யார் ஆட்சிக்கு வரப்போகிறார்கள் என்பதைப் பார்க்கவேண்டும். குப்புசாமி, கோயிந்தசாமி, முனுசாமி, கந்தசாமி, மன்னார் சாமி. நாலு பேர் இருக்கிறார்களா? சரி. நாலு பேரில் யார் நமக்குத் தோதானவர்கள்?

சி.ஐ.ஏ. சில நபர்களைத் தேர்ந்தெடுத்து இவர்களில் ஒருவர் அடுத்த அதிபராகலாம் என்று அடையாளம் காட்டியது. அதாவது அமெரிக்காவுக்குச் சாதகமான ஆட்சியை நடத்தக்கூடிய இராக்கின் அரசியல்வாதிகள் - என்று சி.ஐ.ஏ. கருதிய நபர்கள்.

அவர்கள் யார் என்பதெல்லாம் இப்போது முக்கியமே இல்லை. இந்த வல்லுநர் குழு என்ன செய்தது என்பதுதான் முக்கியம்.

அப்படி சி.ஐ.ஏ. தேர்ந்தெடுத்து சுட்டிக்காட்டிய பிரகஸ்பதிகளுள் ஒரு சிலரை ஃபலா அல்ஜிபரி நேரில் சந்தித்து டீல் பேசியதாகப் பின்னால் அவரே ஒப்புக்கொண்டிருக்கிறார்.

இதோ பாருங்கள். நீங்கள் இராக்கின் அடுத்த அதிபராக விருப்பமா? அமெரிக்கா அதற்கு ஆவன செய்யும். ஆனால் நீங்கள் செய்யவேண்டிய காரியங்கள் என்று சில இருக்கின்றன. யுத்தமும் அதற்காகச் சொல்லப்படப்போகிற காரணங்களும் உங்களுக்கும் எனக்கும் தேவையில்லாதது. உங்களுக்கு ஆட்சி வேண்டுமானால் அமெரிக்காவுக்கு எண்ணெய் வேண்டும். அதைத்தவிர இந்தத் தாக்குதலுக்குப் பிரமாதமான காரணம் வேறில்லை. வெளியே ஆயிரம் பேசட்டும். நமக்குத் தேவையில்லாத விஷயம். நீங்கள் அமெரிக்காவை அனுசரித்து நடந்துகொள்கிற பட்சத்தில் இங்கே புல்லுக்குக் கொஞ்சம் பொசிந்துவிட்டுப் போவதில் பிரச்னையில்லை. ஆனால் அமெரிக்காதான் நெல். அதில் சந்தேகம் கூடாது. என்ன சொல்கிறிர்கள்?

ஃபலா அல்ஜிபரி மட்டுமல்ல. அவரையொத்த பிற வல்லுநர்கள் பலரும் வேறு சில 'பிரசிடெண்ட் கேண்டிடேட்'களுடன் இதே மாதிரி பேச்சுவார்த்தை நடத்தியிருக்கிறார்கள்.

இவர்கள் இவ்வாறு டீல் பேசிக்கொண்டிருக்க, மறுபுறம் அங்கே இன்னொரு கோஷ்டி [பெண்டகன் கோஷ்டி] உட்கார்ந்து வேறு ஏதோதிட்டம் போட்டுக்கொண்டிருந்தார்கள் அல்லவா? அதையும் என்னவென்று பார்த்துவிடலாம்.

பெண்டகன் அதிகாரிகள் திட்டம் நேரடியானது. அதிலும் தொடக்கம்படையெடுத்து சதாமைத் தீர்த்துக்கட்டுவதுதான் முதல் அஜெண்டா. அடுத்தபடியாக இராக்கின் எண்ணெய் வயல்கள் அனைத்தையும் சர்வே செய்து அளவெடுத்து ப்ளாட் போட்டு வெளியாருக்கு உடனடியாக விற்றுவிடுவது.

தனியார் என்றால் எண்ணெய் நிறுவனங்கள். எண்ணெய் நிறுவனங்கள் என்றால் அமெரிக்க நிறுவனங்கள் என்று பொருள்.

இப்படிச் செய்வதால் சில உடனடி லாபங்கள் இருக்கும் என்று அவர்கள் கருதினார்கள். முதலாவது OPEC யின் தெனாவட்டுப் போக்குக்கு ஒரு செக் வைப்பது. இஷ்டத்துக்கு விலை வைப்பது, இஷ்டத்துக்கு கோட்டா சிஸ்டம் கொண்டுவருவது, நீ க்யூவில் நில்லு, நீ வீட்டுக்குப் போய்விட்டு நாளைக்கு வா, நீ வரவே வராதே என்று எண்ணெய்ப் பிச்சை கேட்கும் தேசங்களைத் தங்கள் இஷ்டத்துக்கு அவர்கள் ஆட்டி வைப்பதற்கு ஓர் அடி.

இராக்கின் எண்ணெயைத் தனியார்மயப்படுத்துவதன் மூலம் உற்பத்தியை ஒபெக் தீர்மானிக்காமல் அந்தந்த நிறுவனங்களே தீர்மானிக்க முடியும். இராக்கில் எண்ணெய்க்கா பஞ்சம்? இத்தனை கேலன் எண்ணெய்தான் எடுக்கவேண்டும், இத்தனைதான் விற்கவேண்டும்என்றுதனியாரிடம்யார்கட்டளைபோடமுடியும்? எல்லாம் அவரவர் இஷ்டம்.

எனவேஎண்ணெய்க்கிணறுகளைத்தனியார்வசம்விற்றுவிடுவதன் மூலம், உற்பத்தியை அமோகமாகப் பெருக்க முடியும். உற்பத்தி பெருகினால் வியாபாரம் சூடுபிடிக்கும். அப்புறம் ஒபெக்காவது மண்ணாங்கட்டியாவது? என் இஷ்டம், நான் எடுக்கிறேன், நான் விற்கிறேன், நான் கொண்டையுள்ள சீமாட்டி என்று அவர்கள்

சொல்லிவிடுவார்கள். யார் என்ன செய்யமுடியும்? அரசாங்கத்தின் நேரடிக் கட்டுப்பாட்டிலிருந்து எண்ணெயத் துறையைப் பிடுங்கி தனியார் மயமாக்குவதுதான் இராக் விஷயத்தில் அமெரிக்காவுக்கு மாபெரும் லாபமாக இருக்க முடியும் என்பது இவர்கள் கட்சி. இன்னும் சுருக்கமாக ஒரு வரியில் இதனைப் புரியவைக்கவேண்டுமானால் இப்படிச் சொல்லலாம். ஓபெக்கின் கோட்டாவைக் காட்டிலும் மாபெரும் லோட்டாவாக இராக்கின் எண்ணெயக் கிணறுகளை மாற்றிவிடுவதன்மூலம் பிற அனைத்து எண்ணெய் தேசங்களின் வர்த்தகத்தையும் தலையில் துண்டு போடச் செய்ய முடியும். லாபம் முழுதும் அமெரிக்காவுக்கு.

இராக் யுத்தம் தொடங்குவதற்குச் சில தினங்கள் முன்னதாக லண்டனில் வைத்து இறுதி மீட்டிங் ஒன்று நடத்தப்பட்டது. அங்கே மேற்படி இரண்டு குழுவினரும் அதிகாரிகளுடன் கலந்து பேசி, எண்ணெய் வயல்களைத் தனியாருக்குவிற்பது என்னும் திட்டத்தை ஏகமனதாக ஏற்றுக்கொண்டார்கள். சி.ஐ.ஏவின் எண்ணெயத் துறைத் தலைவராக ஒரு காலத்தில் பணியாற்றிய அமெரிக்காவின் மாபெரும் எண்ணெய் நிபுணர் ராபர்ட் ஈபெல் *[Robert Ebel]* இந்தக் கூட்டத்தை வழி நடத்தியதாகத் தெரிகிறது. [இவர் இப்போது வாஷிங்டனில் உள்ள *Center for Strategic and International Studies* என்னும் அமைப்பில் பணியாற்றிக்கொண்டிருக்கிறார்.]

கூட்டத்தில் எடுக்கப்பட்ட முடிவுகள் புஷ்ஷுக்கு அனுப்பப்பட்டன. இதுதான் திட்டம். இதுதான் இறுதியானது. முதலில் அமெரிக்க ராணுவம் இராக்கில் நுழையவேண்டும். சதாமை வீழ்த்த வேண்டும். அங்கே மாற்று அரசு அமைக்கப்படவேண்டும். அது ஒரு பக்கம் நடந்துகொண்டிருக்கும்போதே இராக்கின் எண்ணெய் வயல்களை ஒழுங்காக சர்வே செய்து இஞ்ச் விடாமல் அளந்து எடுத்து தனியாருக்கு விற்பது தொடர்பான வேலைகள் ஆரம்பிக்கப்படவேண்டும். டெண்டர் விடுகிற விஷயத்தில் குளறுபடிகள் வரக்கூடாது. ரொம்பநாள் கழிக்கவும் கூடாது. சட்டுபுட்டுனு வேலை முடியவேண்டும். ரொம்ப முக்கியம், இந்த பிசினஸ் நடைபெற்றுக்கொண்டிருக்கும்போது மக்களின் கவனம் இதன்மீது திரும்பாத வண்ணம் இராக் புனரமைப்புப் பணிகள் சூடுபிடிக்கவேண்டும். எண்ணெயத் துறை சார்ந்து எடுக்கப்படுகிற

எந்த ஒரு நடவடிக்கையும் மீடியா வெளிச்சத்துக்குப் போகாமல் பார்த்துக்கொள்ள வேண்டும். மற்றபடி சர்வமங்களப் பிராப்திரஸ்து.

ஆனால் பிபிசியின் புலனாய்வின்போது அல்ஜிபரி தெரிவித்த ஒரு விஷயம் மிக முக்கியமாக கவனிக்கப்படவேண்டியது.

மேற்படி திட்டமெல்லாம் சரிதான். இதன்படிதான் இராக்கில் அமெரிக்கா தன் லீலைகளைத் தொடங்கியது. மீடியாவின் கண்ணைக்கூட மறைக்க முடிந்த அவர்களால் உள்ளூர்ப் போராளிகளைத் தான் ஒன்றும் செய்ய முடியாமல் போய்விட்டது.

சதாம் கைதுக்குப் பிறகு இராக்கில் நடந்த [ஓரளவு இன்னும் தொடரும்] ரத்தக் களறிகளுக்கு என்ன காரணம், என்ன காரணம், யார் காரணம், எப்படிக் காரணம் என்று ஒன்றும் புரியாமல் முழி பிதுங்கிக்கொண்டிருந்தோமே நினைவிருக்கிறதா?

அல் காயிதாதான் அத்தனை குண்டுவெடிப்புகளுக்கும் பொறுப்பு, அல்லது அல் காயிதாவின் ஃப்ராஞ்சைசீஸ் யாராவது செய்கிறார்களாயிருக்கும், அல் காயிதாவே இல்லை, இவர்கள் வேறு லோக்கல் ஷியா பார்ட்டிகள், சவூதியிலிருந்து இம்போர்ட் செய்யப்பட்ட தீவிரவாதிகள், ஏமன் அல்லது ஓமனிலிருந்து வந்தவர்கள் என்று ஆளுக்கொரு விதமாக ஆரூடம் சொல்லிக்கொண்டிருந்தது நினைவிருக்கலாம்.

யார் அத்தனை பேரழிவுகளுக்கும் காரணம் என்பதே முக்கியமில்லை. ஏன் அவையெல்லாம் நடந்தது என்பதுதான் இங்கே பிரதானம்.

மேற்படி அல்ஜிபரியின் கருத்துப்படி, இந்த எண்ணெய் வயல் கூறு போடும் திருவிழாவுக்கு எதிர்ப்புத் தெரிவிக்கும் விதமாகத்தான் இந்தத் தீவிரவாதச் செயல்கள் அனைத்துமே நடைபெற்றன.

என்ன நடக்கிறது என்று யாருக்கும் சரியாகத் தெரியாது. மிகக் கவனமாக இராக்குக்கான அமெரிக்க ஆட்சிப் பிரதிநிதிகள் அனைத்தையும் மறைத்து ரகசியமாகவே செயல்பட்டுவந்தார்கள். ஆனால், பெருங்காய டப்பாவைத் திறந்தால் வாசனை வராது போகுமா? எண்ணெய் வாசனை அதைக்காட்டிலும் பெரிதல்லவா?

இராக்கின் வளங்கள் அனைத்தும் கொள்ளை போகின்றன, பார்த்துக்கொண்டு சும்மா இருக்கிறீர்களே என்று மக்களை உசுப்பேற்றும்விதமாகத்தான்அத்தனைஆயிரம்படுகொலைகளும் தீவைப்புகளும் குண்டு வெடிப்புகளும் அங்கே அரங்கேறின என்றார் அல்ஜிபெரி.

இருக்கலாம். இல்லை என்று யார் சொல்லமுடியும்? நடந்தது உண்மை. படுகொலைகளும் எண்ணெய் வியாபாரமும்.

ஆனால் முழு விவரம் வெளியே வர முழுதாக இரண்டு வருடங்கள் பிடித்தன. 2005ல்தான் இந்தத் தகவல்கள் கசியத் தொடங்கின. போருக்குப் பிறகு இராக்கின் எண்ணெய் நீங்கலான அத்தனை துறைகளும் பழைய ஒழுங்கு நிலைமைக்கு வர இன்னமும் பாடுபட்டுக்கொண்டிருக்கின்ற வேளையில் எண்ணெய் பிசினஸ் மட்டும் அமோகமாக அங்கே தடையற்று நடப்பதற்கு வேறெந்தக் காரணமும் இருந்துவிட முடியாது!

24 எனக்குத்தான் குஸெஸ்தான்!

நியாயமாக நாம் ரஷ்யாவுக்குப் போகவேண்டும். ஏனோ பயணம் தாமதமாகிறது. பாதகமில்லை. இராக்கைச் சுற்றிவிட்டோமல்லவா? கொஞ்சம் இரான் பக்கமும் எட்டிப்பார்த்துவிடலாம். அங்கிருந்தும் ரஷ்யா பக்கம்தான்.

1920ம் ஆண்டு முதல் இரானுக்குப் பணம் கொடுக்கிற அதிமுக்கியத் துறை எண்ணெய்தான். இன்றைய தேதியில் உலகிலுள்ள மொத்த க்ரூட் ஆயிலையும் கொட்டிக் கலக்கி அளந்தால் அதில் ஒன்பது சதவீதம் இரான் சொத்து. கம்மியாகத் தெரிகிறதா? இரானில் இன்னும் எடுக்காத எண்ணெய் சுமார் 90 பில்லியன் பேரல்கள். போதுமா? ரொம்பப் பெரிசு. உலகின் நான்காவது பெரிய எண்ணெய் வள தேசம்.

எண்பதுகளில் சதாம் உசேனுடன் சண்டை போடாதிருந்திருந்தால் இன்னுமே கூட முன்னேறியிருக்கும் இரான். இரான் - இராக் யுத்தத்துக்கு முன்னால் வரை உலகின் இரண்டாவது பெரிய எண்ணெய் ஏற்றுமதியாளர்கள் அவர்கள்தான். யுத்தம் தொடங்கியபிறகு தொழில் செத்துவிட்டது. வேறென்ன? வீசுவதற்கு ஆள் கிடைக்காவிட்டால் குண்டுகளையெல்லாம் எண்ணெய்க் குளங்களில்தானே கொண்டுபோய் வீசுகிறார்கள்? நவீன யுகத்தில் போர் வெற்றி என்பது எதிரியின் வளத்தை நிர்மூலமாக்குவதுதான்.

தவிரவும் ஒரு யுத்தம் சாப்பிடும் பணம் எத்தனை என்பது கற்பனைக்கு அப்பாற்பட்டது. இராக்குக்கு அந்தச் சமயத்தில் பண உதவி செய்ய அமெரிக்கா இருந்தது. பத்து பைசா சொந்தச் செலவில்லாமல் சதாம் ஹுசைன் போரை நடத்திவிட்டார். போர் முடிந்தபிறகும் 'அன்புப் பரிசு' வேறு கிடைத்தது. இரானுக்கு அதெல்லாம் ஏது? சொந்த செலவில்தான் அவர்கள் சூனியம் வைத்துக்கொண்டார்கள்.

ஒரு மாபெரும் [ஷியா] இஸ்லாமியப் புரட்சி நடைபெற்று அங்கே அயாதுல்லா கொமேனி ஆட்சிக்கு வருவதற்கு முன்னால் இரானும் அமெரிக்காவின் தோழமை நாடுதான். சுல்தான் ஷா முஹம்மது

ரெஸா பாலவி என்பவர் ஆண்டுகொண்டிருந்தார். கடைந்தெடுத்த மேற்கத்திய மனோபாவஸ்தர். அவருக்கு அமெரிக்காவும் தோஸ்து. பிரிட்டனும் தோஸ்து. 1908ல் இரானில் எண்ணெய் இருக்கிற விஷயத்தைக் கண்டுபிடித்துச் சொன்ன நாளிலிருந்து பிரிட்டன் அவர்களுக்குக் கூட்டாளி தேசம். இரானில் எண்ணெய் எடுக்கும் நிறுவனங்களெல்லாம் ரொம்பப் பெரிய நிறுவனங்கள். பெரும்பாலும் அப்போது பிரிட்டன் நிறுவனங்கள். கொஞ்சம் அமெரிக்காவும் உண்டு.

அயாதுல்லா கொமேனி ஆட்சிக்கு வந்தபிறகு எல்லாம் அடியோடு மாறிப்போனது. எண்ணெய் விஷயத்தில் சுதேசி கம்பெனிகளை நம்பிக்கொண்டிருக்க முடியாது என்பது கொமேனிக்குத் தெரியும். ஆனாலும் வம்புக்காகவேனும் பிரிட்டிஷ் நிறுவனங்களையும் அமெரிக்க நிறுவனங்களையும் அவர் பெரும்பாலும் தவிர்த்தார். இரானிய தேசிய எண்ணெய் நிறுவனம் இருக்கவே இருக்கிறது. மேற்பார்வை, கீழ்ப்பார்வைக்கு அது போதும். வேலை பார்க்க?

ஜெர்மனியின் புகழ்பெற்ற எண்ணெய் மற்றும் இயற்கை எரிவாயு நிறுவனமான ஏபிபி க்ரூப்புக்கு கொமேனி வாய்ப்புக் கொடுத்தார். அப்புறம் ஆஸ்திரேலியாவின் பி.எச்.பி. பில்லிட்டன். கனடாவைச் சேர்ந்த *Bow Valley Energy Limited*. *Bureau Veritas* பிரான்ஸிலிருந்து. ஸ்பெயினிலிருந்து செஸ்பா. ஜப்பானிலிருந்து ஜாபெக்ஸ்.

இன்னும் உண்டு. சுமார் முப்பது முதல் நாற்பது ராட்சச நிறுவனங்கள் போட்டி போட்டுக்கொண்டு இரானில் எண்ணெய் எடுக்க ஆரம்பித்தன.

அமெரிக்கா கடுப்பானது. தண்ணீர் விட்டோ வளர்த்தோம்? ஷா முஹம்மது காலத்தில் இரானுக்கும் அமெரிக்காவுக்குமான நல்லுறவென்பது அப்படியொரு அதி உன்னத பரிமாணம் எய்தியிருந்தது. கிட்டத்தட்ட ஒரு பண்ணையாருக்கும் அவர்தம் சின்ன வீட்டுக்குமான உறவு என்றே அதைச் சொல்லிவிடலாம். அள்ளிக் கொடுத்துக்கொண்டிருந்தார்கள். எல்லாம் வட்டியும் முதலுமாக எண்ணெய் வடிவில் திரும்பி வரும் என்கிற எண்ணம். அதிலல்லவா எண்ணெய் ஊற்றிப் பற்ற வைத்துவிட்டார் கொமேனி? சும்மா விட்டுவிட முடியுமா?

எண்ணெய் எடுக்கிற விஷயத்தில் மட்டுமல்ல. விற்கிற விஷயத்திலும் கொமேனி காலத்தில் இரான் அமெரிக்காவுக்குத் தண்ணி காட்டிக்கொண்டிருந்தது. அமெரிக்காவுக்கு எண்ணெய் கொடுக்காவிட்டால்கூட அவர்களுக்கு அத்தனை கோபம் வராது. அவர்களுக்கு ஆகாத ஜாதியினருக்கு சப்ளை செய்தால் எப்படி சகித்துக்கொண்டிருக்க முடியும்? இருக்கவே இருக்கிறது பனிப்போர், உன் கட்சி, என் கட்சி, எரிந்த கட்சி, எரியாத கட்சி.

என்ன செய்யலாம் என்று சிண்டைப் பியித்துக்கொண்டிருந்தார்கள் அமெரிக்கர்கள். அந்தக் கடுப்பின் விளைவுதான் சதாம் ஹூசைன் இராக்கின் அதிபரானதும் அவரை வளைத்துப் பிடித்து இரான் மீது ஒரு யுத்தத்தைத் தொடங்கச் சொல்லி, பின்னால் இருந்து உதவி செய்தது.

அதிலும் குறிப்பாக கவனிக்கப்பட வேண்டிய விஷயம் ஒன்றுண்டு. இரான் - இராக் யுத்தத்துக்கான அடிப்படைக் காரணமாகச் சொல்லப்பட்டது ஓர் எல்லைப் பிரச்னை. அதைத்தான் முன்வைக்கச் சொன்னது அமெரிக்கா.

நாம் பார்க்காத எல்லைப் பிரச்னைகளா? நமக்குப் புரியாத விஷயமா? இதெல்லாம் ஒன்றுமே இல்லை.

அந்த எல்லைப் பகுதியின் பெயர் குஸஸ்தான் [Khuzestan].

வரைபடத்தில் இரானின் மேற்கு எல்லைப்பகுதியில், இராக்கைத் தொட்டுக்கொண்டு இருக்கும் ஒரு சிறு நிலப்பரப்பு அது. இரானின் கலாசார அடையாளச் சின்னங்களுள் ஒன்றாக விளங்கும் ஒரு மாநிலம்.

இப்போது அது இரானின் ஒரு பகுதி. ஒருகாலத்தில் குஸெஸ்தானைத் தலைநகராகக் கொண்டே பல ஆட்சிகள் நடை பெற்றிருக்கின்றன. பாலை பூமியான மத்தியக் கிழக்கின் எழில் கொஞ்சும் சில அபூர்வப் பிரதேசங்களுள் ஒன்று அது. மலைகள் உண்டு. கரூன், கார்க்கே, ஐராஹி என்று மூன்று ஜீவ நதிகள் அந்தப் பகுதி வழியே பாய்ந்து சென்று வளைகுடாவில் கலக்கின்றன.

ஏராளமான ஆதிவாசி இனக்குழூக்களைச் சேர்ந்த மக்கள் வசிக்கும் பகுதி. ஆதி பெர்சியர்கள், இரானிய - அரேபிய ஆதிவாசிகள்,

பக்தியாரி வம்சத்தவர்கள், பெபானியர்கள், லக் மற்றும் லுர் இனத்தைச் சேர்ந்தவர்கள், கஷாக்கி என்னும் துருக்கிய மொழி பேசும் அஃப்ஷரி ஆதிவாசிகள் தவிரவும் ரெகுலர் அரேபியர்கள், ஷியா - சன்னிகள், குர்த் இனத்தைச் சேர்ந்த கொஞ்சம் பேர் என்று குஸெஸ்தானில் வசிக்கிறவர்களைத் தொகுத்தால் விதவிதமான மனிதர்களைச் சந்திக்கலாம்.

தொன்மையான நகரம், பாதுகாக்கப்படவேண்டிய முன்னாள் பேரரசு என்றெல்லாம் சொன்னாலும் குஸெஸ்தானின் மிக முக்கிய ஈர்ப்பு, எண்ணெய். வளமான, உயர்தரமான கச்சா எண்ணெய்.

ஒட்டாமான் துருக்கிய சாம்ராஜ்ஜியம் தோன்றுவதற்கு முன்னால் இரான் - இராக் என்று இரண்டு பிரதேசங்கள் கிடையாது. இரண்டும் ஒன்றுதான். பெர்சியப் பேரரசு என்று அதற்குப் பெயர். உலகப்போருக்குப் பிறகு பிரிட்டனின் கட்டுப்பாட்டுக்குள் இந்தப் பகுதிகளெல்லாம் வந்து சேர்ந்து, போராடி, ஒரு வழியாகச் சுதந்தரம் பெற்ற தருணத்தில், பிரிட்டன் தன் ஞாபகார்த்தமாகச் சில எல்லைப் பிரச்னைகளை அங்கே விட்டுச்சென்றது. இரானிலிருந்து இராக்கைப் பிரித்தபோது கிழித்த கோடுகள் சில இடங்களில் சரியாக விழவில்லை. குஸெஸ்தான் அவற்றுள் ஒன்று.

புகைச்சல் வெகுகாலமாகவே இருந்துவந்தது. முதல் முதலில் இராக்கில் புரட்சியின்மூலம் ஆட்சிக்கு வந்த அப்துல் கரீம் காசிம்தான் அதை ஊதிப் பெரிதாக்கும் பணியை ஆரம்பித்துவைத்தார். ‹உங்களது இப்போதைய வரைபடங்களை நான் நிராகரிக்கிறேன். குஸெஸ்தான் இராக்கைச் சேர்ந்தது.›

கையோடு குஸெஸ்தான் பகுதியில் வசித்துவந்த சில புரட்சி மனோபாவம் கொண்ட இளைஞர்களைத் தூண்டிவிட்டு, இரான் அரசுக்கு எதிராகக் கிளர்ச்சி செய்யவும் இராக் உதவியது. பிரச்னையை, அரபு லீகின் வருடாந்திரக் கூட்டங்களுக்கும் அவசியம் எடுத்துச்சென்றார்கள். ஆனால் எதனாலும் பிரயோஜனம் இல்லாமலே இருந்தது.

இராக் சதாமின் சட்டைப்பைக்குள் போனபிறகு, அவரது மனத்தில் எப்போதும் இந்தப் பகுதி குறித்த ஒரு சிந்தனை ஓடிக்கொண்டேதான் இருக்கும். எகிப்தின் தனிப்பெரும்

தலைவராகவும் அரபுகளின் காவலனாக இருந்த நாசர் இறந்து விட்டார். அந்தநாற்காலிகாலியாகவேஇருக்கிறது. இப்போதைக்கு அதற்கு ஆசைப்படக்கூட இங்கே யாருக்கும் தகுதியில்லை - தன்னைத் தவிர.

தேச எல்லைகளைத் தாண்டி தான் ஏனொரு தன்னிகரற்ற பெருந்தலைவராகக் கூடாது?

சதாம் ஆசைப்பட்டார். அப்படி அவர் ஆசைப்படக் கூடாது என்று சொல்வதற்கு அப்போது ஆளில்லாமல் இருந்தது. ஆகவே யுத்தங்களின் மூலம் முதலில் அச்சத்தை ஏற்படுத்தி, புனரமைப்பு நடவடிக்கைகளின் மூலம் பின்னால் நல்ல பெயரைச் சம்பாதித்து, நவீனமய அணுகுமுறைகளின் மூலம் நிகரற்ற பெருந்தலைவர் என்கிற பெயரைப் பிடிக்கலாம் என்று சதாம் முடிவு செய்தார்.

உடனடியாக இராக் ரேடியோவின் மூலம் குஸெஸ்தான் என்று இரானியர்கள் சொல்லும் பகுதியை ‹அரபிஸ்தான்› என்று இராக் உள்வாங்கும் விதத்திலேயே திரும்பத்திரும்பக் குறிப்பிட்டு, அம்மக்களின் நலனுக்காக இராக் அரசு தொடர்ந்து சிந்தித்துக்கொண்டிருக்கிறது என்கிற செய்தியைப் பரப்ப உத்தரவிட்டார்.

நைச்சியமாகப் பேசி பல மத்தியக் கிழக்குத் தொலைக்காட்சிகள், தினசரிகள், வார, மாதப் பத்திரிகைகளில் குஸெஸ்தான் இராக்கின் ஒரு பகுதியாகவே இருப்பதாகக் காட்டும் வரைபடங்கள் வெளிவரவும் ஏற்பாடு செய்தார்.

கையோடுஇரானுடன்அதுவரைஇருந்துவந்தஅரசியல்உறவுகளை அடியோடு முறித்துக்கொள்வதாக சதாம் அறிவித்தார். இராக்கில் இருந்தசுமார்எழுபத்தையாயிரம்இரானியர்களின்சொத்துகளைப் பறிமுதல் செய்துகொண்டு அவர்களை நாடு கடத்தினார். அரபு லீகும் ஐக்கிய நாடுகள் சபையும் இந்த நடவடிக்கைகளைக் கண்டு கொஞ்சம் அதிர்ந்தன. சம்மதிக்க மறுத்தன. ஆனால் சதாம் அதையெல்லாம் பொருட்படுத்தவில்லை.

இரானுடன் ஒரு யுத்தம். அதற்கு அமெரிக்கா ஆதரவளிக்கிறது. என்றால், அது ஒரு அல்வா போன்ற வாய்ப்பு. எடுத்துச் சாப்பிட என்னதடை?இந்தாவந்துட்டேன்என்றுகளத்தில்குதித்துவிட்டார்.

அமெரிக்காவுக்கு இதில் முக்கிய கவனம் என்னவென்றால், குஸெஸ்தான் என்கிற எண்ணெய் பூமி. அது இரானின் கையில் இருப்பது அவர்களுக்கு உறுத்திக்கொண்டே இருந்தது. இன்றைய தேதிவரைஇரானின்எண்ணெய்உற்பத்தியில்தெற்குகுஸெஸ்தான் தான் பெரும்பங்கு வகிக்கிறது. தோண்டக்கூட வேண்டாம் அங்கே. தடவினாலே ஊற்றெடுத்துவிடும். அப்படியொரு மண். அப்படியொரு நிலம்.

இராக்கில் சதாம் தொடர்ந்து ஆட்சியில் இருக்கும் பட்சத்தில், இராக் - அமெரிக்க நல்லுறவு தொடர்ந்து நீடிக்கிற பட்சத்தில் குஸெஸ்தான் இராக் வசம் வருவதும் அதன்மூலம் மிக உன்னதத் தரம் கொண்ட குஸெஸ்தான் எண்ணெய் அப்படியே அமெரிக்காவுக்குப் போய்ச்சேருவதும் தவிர்க்கமுடியாததாகிறது - இப்படிச் சிந்தித்தது அமெரிக்கா.

இரான் இராக் யுத்தத்தின் அடிப்படைக் காரணம் இதுவே. சும்மா ஒப்புக்கு வேறு சில காரணங்களும் சொல்லப்பட்டன. பிரிட்டனுக்குச் சொந்தமாக இருந்த இரண்டு குட்டித் தீவுகள், இரானுடன் பங்கிட்டுக்கொண்டிருந்த ஒரு நீர்வழிப் பாதை அனைத்தும் இராக்குக்குச் சேரவேண்டியவை, அதே போலத்தான் இந்த குஸெஸ்தானும் என்று என்னமோ ஒரு உப்புப்பெறாத கதை கட்டிவிட்டு யுத்தம் ஆரம்பித்தார் சதாம். ஆதிக்காரணம் எண்ணெய் அன்றி வேறில்லை.

அந்தயுத்தம்எட்டுவருஷம்நீண்டுஇருதரப்புக்கும்லாபமில்லாமல் - அதே சமயம் இரு தரப்புக்கும் கணிசமான நஷ்டத்துடன் முடிவடைந்தது வேறு கதை. இங்கே நமக்கு அவசியமில்லை. நாம் பார்க்கவேண்டிய விஷயம், இரானின் எண்ணெய் மீதான அமெரிக்காவின்திருட்டுக்காதல். அதற்கானதொடக்கப்புள்ளியாக அமைந்தது குஸெஸ்தான்.

ஆனால் அமெரிக்காவே எதிர்பாராத விஷயம், சதாம் ஹுசைனின் அந்தர்பல்டி. அவர் ஒரு அதிதீவிர அமெரிக்க எதிர்ப்பாளர் ஆகி, மத்தியக் கிழக்கின் நிகரற்ற தாதாவாக அறியப்பட்டு, அமெரிக்காவே சதாமுக்கு எதிராக ஆயுதம் தூக்கிக்கொண்டு வந்து இறங்கியபிறகு, அவர்களுடைய இரான் காதல் பல ஆண்டுகள் காத்திருக்கவேண்டியதானது.

இன்றைக்கு சதாம் இல்லை. இராக் கிட்டத்தட்ட அமெரிக்காவின் இன்னொரு காலனி போலவே ஆகிவிட்டது. தினசரி ஏகப்பட்ட எண்ணெய் சாப்பிடுகிறார்கள். எத்தனை கொழுப்பு! வயிறு வெடிக்காதிருக்கவேண்டும். கையோடு அடுத்த குறி இரான் தான் என்றும் சொல்லிவிட்டார்கள்.

காரணம்? எண்ணெய் என்றா சொல்லுவார்கள்? அணு ஆயுதம்.

அமெரிக்காவுக்குத் தெரிந்த ஒரே பல்லவி அதுதான். அந்தப் பல்லவியை அவர்கள் பாட ஆரம்பித்தாலே பின்னணியில் வேறொருபாடலின்அனுபல்லவி, சரணங்கள்ரெட்டை ரெடியாகக் காத்திருக்கின்றன என்று அர்த்தம்.

25 டாலருக்கு வேட்டு?

நாப்பத்தி நாலு ரூபாய், நாப்பத்தெட்டு பைசா.

இன்றைய தேதியில் ஒரு அமெரிக்க டாலரை இந்திய ரூபாயாக மாற்றினால் மேற்படி தொகை வரும். இதே போன வருஷம், அதற்கு முந்தைய வருஷம், அதற்கும் முன்பு என்றால் என்னவாக இருந்திருக்கும் என்று விவரிக்கவே வேண்டாம்.

டாலருக்கு எதிரான பல கரன்சிகளின் மதிப்பு ஏறிக்கொண்டே வருகிறது. வேறு விதமாகச் சொல்வதென்றால் அமெரிக்க டாலரின் மதிப்பு விழுந்துகொண்டிருக்கிறது. நவீன யுகத்தில் ஒரு தேசம் வல்லரசாக இருக்கவேண்டுமென்றால் அதன் பொருளாதாரம் பலம் பொருந்தியதாக இருந்தால்தான் முடியும். எண்பதுகள் வரை யுத்தம் மூலம், யுத்த அச்சுறுத்தல்கள் மூலம் வல்லரசு பதவியைத் தக்கவைத்துக்கொள்ள முடிந்தது போல் இப்போது முடியாது. அத்தகைய உளுத்தம்பருப்புகள் இனி வேகாது.

உலகம் ஏன் இந்தியாவை, சீனாவை வியக்கிறது, பிரமிக்கிறது, மதிக்கிறது என்றால் இதுதான் காரணம். வளரும் பொருளாதாரம். ஏற்ற இறக்கங்கள், பிரச்னைகள், சரிவுகள், வீழ்ச்சிகளே கூட இருந்தாலும் இப்போது இருப்பது ஏறுமுகம். பத்தடிக்கு நாலடி சறுக்கினால் பெரிய காயம் இராது என்பதுதான் விஷயம்.

இந்தியாவும் சீனாவும் வளருவது பற்றி அமெரிக்காவுக்குக் கவலை இல்லை. அதாவது அவ்வளவாகக் கவலையில்லை என்று பொருள். ஏனென்றால் நாமெல்லாம் வாங்கிக்கொள்பவர்களாக இருக்கிறோம். குறிப்பாக எண்ணெய். நம்மிடம் உற்பத்தி கிடையாது. படியளக்கும் பரந்தாமன்களிடம் பேசி, நமக்கு வேண்டியதை இறக்குமதி செய்துகொள்கிறோம்.

அவ்வாறு இறக்குமதி செய்யும் எண்ணெய்க்கான விலையை நாம் ரூபா நோட்டாகக் கொடுப்பதில்லை. அமெரிக்க டாலரில்தான் தரவேண்டும்.

எண்ணெய் பிசினஸே அமெரிக்க டாலரில்தான் இதுநாள் வரை நடந்துகொண்டிருக்கிறது. இராக்கில் எண்ணெய் எடுத்தாலும் சரி, இரானில் எடுத்தாலும் சரி, வெனிசூலாவில், ஆஸ்திரேலியாவில்,

ரஷ்யாவில் - எங்கே எண்ணெய் வியாபாரம் நடந்தாலும் அமெரிக்கக் காசில்தான் நடக்கும். இது ஒரு ஏற்பாடு. பழைய ஏற்பாடு. அமெரிக்கப் பணம் சூப்பர் ஸ்டாராக இருந்த காலத்தில் செய்யப்பட்ட ஏற்பாடு. ஒரு வசதி. சௌகரியம். அமெரிக்க டாலர் எங்கும் செல்லுபடியாகும். அன்னியச் செலாவணி என்றாலே டாலர் கையிருப்பு என்றுதானே நமக்கெல்லாம் தெரிந்திருக்கிறது?

அதற்கேற்ப அமெரிக்கா நிறைய நோட்டு அடிக்கும். தேவைக்கேற்ப நோட்டு அடிப்பதற்குத் தோதாக அதன் பலத்தையும் அதிகரித்துக் கொள்ளும். யாரும் இஷ்டத்துக்கு மைக்கேல் மதனகாமராஜன் கமலஹாசன் - சந்தானபாரதி கூட்டணி மாதிரி நோட்டடித்துவிட முடியாதில்லையா? நிர்ணயிக்கப்பட்ட எல்லைக்கோட்டை யாரும் அத்தனை எளிதில் தாண்டிவிட முடியாது.

அமெரிக்கா தாண்டுகிறதென்றால், அதற்கேற்ப அதன் கட்டமைப்பு உருவாக்கப்பட்டிருக்கிறது என்று அர்த்தம்.

நோட்டு விஷயத்துக்கு உள்ளே நாம் போகவேண்டாம். விஷயம் என்னவென்றால், இத்தனை காலமாக அமெரிக்க டாலரில் எண்ணெய் வியாபாரம் நடக்கிறபடியால் அமெரிக்காவுக்கு அது பற்றிய கித்தாப்பு ஒன்று உண்டு. உலகின் அதி முக்கியமானதொரு பிசினஸ் அமெரிக்க கரன்சியில்தான் நடக்கிறது என்றால் எத்தனை டாலர் புழக்கம்! உலகமெங்கும் டாலர். இது அத்தேசத்தைத் தொடர்ந்து வளப்படுத்திவரும் மிக முக்கியமான காரணிகளுள் ஒன்று. டாலரின் மதிப்பை மிக உயரத்தில் கொண்டு வைத்ததும் இதுவேதான்.

எண்ணெய் வர்த்தகத்தில் டாலரின் இந்த ஆதிக்கத்துக்கு முதல் முதலில் ஒரு வேட்டு வைக்கலாம் என்று சிந்தித்த தேசம் இரான். இரான் மீது இன்றைக்கு அமெரிக்கா கொலைவெறி கொண்டு திரிவதற்கும் அதுவேதான் காரணம்.

ரவுடி தேசம். அடாவடி ஆசாமிகள். உலகமெல்லாம் சமாதானப் புறாக்களைப் பறக்கவிட்டுக்கொண்டிருக்க, இவர்கள் மட்டும் சண்டைக் கோழிகளுக்கு தீவனம் அளித்துக்கொண்டிருக்கிறார்கள். முரட்டுத்தனமான மத அடிப்படைவாதிகள். மனித உரிமை என்றால் கிலோ என்ன விலை என்று கேட்கிற கற்கால மனிதர்கள்.

பெண்களைப் புழுவாக நினைப்பவர்கள். நவீனத்துவத்தின் நிழல் கூடத் தங்கள் தேசத்தில் பட்டுவிடக் கூடாது என்பதில் சர்வ ஜாக்கிரதையாக இருக்கிறவர்கள். மிகவும் அபாயகரமான தேசம். அத்துமீறி அணு ஆயுதங்கள் தயாரிக்கிறார்கள். ஆசியாவுக்கு ஏதாவது ஆபத்து என்று எதிர்காலத்தில் வருமானால் அது கண்டிப்பாக இரான் செய்யக்கூடியதாகத்தான் இருக்கும்.'

மேலுள்ள வரிகளை வார்த்தைகள் மாற்றிப்போட்டு, நூறு விதமான பெர்முடேஷன் காம்பினேஷனில் எழுதிப் பாருங்கள். கடந்த சில ஆண்டுகளில் இரான் குறித்து அமெரிக்கா தெரிவித்த கருத்துகள் எல்லாம் இந்தச் சில வரிகளின் விரிவாக்கம் அல்லது சுருக்கம் அல்லது மறுவடிவமாகவே இருக்கும்.

சவூதி அரேபியா, குவைத், இராக், ஆப்கனிஸ்தானுக்கு அடுத்தபடியாக அமெரிக்காவின் விழியில் விழுந்து, இதயம் நுழைந்து, உயிரில் கலந்த உறவாகியிருக்கிறது இரான். அன்பாகப் பேசுதல், அதட்டிப் பார்த்தல், அவ்வப்போது மிரட்டல், ஆங்காங்கே உருட்டல், கொஞ்சம் பொருளாதாரத்தடை, கொஞ்சம் யுத்த பயமுறுத்தல், சந்தர்ப்பம் கிடைக்கும்போதெல்லாம் போட்டுப்பார்த்து ஆழம் தேடுதல் என்று தன்னாலான அத்தனை விதங்களிலும் இரானைத் தொடர்ந்து சீண்டிக்கொண்டு வருகிறது அமெரிக்கா. ஒரு சந்தர்ப்பம் கிடைத்தால் உள்ளே நுழைந்து அணு ஆயுதமோ, வெங்காய வெடியோ இருக்கிறதா என்று ஆராய்ச்சி பண்ணிவிட்டு, ஒன்றுமில்லை என்று அசால்டாகக் கிளம்பிப் போக எவ்வித ஆட்சேபணையும் கிடையாது. ஒருவேளை இருக்குமானால், என்னிடம் இருந்தால் தப்பில்லை; உன்னிடம் இருந்தால்தான் தப்பு என்று புதிய நீதிக்கதை சொல்லவும் தயார்.

ஒரேகாரணம் எண்ணெய் பிசினஸில் இருக்கும் டாலர் ஆதிக்கத்தை ஒழிக்க இரான் திட்டமிட்டு வருவது!

இரான் அணு ஆராய்ச்சியில் மிகத் தீவிர கவனம் செலுத்தி வருவது உண்மையே. ஆனால் அமெரிக்காவின் அக்கறை அதுவல்ல. நிச்சயமல்ல. எண்ணெய்தான். இதில் சந்தேகமில்லை.

மெல்ல மெல்ல மத்தியக் கிழக்கின் எண்ணெய் தாதாவாக இரான் உருவெடுத்து வருவதுதான் அமெரிக்காவின் முக்கியப் பிரச்னை.

வளம் இருக்கிறது. எடுக்க எடுக்க எண்ணெய் சுரந்துகொண்டே இருக்கிறது. விற்பனைஇருக்கிறது. வியாபாரம்ஜோராகநடக்கிறது. மேற்கு - கிழக்கு - வடக்கு - தெற்கு என்று நாலாபக்கமிருந்தும் ஆள்கள் மாட்டுவண்டி கட்டிக்கொண்டு வந்து பேரல் பேரலாக எண்ணெய் எடுத்துக்கொண்டு போகிறார்கள். சுகம், சௌகரியம், சந்தோஷம்.

இரான் யோசிக்க ஆரம்பித்தது. எதற்காக அமெரிக்க டாலரில் வர்த்தகம் செய்யவேண்டும்? ஏன் யூரோவில் கூடாது?

முடியாது என்பதில்லை. எண்ணெய் தேசங்களின் கூட்டமைப்பில் பேசவேண்டும். எல்லோருக்கும் வசதிதான் என்றால் பிரச்னையில்லாமல் நாணயத்தை மாற்றிக்கொண்டுவிடலாம். யூரோவும்மதிப்புமிக்கநாணயம். அமெரிக்கடாலரைக்காட்டிலுமே இன்றைய தேதியில் அதன் மதிப்பு அதிகம். எண்ணெய் மாதிரி ஒரு சூப்பர் பிசினஸ் யூரோவில் நடக்கத் தொடங்கிவிடுமானால் சந்தேகமில்லாமல் யூரோ ஆளத்தொடங்கிவிடும்.

டாலர்ஆண்டால்அமெரிக்காவல்லரசு. யூரோஆண்டால்அப்படிக் குறிப்பிட்ட தேசம் அதற்கு உரிமை கொண்டாட முடியாது. ஐரோப்பிய நாடுகள் அனைத்துக்கும் பொதுவான நாணயம் அது. எனவே ஆதிக்க மனோபாவம் யாரிடமும் எழாது. தவிரவும் இரானின்எண்ணெய்க்குஐரோப்பாதான்பிரதானமானவிற்பனைக் கேந்திரம். பிசினஸ் யூரோவில் நடக்கத் தொடங்கிவிடுகிற பட்சத்தில் எந்தப் பிரச்னையும் இல்லை.

ஆசிய நாடுகள் இதற்கு ஒப்புக்கொள்ளவேண்டும். குறிப்பாக இந்தியா. அப்புறம் சீனா. அப்புறம் தூரக்கிழக்குக் குட்டி தேசங்கள்.

ஒன்றும் பிரச்னையில்லை, ஏற்கெனவே இந்தியாவும் சீனாவும் இது பற்றி நம்பிக்கை தரும் விதத்திலேயே கருத்து சொல்லியிருக்கின்றன. பேசித்தீர்க்க வேண்டியது மாபெரும் எண்ணெய் வர்த்தக நிறுவனங்களிடம் மட்டும்தான். தனிப்பட்ட முறையில் பேசி அவர்களுடைய சம்மதத்தைப் பெறவேண்டும். சும்மா ஒப்புக்கு சரியென்று சொல்வதில்லை. ஒரு கொள்கை முடிவாக எடுத்து இனி வர்த்தகம் யூரோவில் மட்டுமே என்று அத்தனை பேரும் சூடம் அனைத்து சத்தியம் செய்யவேண்டும்.

அப்படிச் செய்துவிடும் பட்சத்தில் எண்ணெய் வர்த்தகம் மேலும் சுலபமாகும் என்பது ஒரு புறமிருக்க, அமெரிக்காவுக்கு அது மிகப்பெரிய அடியாக அமையும் என்பதில் சந்தேகமில்லை.

ரொம்ப சிம்பிள். நாம் டாலரில் எண்ணெய் வாங்குகிறோம் என்றால் என்ன அர்த்தம்? காசு கொடுத்து டாலரை முதலில் வாங்குகிறோம் என்றுதான் அர்த்தம். விற்கப்படுகிற பொருளுக்கு நாணயம் விலை என்றால், தனது நாணயத்தையே ஒரு சந்தைப் பொருளாக இந்நாள்வரை விற்றுவந்திருக்கிறது அமெரிக்கா. என்றால், எத்தகைய அசுர பிசினஸ் என்று பாருங்கள்!

அந்த பிசினஸ் அப்படியே விழுந்தால்?

அதனால்தான் அமெரிக்கா இப்போது இரானைக் குறைவைக்கிறது.

பனோரமா என்னும் இத்தாலிய செய்திப் பத்திரிகை ஒன்று சமீபத்தில் ஒரு கருத்து சொன்னது. 'இரான் வசம் இருக்கும் எண்ணெய் என்னும் ஆயுதம், அமெரிக்கா சுட்டிக்காட்டும் அதன் அணு ஆயுதத்தைவிட பலமானது. சொல்லப்போனால் உலகிலுள்ள அத்தனை ஆயுதங்களையும் ஒன்று சேர்த்தால் விளையக்கூடிய அபாயத்தைக் காட்டிலுமே பெரிது.'

இரான் இதனை மறுக்கவில்லை. அவர்களுக்கு நன்றாகத் தெரியும். மிக நன்றாகத் தெரியும். இன்றைய தேதியில் மத்தியக் கிழக்கில் அமெரிக்க் குறுக்கீடு ஏதுமில்லாமல் பிசினஸ் செய்துகொண்டிருக்கும் ஒரே தேசம் அதுதான். பிரச்னை இருக்கிறது. அபாயம் இருக்கிறது. அச்சுறுத்தல் இருக்கவே இருக்கிறது. ஆனால் இந்த நிமிஷம் அவர்கள் சுதந்தரமாகத் தமது வியாபாரத்தை கவனித்துக்கொண்டிருக்கிறார்கள் என்பது உண்மையே அல்லவா? எனவே அதற்கான விலையாக இம்மாதிரியான குற்றச்சாட்டுகள் இருக்கத்தான் செய்யும் என்று நினைக்கிறது இரான்.

இந்த இத்தாலிப் பத்திரிகையின் வருணனை வெளிவந்த சூட்டில் அதனை மேற்கோள் காட்டி இரானின் எண்ணெய் வளத்துறை துணை அமைச்சர் மொஹம்மத் ஜாவேத் அசெமிபொர் [*Mohammad Javed Assemipour*] பெயரில் ஓர் அறிக்கை வெளியிட்டது இரான் அரசு. அதன் சாரம் இதுதான்: கூடிய சீக்கிரம் எண்ணெய் உலகில் இரான் ஒரு நல்ல புரட்சிக்கு வித்திடும். அதன் எண்ணெய் வர்த்தகம் யூரோவுக்கு மாற்றப்படும்.

இந்தத் தகவல் வந்ததும் மூன்று தேசங்கள் இதனை உடனடியாக ஆதரித்தன. அங்கீகரித்தன. ஒன்று வெனிசுலா. அடுத்தது சீனா. மூன்றாவது இந்தியா. இதில் கவனிக்கவேண்டிய விஷயம், வெனிசுலா, உற்பத்தி செய்கிற தேசம். சீனாவும் இந்தியாவும் உபயோகிக்கிற தேசங்கள்.

நிச்சயமாக இந்தப் புதிய ஏற்பாட்டை ரஷ்யா அங்கீகரிக்கவே செய்யும். அமெரிக்காவுக்கும் அதன் டாலருக்கும் எதிரான நடவடிக்கை என்பதனால் மட்டுமல்ல; தொடக்கம் முதலே இந்தியாவைப் போலவே இரானின் அணு ஆயுதப் பரிசோதனைகளுக்கு ஆதரவளித்துவருகிற தேசம் ரஷ்யா. அதனாலும் அவர்களுக்கு இடையே ஒரு நல்லுறவு இருந்து வருவது வெளிப்படை.

இதெல்லாம் நடக்குமானால் அமெரிக்கா என்ன செய்யும்? தன் கண்னெதிரே தனது டாலரின் மதிப்பு சரிந்து கீழே விழுந்து பாதாளத்துக்குப் போவதைப் பார்த்து ரசித்துக்கொண்டிருக்குமா? முடியுமா அதனால்?

வில்லியம் க்ளார்க் என்னும் அமெரிக்கப் பாதுகாப்புத் துறை அதிகாரி ஒருவர் சமீபத்தில் இது விஷயமாக எழுந்திருக்கிற வயிற்றெரிச்சலைச் சகிக்கமுடியாமல் சொன்னார்: 'அமெரிக்க டாலருக்கு இரான் செக் வைக்குமானால் பார்த்துக்கொண்டு சும்மா இருக்கமாட்டோம். நிச்சயமாக இரான் மீது ஒரு ராணுவ நடவடிக்கை மேற்கொள்ளப்படும்.'

யார் கேட்பது?

ஆனால் இரானால் இது முடியுமா? எத்தனை பெரிய மாற்று ஏற்பாடு? உலகம் முழுதும் கடைபிடிக்கப்பட்டுவரும் ஒரு வழக்கத்தை - காலம் காலமாக இருந்துவரும் ஒரு வழக்கத்தை அந்த தேசத்தால் மாற்றிக்காட்ட முடியுமா? எண்ணெய் வர்த்தகத்தில் டாலரின் ஆதிக்கத்தை ஒழிக்க அதனால் முடியுமா?

முடியும் என்பதற்குச் சில காரணங்கள் சொல்கிறார்கள். முடியாது என்பதற்குச் சொல்லப்படும் காரணம் ஒன்றுதான்:

அதுநாள்வரை அமெரிக்கா பார்த்துக்கொண்டு சும்மா இருக்காது. நிச்சயம் இரானின் அணு பரிசோதனைகளைக் குறிவைத்து, அணு ஆயுதம் என்று குற்றம் சாட்டிப் போர்ச் சூழலை உருவாக்கும்.

இராக்கில் செய்தது போலவே இரானுக்குள்ளும் புகுந்து சூறையாடும். அதன் பொருளாதாரத்தை, வர்த்தகத்தை முதலில் நிர்மூலமாக்கும். பிறகு ஆட்சியை அகற்றி, தனக்குச் சாதகமாக வேறொரு ஆட்சியை அமர்த்திவிட்டு, பிசினஸை மீண்டும் எடுத்துத் தன்பக்கம் திருப்பிக்கொள்ளும்.

இப்போது புரிகிறதா? எண்ணெய்க் கதை என்பது ஹீரோ கதை இல்லை; வில்லன் கதைதான்! ஒரே வில்லன். அமெரிக்கா!

ஒரு வழியாக மிச்சம் வைத்த ஏரியாக்களைப் பார்த்துவிட்டோம். இனி ரஷ்யாவுக்குப் போகத் தடையேதுமில்லை. ஆனால் ஒரு பேஜார். நாம் பேசவிருக்கிற பிராந்தியங்களை இப்போது ரஷ்யா என்று ஒரு பெயரில் குறிப்பிட முடியாது. ஒரு காலத்தில் அது ரஷ்யா. சோவியத் ரஷ்யா. இப்போது பேட்டைக்கொரு பெயருடன் தனிநாடுகளாக இருக்கின்றன. ரஷ்யாவும் இருக்கிறது. எல்லைத் தகராறு, இனத்தகராறு, மதத் தகராறு, மண்ணாங்கட்டித் தகராறு என்று ஆளுக்கொரு ஜோலி. ஊருக்கொரு லடாய்.

ஆனால் ரஷ்யா, அதிலிருந்து பிரிந்த [இன்றைய மத்திய ஆசியக் குடியரசு] தேசங்கள் அனைத்துக்குமே பெரும்பாலும் எண்ணெய் ராசி உண்டு. அமோகமாக உண்டு. கசகஸ்தான் ஆகட்டும், துர்க்மெனிஸ்தானாகட்டும், அஜர்பைஜனாகட்டும் சோவியத்துச் சொந்தங்கள் பிரிந்த ஒண்டிக்கட்டை ரஷ்யாவாகட்டும். அந்த தேசங்களே எண்ணெய்க் கிணறுகள்தாம். ஜம்போ கிணறுகள். சோவியத் யூனியன் ஒருவேளை பிரியாதிருந்திருந்தால் இன்றைக்கு மத்தியக் கிழக்கைத் தூக்கிச் சாப்பிடும் அளவுக்கு எண்ணெய் வளம் மிகுந்த பிராந்தியங்கள் அவை.

நடக்காததை - இல்லாததைப் பேசிப் பயனில்லை. நேரடியாக விஷயத்துக்கு வந்துவிடலாம்.

உலகின் ஆதி பெட்ரோல் கிணறுகளுள் ஒன்று இன்றைய அஜர்பைஜனின் தலைநகரமான பாகுவில்தான் கண்டுபிடிக்கப்பட்டது. அது நடந்தது ஒன்பதாம் நூற்றாண்டில். பத்தாம் நூற்றாண்டு சரித்திரப் பயணிகளெல்லாம் இதைப் பற்றி மாங்கு மாங்கென்று எழுதியிருக்கிறார்கள். 'தரைக்கடியில வெள்ளைக் கலரா ஒரு எண்ணெய், கறுப்புக் கலரா ஒரு எண்ணெய் வருதுடோய்' என்று வியந்திருக்கிறார்கள்.

என்ன செய்யலாம் என்று யோசித்து, அந்த எண்ணெயை வடிகட்டி தெருவிளக்குக்கு ஊற்றி எரித்துப் பார்த்திருக்கிறார்கள். விளக்கு ஜோராக எரிந்தபடியால் அப்படியே விஸ்தரித்து, சுத்திகரிக்கத் தொடங்கினார்கள்.

அப்பவெல்லாம் ஏது டெக்னாலஜி? ஏதோ முடிந்ததைச் செய்தார்கள். 1872ம் ஆண்டுக்குப் பிறகுதான் பாகுவில் எடுத்த எண்ணெயைப் பாகாக உருக்கிப் பிரிக்கத் தொடங்கினார்கள். இருபதாம் நூற்றாண்டின் தொடக்கத்தில் உலகமே அந்தப் பிராந்தியத்தை வாய்பிளந்து பார்த்தது. ஆ! எவ்வளவு எண்ணெய்! எவ்வளவு பணம்!

ஒரு வல்லரசாக அன்றைக்கு சோவியத் யூனியன் தன்னை வடிவமைத்துக் கொள்வதற்கு இந்த எண்ணெய்ப் பணம்தான் பெரிய ஒத்தாசை செய்தது. பாகுவைத் தொடர்ந்து பல பாகங்களில் எண்ணெய் ஊற்று கண்டுபிடிக்கப்பட, பணம் தண்ணியாக அல்ல, எண்ணெயாக ஓடியது.

பார்த்துக்கொண்டு சும்மா இருக்க முடியுமா? அந்நாளைய முடியாட்சி ரஷ்யர்கள் பாகுவைக் கூறு போட்டு ஏலம் விடத் தொடங்கிவிட்டார்கள். தனியார் வரலாம். எண்ணெய் எடுத்து விற்கலாம். பாகுவில் முதலீடு செய்வீர்களானால் ஏழேழு தலைமுறைக்கும் சொத்து சுகத்துடன் ஜம்மென்று இருக்கலாம் என்று நோட்டீஸ் அடித்து ஒட்டாத குறை.

கசக்குமா? ஸ்விட்சர்லாந்து, பிரிட்டன், பிரான்ஸ், ஜெர்மனி, ஸ்வீடன், அமெரிக்கா உள்ளிட்ட பல்வேறு தேசங்களிலிருந்து எண்ணெய் எடுக்கும் டெக்னாலஜி அறிந்த நிறுவனங்கள் பாகுவுக்கு வந்து டேரா போடத் தொடங்கின. ஊருக்குச் சற்று வெளியே ஒரு துணை நகரமே உருவாக்கப்பட்டது. எல்லாம் எண்ணெய்ப்பிரகஸ்பதிகள். கறுப்பு நகரம் என்று அது அழைக்கப்பட்டாலும் எடுத்ததென்னவோ பெரும்பாலும் வெள்ளை எண்ணெய். அதாவது உயர்தரமான க்ரூட் ஆயில். மிகவும் உயர்தரம். செம விலை போன எண்ணெய்.

முதல் உலகப்போர் வந்தது. என்றால், 1917ல் ரஷ்யப்புரட்சியும் வந்தது. பிராந்தியமெங்கும் போல்ஷ்விக்குகளின் கை ஓங்கியிருந்தது. பாகுவிலும் போல்ஷ்விக்குகள்தான்.

ஏற்கெனவே ஆதி அஜர்பைஜானியர்களுக்கும் குடியேறிய ரஷ்யர்களுக்கும் அங்கே அத்தனை தோதுப்படாதிருந்தது. மொழியாலும் இனத்தாலும் முற்றிலும் வேறுபட்டிருந்த

அவர்களுக்குள் இருந்த பகையை அப்போது பாகுவிலிருந்த போல்ஷ்விக்குகள் பயன்படுத்திக்கொள்ளப் பார்த்தார்கள். நோக்கம் தெளிவானது. சோவியத் ரஷ்யா. அகண்ட சோவியத். அதற்குத் தடையாகச் சில களப்பலிகள் தேவைப்படுமானால் கொடுப்பது தவிர வேறு வழியில்லை. என்ன செய்யலாம்?

ஆதி அஜர்பைஜானியர்களுக்கும் பாகு ரஷ்யர்களுக்குமிடையே கலகம் உருவாக்கப்பட்டது. அதுநாள் வரை வெறுமனே முறைத்துக்கொண்டிருந்தவர்கள், அதன்பிறகு அடித்துக்கொள்ளத் தொடங்கினார்கள். இது பரிமாண வளர்ச்சியடைந்தபோது உள்நாட்டு யுத்தமானது.

பல்லாயிரக்கணக்கான ஆதி அஜர்பைஜானியர்கள் [அதாவது முஸ்லிம்கள்] இந்த யுத்தத்தில் கொல்லப்பட்டார்கள்.

அப்புறமென்ன? அஜர்பைஜானியர்களுக்கு ஒட்டாமான் துருக்கியப் படைகள் உதவிக்கு வந்தன. நிறைய அடிதடி, வெட்டு குத்து. இரண்டு வருஷம் அஜர்பைஜான் தனி நாடாக இருந்தது. 1920ல் சோவியத் செம்படை திரும்ப உள்ளே வந்து அடித்துச் சாப்பிட்டுவிட்டு சோவியத்தின் ஓரங்கமாக்கிக்கொண்டு போய்விட்டது.

உலக யுத்தம் சீரழித்த முதன்மையான விஷயம் பல தேசங்களின் பொருளாதாரம். அஜர்பைஜானைப் பொருத்தவரை, அங்கே பிரதானமானது எண்ணெய்ப் பொருளாதாரம். இருபதாம் நூற்றாண்டு வரைக்கும் அந்தப் பிராந்தியத்தில் கடலுக்குள் எண்ணெய் எடுக்கவேண்டிய அவசியமே இருக்கவில்லை. கரையோரமே கிடைத்தது. அதுவும் உலகின் மொத்த எண்ணெய் வளத்தில் பெரும்பாதி அங்கே இருப்பதாகச் சொல்லப்பட்டது. எண்ணெய்ப் பாறைகள் என்று சொல்லப்பட்ட பொக்கிஷப் பாறைகள் அங்கே மிகுதி. பாறையை உடைத்து எண்ணெய்!

ஆனால் முதல் உலகப்போருக்குப் பிறகு, அஜர் பைஜன் சோவியத்தின் வசமானபிறகு இந்த எண்ணெய் எல்லாம் பேரல் பேரலாக ரஷ்யாவுக்குப் போகத் தொடங்கிவிட்டது.

1918 வரைக்கும் ஆண்டுக்கு ஐந்து மில்லியன் டன் எண்ணெய் அங்கே எடுக்கப்பட்டது. தொழில்நுட்பம் பிரமாதமாக

வளர்ச்சியடையாத கட்டத்தில் அத்தனை எண்ணெய் எடுத்து சுத்திகரித்து விற்றுக்கொண்டிருந்த அஜர்பைஜானியர்கள், சோவியத் ஆக்கிரமிப்புக்குப் பிறகு எவ்வளவு எண்ணெய் எடுக்கப்படுகிறது என்றே கணக்குத் தெரியாமல் போனார்கள். எண்ணெய்த் தொழில் தேசியமயம் என்று சோவியத் அறிவித்தது.

மாபெரும் தேசியம். அகண்ட சோவியத்தின் அத்தனை வளமும் மைய அரசின் நேரடிக்கட்டுப்பாட்டின் கீழ் வந்த சமயம், இனக்குழூ ரீதியில், மத ரீதியில் தங்களை ரஷ்யாவுடன் பொருத்திப் பார்க்கவே விரும்பாத இத்தகைய எல்லையோர மக்கள் மிகவும் வெறுத்துப் போனார்கள். ஆர்வமுடன் எண்ணெய் எடுத்துக்கொண்டிருந்த பலபேர் வேலையை விட்டுவிட்டு எங்கெங்கோ இடம்பெயரத் தொடங்கினார்கள்.

விளைவு 1920ம் ஆண்டு அஜர்பைஜனில் எண்ணெய்த் தொழில்நுட்பம் அறிந்தவர்கள் மொத்தமே 1200 பேர்தான் தேறினார்கள்.

ஆனால் விட்டுவிட முடியாது. ஏதாவது செய்தாகவேண்டும். இருக்கிற ஆள்களையாவது கட்டிக்காக்கவேண்டும். தொழில்நுட்பத்தில் தேறினாலொழிய எண்ணெய் எடுக்க முடியாது. எண்ணெயைக் காசாக்க முடியாது. தரைக்கடியில் டன் டன்னாக எண்ணெய் இருந்து என்ன பயன்? எடுத்து சுத்திகரித்து விற்றாலொழிய அதனால் லாபமில்லை.

சோவியத் அரசு யோசித்தது. உடனடியாக மிச்சமிருந்த அந்த 1200 பேரையும் திரட்டி அமெரிக்காவுக்கு தொழில்நுட்பம் கற்றுக்கொள்ளப் போய்வாருங்கள், அரசு செலவு செய்து அனுப்பிவைக்கும் என்று சொன்னார்கள்.

பென்சில்வேனியா, ஓக்லஹாமா, டெக்ஸஸ், கலிபோர்னியாவில் இயங்கிக்கொண்டிருந்த அமெரிக்க எண்ணெய் நிறுவனங்களுக்கு இந்த பாகு தொழிலாளர்களும் தொழில்நுட்ப வல்லுநர்களும் பயிற்சிக்காக அனுப்பப்பட்டார்கள். அனுப்பிவிட்டுக் கையோடு அஜர்பைஜன் ஸ்டேட் ஆயில் கம்பெனி என்று போர்டு மாட்டி தொழிலைப் புதுப்பிக்கவும் நடவடிக்கை மேற்கொள்ளப்பட்டது.

ஒருவாறு சமாளித்துக்கொண்டார்கள் என்றுதான் சொல்ல வேண்டும். இரண்டாம் உலகப்போர் வருவதற்குள் அஜர்பைஜான்

வட்டாரத்தில் நலிவடைந்திருந்த எண்ணெய்த் தொழில் மீண்டும் சூடுபிடிக்கத் தொடங்கிவிட்டது. நான் வேறு – நீ வேறு பாடல்களையெல்லாம் தடை பண்ணிவிட்டு, ஒருங்கிணைந்து உழைத்தால் சோறு திங்கலாம், இல்லாவிட்டால் நீ காலி, உன் கூட்டம் காலி என்று மிரட்டி வைத்து வேலை வாங்கினார்கள்.

இரண்டாம் உலகப்போரின் முதலாண்டு சமயம் அஜர்பைஜனில் 25.4 மில்லியன் டன் எண்ணெய் எடுத்து, விற்கப்பட்டது. இது ஒரு ரெக்கார்ட். உலகம் முச்சூடும் பார்த்து மூக்குமேல் விரல் வைத்தது. அடேங்கப்பா. என்ன நடக்கிறது இங்கே? இத்தனை எண்ணெயா? இத்தனை பணமா? இப்படி வண்டி வண்டியாகக் கொழிக்கிறார்களே என்று ஏக்கப்பெருமூச்சு விட்டார்கள்.

ஹிட்லரின் ரஷ்யக் காதலுக்கு இது ஒரு முக்கியமான காரணம். எல்லையோர ரஷ்யப் பகுதிகளைக் கைப்பற்றிவிட்டால் எண்ணெய்க் கிணறுகளெல்லாம் தமக்குச் சொந்தமாகிவிடும் என்று அவர் நினைத்தார். அதனால்தான் பேக்கு மாதிரி சமய சந்தர்ப்பம்கூடப் பார்க்காமல் ரஷ்யாமீது படையெடுத்துவீணாய்ப் போனார். அந்தச் சரித்திரமெல்லாம் இங்கே தேவையில்லை. விஷயம் என்னவென்றால் அன்றைய ரஷ்ய எண்ணெய் என்பது பெரும்பணமாக இருந்தது. அந்தப் பெரும்பணத்தின் பெரும்பகுதி அஜர்பைஜனிலிருந்து வந்தது.

என்ன வளம் இருந்து என்ன? இனக்குழு மோதல்கள், உள்நாட்டுச் சண்டைகள், குழப்பங்கள், தெளிவற்ற அரசியல் சூழ்நிலை. தொழில் எப்படி வளரும்? பணம் எப்படிச் சேரும்? அப்படியே பணம் வந்தால்தான் நிற்குமா? எல்லாம் ஆயுதங்களாகத்தான் மாறும்.

1991க்கு முன்பு வரை அஜர்பைஜனில் எடுக்கப்பட்ட எண்ணெய் முழுதும் சோவியத்தின் எண்ணெய். சோவியத் உடையும் சூழ்நிலை வந்தபோதுதான் அஜர்பைஜானியர்களின் சுதந்தர தாகத்துக்கு ஒரு தம்ளர் குடிநீர் கிடைத்தது.

நிறைய போராட்டம், நிறைய ரத்தம். அஜர்பைஜனின் சுதந்தரப் போர் என்பது தனியொரு தொடருக்கான விஷயம். இங்கு முக்கியமில்லை. விஷயம் என்னவென்றால் 1991ம்

ஆண்டு அஜர்பைஜன் சுதந்திர தேசமான பிறகு தேசத்தின் மறுகட்டுமானத்துக்கு ஏராளமான பணம் தேவையாயிருந்தது. நசிந்து போயிருந்த [எண்ணெய் உள்பட] எல்லா தொழில்களையும் சீரமைக்க வேண்டிய அவசியமிருந்தது. சோவியத்தின் இரும்புக் கோட்டைக் கதவுகளுக்குப் பின்னால் ஒளிந்துகொண்டிருந்தது போல் இனி முடியாது. அப்படியே இழுத்து மூடி சமாதி கட்டிவிடுவார்கள். எனவே வெளியே வந்தாக வேண்டிய அவசியமிருந்தது.

அஜர்பைஜன் வெளியே வந்தது. ஐ.எம்.எஃப் என்கிற சர்வதேச நிதி நிறுவனம், உலக வங்கி, ஐரோப்பிய புனரமைப்பு மற்றும் வளர்ச்சித் திட்ட வங்கி, இஸ்லாமிய வளர்ச்சி வங்கி, ஆசிய வளர்ச்சி வங்கி என்று மாபெரும் வங்கிகளுடனும் நிதி நிறுவனங்களுடனும் ஒப்பந்தம் செய்துகொள்ளத் தொடங்கியது. எண்ணெய் உள்பட நாட்டின் அனைத்து வளங்களையும் முறைப்படி ஏற்றுமதி செய்வதற்கான சரியான திட்டங்கள் தீட்டப்படத் தொடங்கின.

அஜர்பைஜனின் மொத்த வருமானத்தில் மூன்றில் இரண்டு பங்குக்கும் மேலே எண்ணெய்க் காசு. மிச்சமுள்ள பணத்தை வேறு பல இயற்கை வளங்கள் அவர்களுக்கு அளித்தன. குறிப்பாக அங்கே தங்கம், வெள்ளி, இரும்பு, செம்பு, டைட்டானியம், குரோமியம், மாங்கனீஸ், கோபால்ட் என்று என்னென்னமோ கிடைத்தது. சும்மா உட்கார்ந்திருப்பதற்கு பதில் ஒரு குச்சி வைத்துத் தரையைக் கிளறத் தொடங்கினாலே போதும். பத்து பைசாவுக்காவது பிரயோஜனமாக ஏதேனும் கிடைத்துவிடும்.

ஆனால் துரதிருஷ்டவசமாக இத்தனை வளமிருந்தும் பயன்படுத்தக்கூடிய தொழில்நுட்பம் அங்கே கிடையாது. பல்லாண்டு கால யுத்தத்தின் விளைவாகக் கல்வி நசிந்திருந்தது. உள்நாட்டுத் தொழில்நுட்பமெல்லாம் உப்பு பெறாது. பெரிய அளவில் தொழில்துறையில் முதலீடு செய்யவும் ஆள் இல்லாத சூழ்நிலை. குறிப்பாக எண்ணெய் எடுக்கும் விஷயத்தில் சுத்தமாக நின்றே போய்விடும்போல நிலைமை மோசமாகிக்கொண்டிருந்தது.

எனவே அந்நிய முதலீடு, அந்நியத் தொழில்நுட்பம் இரண்டுமிருந்தாலொழிய தரைக்கடியில் எண்ணெய் இருந்து தம்பிடிக்குப் பிரயோஜனமில்லை என்கிற நிலைமை.

சுதந்தர அஜர்பைஜன் செய்த முதல் நல்ல காரியம், பழைய சோவியத் சகவாசங்களை விட்டொழித்து தைரியமாக, சுதந்தரமாக முதலீட்டாளர்களுக்கு ரத்தினக் கம்பளம் விரித்ததுதான்.

அமெரிக்க நிறுவனங்கள் அஜர்பைஜன் பக்கமும் வந்துசேர இதுவேகாரணமானது. அங்கிருந்தபடியே அஜர்பைஜன் போலவே சோவியத்திலிருந்து உதிர்ந்த வேறு பல தேசங்களிலும் அவர்கள் அடியெடுத்துவைக்க ஆரம்பப்புள்ளியானது.

27 நல்ல எண்ணெய் எனக்கு,
கள்ள எண்ணெய் உனக்கு!

அஜர்பைஜனைப் பார்த்தோம். அதற்கு அக்கம்பக்கத்தில் வேறு பல தேசங்களும் இம்மாதிரி எண்ணெய் வளம் மிக்கதாக உள்ளன. ஒவ்வொன்றைக் குறித்தும் சிறு அறிமுகம் செய்துகொள்வதில் உபயோகமில்லை. நாம் பார்க்கவேண்டியது இன்றைய ரஷ்யா.

அதற்குமுன்னால் OPECல் உறுப்பினராக இல்லாத பிற எண்ணெய் தேசங்கள்அனைத்தைப்பற்றியும்பொதுவாகச்சிலவிஷயங்களைத் தெரிந்துகொள்ளவேண்டியது அவசியம். இன்றைக்கு உலகில் இருப்பதாக நம்பப்படும் [அல்லது உறுதியாகத் தெரியும்] மொத்த பெட்ரோலியத்தில் நான்கில் ஒரு பங்குக்கும் குறைவாகத்தான் இந்த தேசங்களில் இருப்பதாகச் சொல்கிறார்கள். அதே சமயம் இன்று பயன்பாட்டுக்கு வருகிற பெட்ரோலியப் பொருள்களின் மொத்த அளவில் சுமார் அறுபது சதவீதம் இந்த தேசங்களிலிருந்து வருவதுதான். குறிப்பாக இயற்கை எரிவாயு.

அதாவது இன்றைக்கு உற்பத்தி அமோகமாக இருக்கிறது. நாளைக்கு அப்படியே இருக்கும் என்று சொல்லமுடியாது!

ஓபெக் தேசங்களுக்கும் அந்தக் குழுவில் இல்லாத பிற தேசங்களுக்கும் அடிப்படையில் ஒரு பெரிய வித்தியாசம் இருக்கிறது. மத்திய கிழக்கு பெட்ரோலியம் பெருமளவில் ஏற்றுமதிதான் செய்யப்படுகிறது. மாறாக, ரஷ்யா போன்ற தேசங்களின் பெட்ரோலிய வளம் அநேகமாக அந்தந்த நாட்டின் சொந்தத் தேவைக்கே சரியாகப் போய்விடுகிறது.

இன்னொரு வித்தியாசம், எண்ணெய் எடுக்கும் தொழில் எப்படி இங்கே நடக்கிறது என்பதில் உள்ளது. மத்தியக் கிழக்கில் எண்ணெய் எடுப்பது இன்றைக்கு எல்லா இடங்களிலும் அந்தந்த நாட்டுடைமைஆகிவிட்டதொழில். ஆனால்Non-OPECதேசங்களில் பெட்ரோலியம் எடுப்பது - சுத்திகரிப்பது என்பது தனியார் வசமுள்ள தொழில். குறைந்தபட்சம் தனியார் முதலீடுகளில் ஆர்வம் செலுத்தவாவது செய்கிறார்கள். விதிவிலக்குகள் உண்டு.

உதாரணத்துக்குச் சீனா. அப்புறம் மெக்சிகோ. இங்கு தொழில் நாட்டுடைமைதான். ஆனால் சீனாவில் அது நாட்டுடைமை ஆக இருப்பதற்கும் மெக்சிகோவில் நாட்டுடைமையாக இருப்பதற்கும் காரண வித்தியாசங்கள் பல. அதைப் பேசப் போனால் நேர விரயம். தவிரவும் இதற்கு இங்கே தொடர்புமில்லை.

என்ன பிரச்னையென்றால், இந்தத் தனியார் மய தேசங்கள் எண்ணெய் எடுப்பதற்கு ஆகும் செலவு எக்கச்சக்கம். ஓபெக் நாடுகளோடு ஒப்பிட்டால் கிட்டத்தட்ட இரு மடங்கு செலவு செய்து இவர்கள் எடுக்கிறார்கள். உதாரணமாக குவைத்தில் ஒரு பேரல் எடுக்க ரெண்டு டாலர் செலவு என்றால் அதையே அமெரிக்காவிலோ கனடாவிலோ எடுக்க நாலரை டாலர். அல்லது ஐந்து டாலர்.

இதனால்தான் எண்ணெய் எடுக்கும் தேசமாகவே இருந்தாலும் ரஷ்யாவில் பெட்ரோல் விலை அதிகமாக இருக்கிறது. சீனாவில் அதிகமாக இருக்கிறது. கனடாவில், அமெரிக்காவில் இன்னபிற தேசங்களிலும் மத்தியக் கிழக்கு தேசங்களைக் காட்டிலும் விலை அதிகமாக இருக்கிறது.

செலவு என்பது தேசத்துக்கு தேசம் மாறுபடக்கூடியது. ரஷ்யாவையே உதாரணத்துக்கு எடுத்துக்கொள்ளலாம். நிறையத்தான் எண்ணெய் எடுக்கிறார்கள். நல்ல வருமானமும் கூட. ஆனாலும் ஏன் அங்கே எடுப்பதற்கும் கிடைப்பதற்கும் அத்தனை விலை?

இது யோசிக்கவேண்டிய விஷயம்.

ஒரு நுகர்பொருளின் விலை என்பது அதன் தயாரிப்புச் செலவுகள், விற்பனைச் செலவுகள், வரி உள்ளிட்ட பல அம்சங்களைச் சார்ந்தது. ஒவ்வொரு தேசத்தின் வரி விகிதமும் வேறு வேறாக இருக்கும். அந்தந்த தேசத்தின் பொருளாதார நிலைமை, பண வீக்க நிலைமை, ஏழைமை அல்லது வளமை உள்ளிட்ட பல காரணிகள் இதனைத் தீர்மானிக்கின்றன. அரசாங்கத்தின் கொள்கைகள், மக்களின் மனோபாவம் ஆகியவையும் முக்கியக் காரணங்களே.

ஒவ்வொரு அம்சத்திலும் இதனை நுணுக்கமாகக் கூர்ந்து கவனிப்பது பெரும்பாலும் நமக்கு வழக்கமில்லை. உண்மையில் இதெல்லாமும்தான் விலைவாசியைத் தீர்மானிக்கின்றன.

இன்றைய தேதியில் ஓபெக் உறுப்பினரல்லாத எண்ணெய் எடுக்கும் தேசங்கள் என்று பார்த்தால் அமெரிக்கா, கனடா, ரஷ்யா, சீனா, மெக்சிகோ, நார்வே, பிரிட்டன் ஆகியவற்றை முக்கியமாகச் சொல்லலாம். அஜர்பைஜனும் கஸகஸ்தானும் அடுத்து வரும்.

உண்மையில் அஜர்பைஜனிலும் கஸகஸ்தானிலும் மேற்சொன்ன தேசங்களைக் காட்டிலும் எண்ணெய் ரிசர்வ் அதிகம். ஆனால் எடுப்பதில்லை. அதாவது எடுக்க முடியவில்லை அவர்களால். உள்நாட்டுக் குழப்பங்கள், அரசியல் நிச்சயமற்ற சூழல், தொடர் யுத்தங்கள், பொருளாதாரச் சீரழிவுகள் போன்ற பல காரணிகள் உற்பத்தியைக் கணிசமாக பாதிக்கும் - எப்போதுமே.

இந்த தேசங்கள் ஒரு நாளைக்கு சராசரியாக இரண்டு முதல் ஒன்பது மில்லியன் பேரல் அளவுக்கு எண்ணெய் எடுக்கின்றன. ரஷ்யா தனது சைபீரியப் பகுதிகளிலிருந்து எடுக்கும் மொத்த எண்ணெய் அளவுக்குச் சற்றேரக் குறைய சமமாக அமெரிக்காதனது அலாஸ்கா பகுதியிலிருந்து மட்டுமே எடுக்கிறது.

என்ன தமாஷ் என்றால், இப்படி எடுக்கிற எண்ணெய் உள்நாட்டுப் பயன்பாட்டுக்கே முழுதும் பயன்படுத்தப்படுகிறது. அதுவும் போதாமல்தான் ஓபெக் தேசங்களிடமிருந்தும் அமெரிக்கா எண்ணெய் வாங்குகிறது.

எண்ணெய் இருந்தும் இன்னும் வளர்ச்சியடையாத அஜர்பைஜன், உஸ்பெக் போன்ற தேசங்கள், கிடைப்பதைத் தமக்குத்தாமே பயன்படுத்திக்கொண்டு விற்றுக் காசாக்கத் தெரியாமல் கஷ்டப்பட்டுக்கொண்டிருக்கின்றன.

இந்த ஜாம்பவான்கள் அல்லாமல் வேறு சில தேசங்களிலும் இன்றைக்கு எண்ணெய் எடுக்கப்படுகிறது. இவர்களும் *Non - OPEC* கோஷ்டியைச் சேர்ந்தவர்களே.

ப்ரூனே, காமரூன், காங்கோ, டென்மார்க், இத்தாலி, பெரு, ருமேனியா, மேற்கிந்தியத் தீவு, டொபாகோ, துர்க்மெனிஸ்தான், வியட்நாம் ஆகிய நாடுகள் அவை.

இந்த தேசங்கள் மொத்தமாக ஒரு நாளைக்கு எடுக்கும் எண்ணெயின் அளவு மிஞ்சிப் போனால் ஒரு மில்லியன் பேரல்

தேறும். இங்கெல்லாம் இன்னும் எடுக்காத எண்ணெய் என்று சொல்லப்படுவது மொத்தமாக ஒரு ஆறு அல்லது ஏழு பில்லியன் பேரல் எனலாம்.

இவர்களுக்கெல்லாம் எண்ணெய் வருமானம் என்று பெரிதாக ஏதும் இருக்கமுடியாது. சொந்த உபயோகத்துக்குச் செலவழித்துக்கொண்டு மேற்கொண்டு தேவைப்பட்டால் அக்கம்பக்கத்தில் வாங்கிக்கொள்ள வேண்டியதுதான்.

இம்மாதிரியான சூழலில் ஓபெக் அல்லாத எண்ணெய் தேசங்களின் ராஜா என்று ரஷ்யாவைச் சொல்லலாம். இந்தப் பின்னணியில்தான் நாம் ரஷ்யாவின் எண்ணெய் உலகுக்குள் நுழைய முடியும்.

2007ம் ஆண்டு ரஷ்யா தனது சொந்தத் தேவைகள் போக சுமார் நாலரை மில்லியன் பேரல் பெட்ரோலியக் கச்சா எண்ணெயை ஏற்றுமதி செய்தது. கச்சா எண்ணெயாக அல்லாமல், சுத்திகரித்து, பல்வேறு பெட்ரோலியப் பொருள்களாகச் சுமார் இரண்டு மில்லியன் பேரல்.

இந்த ஏற்றுமதிகள் பெரும்பாலும் ஐரோப்பிய தேசங்களுக்கே அனுப்பப்பட்டன. த்ரூபா பைப்லைன் என்றொரு பைப்லைன் இருக்கிறது. ரஷ்யாவிலிருந்து பல ஐரோப்பிய தேசங்கள் வழியே போகும் மாபெரும் பைப்லைன். இந்த பைப்லைன் வழியே ரஷ்யா அனுப்பிய இந்தச் சரக்குகள், பெலாரஸ், உக்ரைன், போலந்து, ஜெர்மனி, ஹங்கரி, ஸ்லோவாக்கியா, செக் குடியரசு உள்ளிட்ட பல நாடுகளுக்குச் சென்றன.

பெரும்பாலும் மட்டரக எண்ணெய்தான் இவ்வழியே அனுப்பப்பட்டது. அதாவது பெரிய உபயோகங்களுக்கு இல்லாத எண்ணெய். *Fuel Oil* என்பார்கள். சும்மா அடுப்பெரிக்க. ஐரோப்பியக் குளிர் தேசங்களில் கணப்புகளுக்கு இத்தகைய எண்ணெய் அதிகம் பயன்படுத்தப்படும். அடுத்தபடியாக டீசல். இது சரக்கு லாரிகளுக்கு.

புரிகிறதா?

பெட்ரோலியச் சுத்திகரிப்பில் கிடைக்கும் மதிப்பு மிக்க பெட்ரோல் வகையறாக்களை ரஷ்யா தன் சொந்தத் தேவைகளுக்கு

வைத்துக்கொண்டு அதிக மதிப்பில்லாத, அதிக விலையல்லாத சரக்குகளை மட்டுமே ஏற்றுமதி செய்கிறது.

இது சென்ற ஆண்டு நிலவரம் மட்டுமல்ல. பெரும்பாலும் எப்போதுமே இப்படித்தான். ரஷ்யாவில் மட்டுமல்ல, பிற தேசங்களிலும் இப்படித்தான். எனவே, உயர் ரக பெட்ரோலுக்கு மத்தியக் கிழக்கு தேசங்களையும் கம்மி விலைச் சரக்குகளுக்கு ஓபெக் உறுப்பினரல்லாத பிற தேசங்களையும் தொடர்ந்து உலகம் நம்பியிருப்பதென்பது இயல்பான ஒன்றாக வேரூன்றி வருகிற விஷயம்.

சொன்னால் நம்பமாட்டீர்கள். பனிப்போர் காலமெல்லாம் முடிந்து ரஷ்யாவில் கம்யூனிசம் செத்துப் போய் விளாடிமிர் புதின் வந்தபிற்பாடு அமெரிக்க - ரஷ்ய உறவுகளே மேம்பட்டு மேற்படி ரஷ்யச் சரக்கை அமெரிக்காவும் இன்றைக்குக் கணிசமாக இறக்குமதி செய்துகொண்டிருக்கிறது!

நவீன உலகில் பெட்ரோலியப் பொருள்களின் முக்கியத்துவத்தை விவரிக்க வேண்டிய அவசியமே இல்லை. கிட்டத்தட்ட அதுதான் பரமாத்மாவாக இருக்கிறது. எனவே பெட்ரோலிய உற்பத்தி தேசங்களைப்பகைத்துக்கொள்ளயாரும்முன்வரவேமாட்டார்கள்.

இந்த ஓபெக் தேசங்களும் ஓபெக் அல்லாத தேசங்களும் ஒன்று சேர்ந்து பெட்ரோல் வியாபாரத்தை யூரோவில் நடத்தத் தொடங்கினால் என்ன ஆகும் என்று இப்போது திரும்பவும் யோசித்துப் பாருங்கள்!

நமது ரூபாயைவிடக்கீழேடாலர்விழும்நாள்பிறகுவெகுதூரத்தில் இருக்காது.

இந்த ஒரே காரணத்தால்தான் மத்தியக் கிழக்கின் எண்ணெய் வளத்தை முழுவதும் தன் கட்டுப்பாட்டில் கொண்டு வருவதற்காக அமெரிக்கா தொடர்ந்து அரசியல் ரீதியில் பல காய்களை நகர்த்தி வருகிறது. ரஷ்ய எண்ணெயிலோ, முன்னாள் ரஷ்யக் கூட்டமைப்பைச் சேர்ந்த இந்நாள் மத்திய ஆசிய நாடுகளின் எண்ணெயிலோ இப்போதைக்கு அமெரிக்கா ஒன்றும் செய்ய முடியாது.

அஜர்பைஜன் போன்ற தேசங்களில் சில அமெரிக்க நிறுவனங்கள் களமிறங்கியிருப்பது உண்மைதான். ஆனால் உற்பத்திச் செலவு கட்டுக்கடங்காதிருக்கும்போது அவர்களால் அங்கே பெரிய அளவில் லாபம் பார்க்க முடியாது.

அப்படி லாபம் பார்த்தே தீரவேண்டுமென்றால் முதலில் அங்கெல்லாம் அரசியல் ஸ்திரத்தன்மை வரவேண்டும். உள்நாட்டு யுத்தங்கள் முடியவேண்டும். தொழில் சூடுபிடிக்க வேண்டும். அதற்காக அமெரிக்கா முதலில் வேலை செய்தாக வேண்டியிருக்கும்.

ஆனால் செய்ய முடியுமா என்றால் முடியாது!

ரஷ்யாவிலிருந்து உதிர்ந்த தேசங்களில் அமெரிக்கா கால் வைக்குமானால் பார்த்துக்கொண்டு ரஷ்யா சும்மா இருக்காது. மீண்டும் அமெரிக்க - ரஷ்ய லடாய் என்பது நடைமுறையில் சாத்தியமும் அல்ல. அமெரிக்காவுக்கே அதில் விருப்பம் கிடையாது.

எனவேதான் அமெரிக்கா மத்தியக் கிழக்கிலும் வெனிசுலா போன்ற தேசங்களின்மீதும் அதிக ஆர்வம் செலுத்துகிறது.

இப்போதைக்கு இரான் தவிர பெரும்பாலான மத்தியக் கிழக்கு அமெரிக்காவின் கொள்முதல் கேந்திரமாகத்தான் இருக்கிறது. சவூதி அரேபியா, இராக், குவைத் என்று ஆரம்பித்து மெதுமெதுவாக அந்தப் பிராந்தியத்தையே வளைத்துவிட்டார்கள். அங்கெல்லாம் எண்ணெய் எடுப்பதும் அமெரிக்காதான், எண்ணெய் வாங்குவதும் அமெரிக்காதான் - பெரும்பாலும். எண்ணெய் உறவின் அடிப்படையிலேயே பிற வர்த்தக உறவுகள் ஏற்படுத்தப்படுகின்றன. எண்ணெய் ஒன்றைத்தவிர மற்ற அனைத்தையும் இறக்குமதி செய்தாகவேண்டிய கட்டாயத்தில் இருக்கும் மத்திய கிழக்கு தேசங்கள், இதன்பொருட்டே அமெரிக்காவைச் சகித்துக்கொண்டும், அதுவே பழகி சுகித்துக்கொண்டும் இருக்கின்றன.

இதைப் பார்க்கச் சகிக்காமல்தான் வெனிசுலா அதிபர் ஷ்யூகோ சாவேஸ் மாற்று ஏற்பாடுகளுக்கும் மாற்று யோசனைகளுக்கும் வரவேற்பளிக்கும் இரானுடன் பேச்சுவார்த்தைகள் நடத்துகிறார்.

ஓபெக்கில் உறுப்பினராக அல்லாத பிற தேசங்களிடமும் போய்ப் போய்ப் பேசுகிறார்.

சரி, இனி என்ன ஆகும்?

28 பத்து பேருக்குப் பங்கு

இரான் எத்தனை எதிர்த்தாலும் முறைத்துக்கொண்டு நின்றாலும் மத்தியக் கிழக்கின் பெரும்பாலான எண்ணெய் வளமும் அதன் விற்பனை சாத்தியங்களும் விலை நிர்ணயங்களும் அமெரிக்கா மற்றும்அதன்கூட்டணிதேசங்களால்தீர்மானிக்கப்படுவதுதவிர்க்க முடியாததாகிவிட்ட நிலையில், இன்றைய தேதியில் உலகம் மிகத் தீவிரமாக கவனிக்கும் இரண்டு எண்ணெய் தேசங்களுள் ரஷ்யா ஒன்று. [வெனிசூலா இன்னொன்று, ஏற்கெனவே பார்த்தோம்.]

சோவியத் யூனியன் என்கிற கட்டமைப்பு சிதறி, கம்யூனிசம் விழுந்து, ரஷ்யாவில் சுமாரானதொரு ஜனநாயகம் வந்த புதிதில் ஏகப்பட்ட பிரச்னைகளும் குழப்பங்களும் சங்கடங்களும் இருந்தது உண்மையே. மக்கள் ரயில் பெட்டிகள் மாதிரி ரொட்டிக்கும் விறகுக்கும் பாலுக்கும் க்யூவில் நின்றுகொண்டிருந்த காட்சியெல்லாம் நமக்கு ஊடகங்கள் மூலம் காணக்கிடைத்தன. ஆனால் அந்த நிலைமையெல்லாம் இப்போது இல்லை.

சொல்லப்போனால் ஜப்பானுக்கு அடுத்தபடி சரிவிலிருந்து சிலிர்த்துக்கொண்டு எழுந்த தேசம் என்று இன்னும் பத்திருபது வருஷம் கழித்து ரஷ்யாவைப் பற்றியும் சரித்திர வாத்தியார்கள் பாடம் எடுப்பார்கள். ஜப்பானுக்கு அணுகுண்டு, ரஷ்யாவுக்கு என்னவென்று கேட்காதீர்கள். சப்ஜெக்ட் மாறிவிடும். நமக்கு முக்கியம், ரஷ்யாவின் இன்றைய எழுச்சி.

பொருளாதார ரீதியில் ரஷ்யா இன்றைக்கு வலுவான ஒரு தேசமாக மறு உருவாக்கம் பெற்று வருவதை யாரும் மறுக்கமுடியாது. இதற்குப் பல காரணங்கள் உண்டு என்றாலும் முக்கியமான சிலவற்றை மட்டும் பார்க்கலாம்.

முதலாவது உயர்ந்துவரும் எண்ணெய் விலை. உலகம் முழுதும் எண்ணெய் விலை ஏறிக்கொண்டுதான் இருக்கிறது. நமக்கு மட்டுமல்ல பிரச்னை. எல்லோருக்கும்தான். அதே சமயம் இந்த விலை ஏற்றம் என்பது எண்ணெய் உற்பத்தி செய்யும் நாடுகளுக்கு லாபகரமானதொரு விஷயம் என்பதையும் நினைவில் கொள்ளவேண்டும். விலை ஏற்றத்தை இடைத்தரகர்கள்

தீர்மானிக்கிறார்கள். கூட்டமைப்பு அதை ஆமோதிக்கிறது அல்லது எதிர்ப்பதில்லை. எல்லோருக்கும் பணம் வேண்டும். நிறையவே வேண்டும். வருகிற லட்சுமியை யார் வேண்டாமென்பார்கள்?

எனவே ஏறிக்கொண்டிருந்த எண்ணெய் விலை கடந்த ஏழெட்டு ஆண்டுகளில் ரஷ்யாவின் பொருளாதார நிலைமையைக் கணிசமாக உயர்த்தியிருக்கிறது என்பது மறுக்கமுடியாதது.

அடுத்தபடியாக அங்கே வந்து குவியத் தொடங்கியிருக்கும் அந்நிய முதலீடுகள். இதுவும் கம்யூனிசத்துக்குப் பிறகு அங்கே தொடங்கிய விஷயம்தான். இன்றைக்கு அமெரிக்க நிறுவனங்கள் முதல் அகில உலகெங்கிலுமிருந்து ரஷ்யாவில் கடைவிரிப்போர் அதிகம். தொடங்கப்படும் எந்தத் தொழிலிலும் அந்நிய முதலீடுகளுக்கு இடம் தரப்படுகிறது. இதன்மூலம் அன்னியச் செலாவணி பெருகுகிறது. அது தேசத்தின் பண பலத்தை உறுதிப்படுத்துகிறது.

இதன் நீட்சியாக மக்களுக்கு வேலை வாய்ப்புகள் பெருகி, வருமானம் வந்து, அவர்களுடைய வாங்கும் சக்தி அதிகரிக்க, ஒரு முடிவற்ற சுழற்சியாக வளர்ச்சி மறு உருவமெடுக்கிறது.

நல்ல விஷயமே. சந்தேகமில்லை. ரஷ்யா வளர்கிறது. ஆட்சியில் உறுதித்தன்மை இருக்கிறது. ஆயிரம் குறை சொன்னாலும், அரை சர்வாதிகாரி என்றே வருணிக்கப்பட்டாலும் புடின் காலத்து ரஷ்யாவில் உள்நாட்டு வளர்ச்சி விகிதங்கள் கீழே போனதே இல்லை. 2007ம் ஆண்டு நிலவரப்படி - ஒன்பதாவது வருடமாக ரஷ்யாவின் பொருளாதார வளர்ச்சி விகிதம் 7 சதவீதம் என்று கணக்குக் காட்டுகிறார்கள். 1998ம் ஆண்டு அங்கே ஏற்பட்ட கடும் பொருளாதாரச் சரிவுகளுக்குப் பிறகு இந்த வளர்ச்சி மிகச் சீராக இருந்து வருவதை கவனிக்க வேண்டும். இது முக்கியமானது. பொருட்படுத்தி ஆராயப்பட வேண்டியது.

எப்படி சாத்தியமானது?

என்றால், மேற்சொன்ன காரணங்கள்தாம். உறுதியான அரசு. சரியான பொருளாதாரக் கொள்கைகள். சீரான வர்த்தகம். நல்லுறவுகள்.

தனது வருமானத்தின் பெரும்பகுதியை இன்றைக்கும் ரஷ்யா ராணுவத்திலும் அணு சோதனைகளிலும்தான் முடக்குகிறது. அப்படி வரும் வருமானம் கிட்டத்தட்ட முழுமையாகவே

எண்ணெயிலிருந்தும்இயற்கைஎரிவாயுவிலிருந்தும்வருவதுதான். எண்ணெய் விலை ஏறிக்கொண்டே போனால் அரசுக்கு என்ன போச்சு? அதன் செலவுகளுக்குப் பற்றாக்குறையில்லாமல் வந்துகொண்டே இருக்கும். நல்ல விஷயமே அல்லவா அவர்களுக்கு?

ரஷ்யா இரானைப் போல் போர்க்குரல் கொடுக்கும் தேசமல்ல இப்போது. கூட்டம் ஒரு முடிவெடுக்கிறதென்றால், நானும் அதற்கு ஜே என்று சுலபமாகச் சொல்லிவிட்டுப் போய்விடும். அதுவே லாபம். அதுவே சௌகரியம். யூரோவில்தான் எண்ணெய் வர்த்தகம் என்று எல்லோரும் ஏகமனதாக ஒப்புக்கொண்டுவிட்டால் ரஷ்யாவுக்கு அதை ஏற்பதில் எந்தத் தயக்கமும் இல்லை. ஒரு பேச்சுக்கு, நாளைக்கே இந்திய ரூபாய் உலகை ஆளத்தொடங்குமானால் நமது ரூபாயில் வியாபாரம் செய்யவும் ரஷ்யா தயங்காது.

இன்றைய தேதியில் ரஷ்ய அரசின் நிலைபாடும் போக்கும் இதுதான். இதில் சந்தேகமில்லை. அவர்களுக்கு இப்போது வல்லரசுக் கனவுகளெல்லாம் இல்லை. நிச்சயம் இல்லை. வளரவேண்டும், வாழவேண்டும். பட்ட கஷ்டங்கள் போதும் என்கிற நிலையில்தான் இருக்கிறார்கள்.

இதுதான் அமெரிக்காவுக்குப் பெரிய பிரச்னை. சண்டைக்கே வரமாட்டாத பயில்வானை எதிரே வைத்துக்கொண்டு என்ன செய்வது? ஒரு பயம் இருக்கிறது அமெரிக்காவுக்கு. நியாயமான பயமும் கூட. மத்தியக் கிழக்கு எண்ணெய் முழுவதும் அமெரிக்கக் கட்டுப்பாட்டுக்கு வந்துவிட்ட பிறகு, அமெரிக்காவுக்கு எதிரான தேசங்கள் அனைத்தும் ஒருங்கிணைந்து ரஷ்யாவுடன் ஒப்பந்தம் செய்துகொண்டு சைடு டிராக்கில் பிசினஸை வெட்டி எடுத்துக்கொண்டு தனியாவர்த்தனம் செய்யப் போய்விட்டால்?

இப்போது உலகெங்கும் ஒரே மாதிரிதான் கச்சா எண்ணெய் விலை ஏறுகிறது. படுகிற கஷ்டங்கள் அனைவருக்கும் பொது. ஒருங்கிணைந்த வர்த்தக அமைப்புகளின் தீர்மானப்படி எல்லாம் நடக்கிறது.

ரஷ்யாவை முன்னால் வைத்து அதன்பின்னால் நாலு பேர் தனியே அணி திரண்டு தனி விலை, தனித் தரம், தனி சேவை என்று தொடங்கினால் என்னாகும்?

நடக்காது என்று சொல்வதற்கில்லை. ரஷ்யாவிலிருந்து பிரிந்த தேசங்களேகூட இந்த விஷயத்தில் தயங்காமல் ரஷ்யக் கூட்டுக்கு சலாம் சொல்லும் சூழ்நிலை வரலாம். தெரியாத தேவதைகளைவிட தெரிந்த பிசாசை நம்புவது சுலபம் என்பது எளிய சூத்திரம்.

இதனை மனத்தில்கொண்டே இன்றே மத்திய ஆசிய தேசங்களின் எண்ணெய் வளத்தை எடுப்பதிலும் விற்பதிலும் அமெரிக்கா மிக அதிகம் ஆர்வம் செலுத்துகிறது. கசகஸ்தானோ, உஸ்பெகிஸ்தானோ, துர்க்மெனிஸ்தானோ, எந்தஸ்தானோ. உள்நாட்டில் எத்தனை அரசியல் குழப்படிகள் இருந்தாலும் எண்ணெய் விஷயத்தில் எடுப்பதற்கு நான் வந்துவிடுகிறேன் என்று கேட்கிற ஒப்பந்தத் தாளிலெல்லாம் கையெழுத்துப் போட்டுவிட்டு நேரேநடையைக் கட்டிவிடுகிறார்கள்.

அமெரிக்கா தேவை உள்ள நாடு. அதன் தேவை இன்னும் அதிகரிக்குமே தவிர இனி குறைய வாய்ப்பில்லை. தவிரவும் இனி உலகை ஆளப்போவது எண்ணெயும் தண்ணீரும்தான் என்பது எல்லோரைக்காட்டிலும் அமெரிக்காவுக்கு மிக நன்றாகத் தெரியும்.

எண்ணெய் இருக்கும் தேசத்தில் பணம் இருக்கும். தண்ணீர் இருக்கும் தேசத்தில் மனிதன் இருப்பான்.

சவூதி அரேபியாவுக்கு அடுத்தபடியாக அதிக அளவில் எண்ணெய் ஏற்றுமதி செய்யும் தேசம் என்கிற வகையிலும் உலகின் மொத்த இயற்கை எரிவாயு வளத்தில் 33 சதவீதத்தைத் தன்னகத்தே கொண்ட தேசம் என்கிற வகையிலும் இது ரஷ்யாவுக்கு மிக நன்றாகப் புரிந்த விஷயம். இந்த வளம் தன்வசம் இருக்கும் வரை தனது இருப்புக்கோ, இயக்கத்துக்கோ, முக்கியத்துவத்துக்கோ எந்தக் குறையுமில்லை என்பதை அவர்கள் அறிவார்கள்.

ஆனால் இதிலும் சில பிரச்னைகள் இல்லாமல் இல்லை. தொண்ணூறுகள் முழுதும் ரஷ்யத் தொழில்துறை தனியார்மயப்படுத்தப்பட்டு வந்திருக்கிறது. இன்று கிட்டத்தட்ட அதிலொரு பரிபூரணத்துவம் எய்தியிருக்கிறார்கள் என்றே சொல்லலாம். ஆனால் எண்ணெய் போன்ற ஒரு துறையில் - அதிகம், மிக அதிகம் பணம் தரும் துறையில் இந்த வகையில் மொத்தமே பத்துப் பதினைந்து நிறுவனங்கள்தாம் அங்கே வேலை பார்க்கின்றன.

அதாவது அரசாங்கத்துக்கு மிக அதிகம் வரி தரக்கூடிய ஒரு தொழில் சாத்தியத்தில் அந்தத் தொகையை மிகக் குறைவான எண்ணிக்கையில் உள்ளவர்களே பங்கிட்டுக்கொள்கிறார்கள்.

புரிவது கஷ்டமாக இருக்கிறதா? இன்னும் சுலபமாகச் சொல்லப் பார்க்கலாம்.

எங்கே தொழில் ஜோராக நடக்கிறதோ, அங்கிருந்தெல்லாம் அரசுக்கு வரிப் பணம் அதிகமாக வரும். இது புரியுமல்லவா? ரஷ்யத் தொழில் துறை என்பது பெரும்பாலும் எண்ணெய் மற்றும் இயற்கை வாயு சார்ந்தது. ஆனால் இந்தத் துறையில் ஈடுபட்டிருக்கும் அன்னிய நிறுவனங்கள் அங்கே குறைவு.

அவர்கள்தாம் மொத்த வரியில் பெரும்பகுதியைச் செலுத்துகிறார்கள். இதர தொழில் செய்வோர் எண்ணிக்கை அதிகமாக இருந்தாலும் இந்தப் பத்துப் பதினைந்து பேர் செலுத்தும் வரித்தொகையுடன் ஒப்பிடுகையில் உறை போடக் காணாது. இதனைப் பொருளாதார பாஷையில் *narrow tax base* என்பார்கள். நமக்கு அந்த உள் விவகாரமெல்லாம் வேண்டாம். உடம்புக்கு ஒத்துக்கொள்ளாது.

தெரிந்துகொள்ள வேண்டிய விஷயம் என்னவென்றால், அரசுக்குச் செலுத்தவேண்டிய வரித்தொகை, அனைவருக்கும் கிட்டத்தட்டவாவது சம அளவில் பிரிக்கப்பட்டால் தொழில் ஒருபோதும் முடங்காது. எந்தத் தொழிலாக இருந்தாலும் சரி. யாருக்கும் அலுப்பும் சலிப்பும் உண்டாகாது.

பத்துப்பேர்பலகோடிவரிகட்டும்போதுபல்லாயிரக்கணக்கானோர் கொஞ்சூண்டு சாஸ்திரத்துக்கு வரி கட்டிக்கொண்டிருந்தால்?

இதுதான் சீரான பொருளாதார வளர்ச்சியைத் தடுக்கும் மிக முக்கியமானதொரு அம்சம். ஏமாற்றல்கள், ஊழல்கள், தகிடுதத்தங்கள் எல்லாம் இங்கேதான் ஆரம்பிக்கும். சீரழிவின் முதல் வாசல் இதுவே.

ரஷ்யாவில் இன்றைக்கு இந்தப் பிரச்னை இருக்கிறது. ஆபத்தான நிலைக்கு இன்னும் போகவில்லை என்றாலும் உடனடி கவனிப்பு கோரும் விஷயமாக இது இருப்பது உண்மை.

இப்படி ஏதாவது கசமுசா நடந்து ரஷ்ய எண்ணெய் எடுப்பு வேகம் பாதிக்கப்படுமா என்றுதான் அமெரிக்கா கவனித்துக்

கொண்டிருக்கிறது. அப்போது ரஷ்யாவை நம்பியிருக்கும் தேசங்கள் இயல்பாக அமெரிக்க நிறுவனங்கள் கோலோச்சும் இடங்களின்பக்கம் திரும்புவார்கள். என்ன பிரச்னை வந்தாலும், எந்தக் காலத்திலும் அமெரிக்காவை நம்பினோர் அம்போவென விடப்படார் என்று அப்போது அவர்கள் மார்தட்ட ஒரு சௌகரியம்.

எண்ணெயத் துறை தன் கைப்பிடிக்குள் இருக்கவேண்டும். எண்ணெய் வர்த்தகம் டாலரில்தான் நடக்கவேண்டும். அமெரிக்காவுக்கு இது ஒன்றுதான் எண்ணம், விருப்பம், கவலை, கன்வு எல்லாம். இதற்கு செக் வைக்கக்கூடிய வல்லமை ரஷ்யாவுக்கு இருப்பதுதான் இருக்கும் ஒரே பிரச்னை. எனவே இதனைச் சுற்றித்தான் இந்த சந்தேகாஸ்பதங்கள் எல்லாம்.

ரஷ்யாவின் எண்ணெய் வளம் இன்னும் முழுமையாக ஆளப்படவில்லை என்பதையும் இங்கே நாம் நினைவுகூர்ந்தாக வேண்டும். எடுக்க வேண்டியது ஏராளம் இருக்கிறது. சரியான தொழில்நுட்பம், மிகத் துல்லியமான பிசினஸ் ஏற்பாடுகள், தொலைநோக்குப் பார்வை எல்லாம் கூடி அமையும்பட்சத்தில் அமெரிக்காவின் கவலை நியாயமானதாகும். ஒப்பீட்டளவில் ரஷ்யா பெரிய தேசம். பிராந்தியத்தில் எல்லோரைக் காட்டிலும். படித்தவர்கள் அதிகம். ஆனாலும் சிடுக்குகள் மிகுந்த தேசம். இனக்குழூப் பிரச்னைகள், மொழிப் பிரச்னைகள், எல்லைப் பிரச்னைகள் என்று எக்கச்சக்கமாக உண்டு அங்கே. இதெல்லாமும் தொழில் துறையை பாதிக்கும் அம்சங்கள்தாம். அரசாங்கத்தின் தடுமாற்றங்களை வலுவான ஜனநாயகத்தின்மூலம் சரி செய்துவிட முடியும்தான். ஆனாலும் ரஷ்ய ஆட்சியாளர்களுக்கு விட்ட குறை தொட்டகுறையாக இன்னும் பழைய சர்வாதிகார மனோபாவமே மேலோங்கியிருக்கிறது.

நவீன உலகம், அதன் தொழில் சாத்தியங்கள், பொருளாதார மேம்பாடு, வளமை போன்ற அனைத்துமே சர்வாதிகாரத்துக்கு எதிரான நிலைபாடு கொண்டவை. இது ரஷ்யாவுக்கு நன்றாகத் தெரிந்த விஷயம்தான் என்றாலும் பழைய நினைப்புடா பேராண்டி என்று அவ்வப்போது நடக்கிற அரசியல் கூத்துகள் அதன் எண்ணெயத் துறையை அதன் நியாயமான வளர்ச்சி வேகத்திலிருந்து தடுத்து வருகிறது.

இது அவ்வளவு ஆரோக்கியமானதல்ல.

29 சைக்கிளுக்கு ஜே!

இந்த சப்ஜெக்டைத் தொடும்போதே ஒரு விஷயம் பார்த்தோம். மூன்றாம் உலக யுத்தம் என்று ஒன்று வருமானால் அதன் மூல காரணம் எண்ணெயாகத்தான் இருக்கும். வாழ்வாதாரம் எதுவோ அதை முன்னிட்டுத்தான் நல்லதும் கெட்டதும். எண்ணெய் எப்படியோ நம் வாழ்வாதாரம் ஆகிவிட்டது. இன்னொன்று தண்ணீர். அது தனிக்கதை.

என்ன வினோதம் என்றால் ஒரு பூதம் மாதிரி நம்மைச் சுற்றிப் படர்ந்துகொண்டிருக்கும் இந்த மாபெரும் பிரச்னையின் பரிணாமத்தை நாம் பெரிதாக உணரவேயில்லை என்பதுதான். நாலு ரூபாய் விலை ஏறினால் கத்துகிறோம். நாற்பது பைசா விலை குறைந்தால்சந்தோஷப்படுகிறோம். அதுதானா? அவ்வளவுதானா?

இன்றைக்கு பெட்ரோல் விலை குறைந்திருக்கிறது. என்றால், ஏறிய தொகையில் ஒரு சொட்டு. பாகிஸ்தானில் எண்பத்தியேழு ரூபாய் லிட்டர். இங்கே ஐம்பத்தைந்துதான். அந்த வரைக்கும் சந்தோஷம் என்று இருந்துவிட முடியுமா? அபத்தம்.

கறுப்புத் தங்கம் என்று பெட்ரோலியத்தைச் சொல்லுவார்கள். உண்மையில் இன்றைய தேதியில் தங்கத்தைக் காட்டிலும் வல்லமை பொருந்திய, மதிப்பு மிக்க சரக்கு. ஒரு பேச்சுக்கு உலகப் பெண்கள் அனைவரும் ஒன்றுகூடிப் பேசி இனி பொட்டுத் தங்கம் வாங்குவதில்லை, கையில் சொட்டுத்தங்கம் வைத்திருப்பதில்லை என்று முடிவு செய்து தூக்கிக் கடாசிவிட்டால் தங்கத்துக்குப் பிறகு பிளாஸ்டிக் மதிப்புக் கூட கிடையாது.

ஆனால் அந்தமாதிரி பெட்ரோலியத்தை வேண்டாம் என்று சொல்லிவிட முடியுமா? காற்று மாதிரி நம்மைச் சுற்றியுள்ள ஒவ்வொரு பொருளுக்குப் பின்னாலும் பெட்ரோலியம் இருக்கிறது. நேரடியாகவும் மறைமுகமாகவும். அத்தனை சுலபத்தில் விலக்கிவிட முடியாது. அதனாலேயே அதன் மதிப்பு ஏறிக்கொண்டிருக்கிறது. உலகில் இன்னும் எடுக்கப்படாத எண்ணெய்ஏராளமாகஇருக்கிறதுஎன்பதுதான்அதன்சூப்பர்ஸ்டார் அந்தஸ்தை நிரந்தரப்படுத்துகிறது. உள்நாட்டுப் பிரச்னைகள்,

குழப்பங்கள், களேபரங்கள் மிகுந்த குட்டி தேசங்களையெல்லாம் தன் வசம் வளைத்துப் போட்டுக்கொண்டால் அங்கிருக்கும் அத்தனை எண்ணெயையும் தனதாக்கிக் கொண்டுவிட முடியும் என்று அமெரிக்கா நினைப்பதற்கும் அதுவே மூல காரணம். எண்ணெய் வளம் முழுதும் அமெரிக்கா வசமாகிவிட்டால், எப்போதும்போல் அமெரிக்காவின் கை எல்லா இடங்களிலும் மேலோங்கி இருக்கும். நிரந்தர வல்லரசு. வேறென்ன?

இந்தக் குடுமிபிடிச் சண்டைகளில் விருப்பமில்லாத சமத்து தேசங்கள் எண்ணெய்க்கு மாற்று அல்லது மாற்று ஆதாரங்களிலிருந்து எண்ணெய் என்னும் இலக்கை நோக்கி நடக்கத் தொடங்கியிருக்கின்றன.

உதாரணமாக, நிலக்கரியிலிருந்து பெட்ரோலியம் தயாரிப்பது பற்றிய ஆராய்ச்சிகள் இன்றைக்கு உலகெங்கும் நடந்து கொண்டிருக்கிறது.

நிலக்கரியிலிருந்து பெட்ரோலியம் உருவாக்க முடியுமா? முடியும் என்றுதான் சொல்கிறார்கள். இந்த முறைக்கு *Karrick process* என்று பெயர். கொஞ்சம் கஷ்டம்தான். ஆனாலும் முயற்சி நடக்கிறது. இந்த வகையில் நிலக்கரி பெட்ரோல் எடுப்பதற்கு பேரல் ஒன்றுக்கு முப்பத்தைந்து டாலர் செலவு பிடிக்கும்.

பெட்ரோலியம் என்பது என்ன? பல ஹைட்ரோகார்பன்களின் சேர்க்கை. அதில் நீரில் இருந்தாலென்ன? நிலத்தில் இருந்தாலென்ன? கரியில் இருந்தால் தான் என்ன? முடியும். அதுதான் விஷயம்.

ஹிட்லர் காலத்திலேயே ஜெர்மனியில் நிலக்கரி பெட்ரோலுக்கான முயற்சிகள் ஆரம்பமாகியிருக்கின்றன. யுத்த சமயத்தில் பெட்ரோலியப் பொருள்களின் இறக்குமதி சிக்கலாக இருக்க, உள்நாட்டிலேயே உற்பத்தி செய்வதற்கு ஒரு வழி யோசித்து நிலக்கரியைப் பிடித்தார்கள். அப்போது அதற்கு *Fischer-Tropsch process* என்று பெயர். அந்த பெட்ரோலை *Ersatz* என்று செல்லமாக அழைத்தார்கள். என்றால், மாற்று என்று பொருள். பெட்ரோலுக்கு மாற்று. அதாவது ரெகுலர் பெட்ரோலுக்கு மாற்று.

யோசித்துப் பார்த்தால் இன்றைய எண்ணெய் விலைவாசிக்கு ஒப்பிட்டால், நிலக்கரி பெட்ரோலியம் மிகவும் விலை

குறைவானதே. நாமும்கூட முயற்சி செய்யலாம், தப்பில்லை. ஒரு டன் நிலக்கரியைப் போட்டு சுமார் இருநூறு லிட்டர் வரை பெட்ரோலியம் எடுக்கமுடியும். தாரிலிருந்து பல்வேறு ரசாயனப் பொருள்கள் வரை உப லாபங்களாகவும் சிலது கிட்டும்.

மலேசியாவில் இன்றைக்கு இயற்கை எரிவாயுவைப் பயன்படுத்தி பெட்ரோலியப் பொருள்களை உற்பத்தி செய்யும் தொழில் சூடுபிடித்திருக்கிறது. அதே *Fischer-Tropsch* தொழில்நுட்பம்தான். ஷெல் கம்பெனி அங்கே சல்ஃபர் குறைவான, சாது ரக டீசலை இப்படி உற்பத்தி செய்கிறது. தென்னமெரிக்காவில் *SASOL* நிறுவனம் நிலக்கரி பெட்ரோலியம் தயாரிக்கிறது. சொல்லப்போனால் தென்னமெரிக்காவில் இன்றைக்கு உபயோகிக்கப்படும் டீசலில் சுமார் தொண்ணூற்றைந்து சதவீதம் இந்த நிலக்கரி டீசல்தான். நிறவெறியில் சிக்கி அந்த தேசம் சீரழிந்து, உலக நாடுகளெல்லாம் புறக்கணித்திருந்த சமயத்தில் சொந்தத் தேவைக்கு டீசல் தயாரிக்க அவர்கள் கண்டுபிடித்த உத்தி இது. இன்றைக்கு பெட்ரோலுக்காகவும் டீசலுக்காகவும் பிற பெட்ரோலியப் பொருள்களுக்காகவும் நாமெல்லாம் நாய் அலை அலைந்துகொண்டிருக்கும்போது அவர்கள் அக்கடாவென்று அந்த முறையில் தமக்குத் தேவையானதை உற்பத்தி செய்து அனுபவித்து க்கொண்டிருக்கிறார்கள்.

இன்னொரு முறையும் இருக்கிறது. அதற்கு *Thermal depolymerization* என்று பெயர். இந்த முறையில் எந்த ஒரு இயற்கைப் பொருளையும் [மரம், செடி கொடி, புல் பூண்டு தொடங்கி அழுகிப்போன வாழைப்பழம் வரை] பயன்படுத்தி பெட்ரோலியம் எடுக்கலாம் என்று சொல்லப்படுகிறது.

நான்காம் நூற்றாண்டில் சீனாவில் தோண்டப்பட்ட முதல் எண்ணெய்க் கிணறுகளின் காலத்திலிருந்தே மாற்று எண்ணெய் குறித்த யோசனைகளும் மக்களுக்கு இருந்துவந்திருக்கிறது. இடையிடையே ராமர் பெட்ரோல் மாதிரி சில டுபாக்கூர் முயற்சிகள் கடுப்பேற்படுத்தினாலும் உருப்படியான மாற்று யோசனைகள் எல்லாக் காலங்களிலும் இருந்துவந்திருக்கிறது.

என்ன பிரச்னை என்றால், மாற்றுகளுக்குப் பொதுவில் ஆதரவு குறைவு. அரசாங்கங்களே அந்த இனங்களில் முதலீடு

செய்து ஆராய்ச்சிகளை ஊக்குவிக்க யோசிக்கும். தெரியாத தேவதையையிட தெரிந்த சாத்தானே மேல் என்பது புராதனமான ஃபார்முலா இல்லையா? அதான் விஷயம்.

குறிப்பாக இந்தியா போன்ற அதிவேக வளர்ச்சி விகிதம் கொண்ட தேசங்களில் இன்றைக்கு பெட்ரோலுக்கு மாற்று என்பது மிகவும் அத்தியாவசியமானது. ஆனால் இங்கே என்ன முயற்சிகள் மேற்கொள்ளப்படுகின்றன? குறிப்பிடும்படி ஒன்றுமில்லை என்பதுதான் நிதர்சனம்.

தவிரவும் எண்ணெய் எடுக்கும் தொழில் உருவாக்கும் சுற்றுச்சூழல் கேடும் கொஞ்சநஞ்சமல்ல. இன்றைய 'க்ளோபல் வார்மிங்' பிரச்னைக்கு அதிமுக்கியக் காரணம் என்று என்னத்தையாவது சுட்டிக்காட்ட வேண்டுமென்றால் கண்ணை மூடிக்கொண்டு இதைக் காட்டிவிடலாம். அத்தனை கார்பன் டை ஆக்ஸைடு உற்பத்தியாகிறது.

இன்னொன்றையும் சொல்லிவிட வேண்டும். நாம் முன்னர் பார்த்த நிலக்கரி பெட்ரோலிய உற்பத்தியில் இது ஒரு பேஜார் பிடித்த மேஜர் பிரச்னை. அதில் இன்னும் கார்பன் டை ஆக்ஸைடு உற்பத்தி அதிகம். எல்லாம் முன்னப்போனா கடிக்கும், பின்ன வந்தால் உதைக்கும் ரகம்தான்.

இப்போதைக்கு எண்ணெய் மார்க்கெட் விலை குறைப்பை நோக்கி நகர்வது போல் ஒரு தோற்றம் நமக்குக் கிடைக்கிறது. இது நிரந்தரமல்ல. நிச்சயமாக நம்பக்கூடியதுமல்ல. ஏனென்றால் எண்ணெய் உற்பத்தி தேசங்கள், ஓபெக் போன்ற ராட்சச அமைப்புகள் விலைக்குறைப்பை விரும்புவதில்லை. நீ விலையைக் குறைத்தால் நான் தயாரிப்பைக் குறைப்பேன் என்று இப்போதே அச்சமூட்டத் தொடங்கியிருக்கின்றன.

தயாரிப்பைக் குறைத்தால் என்ன ஆகும்? தட்டுப்பாடு உண்டாகும். கறுப்புச் சந்தை கதவை அகலமாகத் திறந்து வைக்கும். ஏகத்துக்குப் பணத்தைக் கொட்டி கறுப்பில் எண்ணெய் வாங்கவேண்டிய சூழல் உருவாகும். எதற்கு அந்தத் தொல்லை என்று விலை ஏற்றத்தையே பிறகு ஒப்புக்கொள்ள நேரிடும். உற்பத்தி தேசங்கள் பி.எஸ். வீரப்பா போல் சிரிக்கும்.

இதுதான் நடக்கும்.

எண்ணெய் விலை குறையாது. குறைவதுபோல் தோன்றினாலும் அது ஒப்புக்கு ஒருபைசா, ஒன்பது பைசா அளவுக்குத்தான் இருக்கும். பெரிய உபயோகமில்லை என்பதுதான் உண்மை. இன்றைக்குத் தங்கம் விலையும் உச்சம்தான். நாளையே குறைகிறது என்று பேப்பரில் செய்தி வந்தாலும் என்ன பெரிதாகக் குறைந்துவிடும்? ஏறியதில் ஒரு மைக்ரோ சதவீதம். அவ்வளவே. திரும்பவும் கிராம் 100 ரூபாய்க்கா வந்துவிடும்? வாய்ப்பே இல்லை அல்லவா? அதுதான் விஷயம்.

நம்மாலானது, இந்த எண்ணெய்ப் பிரச்னைக்கு எளிய சில தீர்வுகளை நமக்கு நாமே முன்வைத்து, பயன்படுத்திப் பார்க்கலாம்.

எண்ணெய் விலை குறையாது, குறையும் என்று நம்பி எதையும் செய்வதில்லை.

எரிபொருள் சிக்கனம் டிரைவர் கைவண்ணம் என்று மாநகரப் பேருந்துகளில் எழுதிப் போட்டால் போதாது, ஒவ்வொருவரும் அதை உணரவேண்டும். சிக்னல்களில் நிற்கும்போது சிரமம் பாராமல் எஞ்சினை அணைத்துவிடுவது.

குறுகிய தூரப் பயணங்களுக்கு பைக், கார், ஆட்டோ எல்லாம் வேண்டாம். நடந்தே போவது அல்லது பஸ்ஸில் போவது. அல்லது போகாமலேயே இருப்பது.

பெட்ரோல் தட்டுப்பாடு வரும்போதெல்லாம் அலைந்து திரிந்து டேங்கை எப்படியாவது நிரப்பிவிடுவது என்று சபதமேற்காமல், சமர்த்தாக வண்டியை ஷெட்டில் விட்டுவிட்டு வேடிக்கை பார்ப்பது.

சைக்கிளின் மகத்துவத்தை நினைவுகூர்ந்து மீண்டும் சைக்கிள்மீது காதல் கொள்வது.

மின்சார சிக்கனம். தேவையில்லாமல் பல்பு எரியவிடுவதைத் தவிர்ப்பது. பத்து பேர்வரும் சந்துமுனைப் பொதுக்கூட்டங்களுக்கு ரெண்டு பக்கமும் கொம்பு கட்டி நூறு ட்யூப் லைட்டுகள் எரியவிடாதிருப்பது. ஆர்க்காடு வீராசாமி அவர் பங்குக்கு

இரண்டு மணிநேரம் கட் பண்ணால், நாம் நம்பங்குக்கு ஒரு மணிநேரம் அனைத்து மின் சாதனங்களையும் அணைத்துவிட்டு அமர்ந்திருப்பது.

கேட்பதற்கு முன்னால் லோன் கொடுக்கிறானே என்று பாய்ந்து போய் குட்டி குட்டியாக கார் வாங்கி சாலைகளை நிரப்பாதிருப்பது.

இன்னும் நிறைய சொல்லலாம். புரிந்திருக்கும், அவசியமில்லை என்று நினைக்கிறேன். நாம் வளர்ந்தாக வேண்டும். வாழ்ந்தாக வேண்டும். எண்ணெயாக இருந்தாலென்ன, அமெரிக்காவாக இருந்தாலென்ன? எது உலகை ஆள்கிறதோ, அதனால் எப்போதும் பிரச்னைதான். முட்டி மோதி அவதிப்படுவது ஒரு வகை. சமர்த்தாக ஒதுங்கி, நம் வழியில் போவது இன்னொரு வகை.

சீனாவைப் பார், ஜப்பானைப் பார் என்று அரசியல்வாதிகள் வேறு எது எதற்கோ குரல் கொடுப்பார்கள். அந்த விஷயத்துக்கெல்லாம் நாம் அவர்களைப் பார்த்துக்கொண்டிருக்க அவசியமில்லை. எண்ணெய் விஷயத்தில் மட்டும் நாம் ஜப்பானைப் பார்ப்பது ரொம்பவே நல்லது!

வாருங்கள், ஆளுக்கொரு சைக்கிள் வாங்குவோம்.

[முற்றும்]